D1763591

தொ. பரமசிவன்

இந்திய இலக்கியச் சிற்பிகள்

தொ. பரமசிவன்

அ. மோகனா

சாகித்திய அகாதெமி

Tho. **Paramasivan:** Monograph in Tamil by A. Mohana, Sahitya Akademi, New Delhi (2023) ரூ. 100/-

உரிமை © சாகித்திய அகாதெமி	
ஆசிரியர்	: அ. மோகனா
பொருள்	: இந்திய இலக்கியச் சிற்பிகள்
வெளியீடு	: சாகித்திய அகாதெமி
முதற்பதிப்பு	: 2023
ISBN	: 978-93-5548-544-1
விலை	: ரூ. 100/-

All rights reserved. No part of this book may be reproduced or utilized in any form or by any means, electronic or mechanical including photocopying, recording or by any information storage and retrival system, without permission in writing from Sahitya Akademi.

தலைமை: அலுவலகம்	'இரவீந்திர பவன்', 35,பெரோஸ்ஷா சாலை, புதுதில்லி 110 001. secretary@sahitya-akademi.gov.in | 011-23386626/27/28.
விற்பனை: அலுவலகம்	'ஸ்வாதி', மந்திர் சாலை, புது தில்லி 110 001. sales@sahitya-akademi.gov.in|011-23745297, 23364204.
கொல்கத்தா:	4, டி.எல். கான் சாலை, கொல்கத்தா 700 025. rs.rok@sahitya-akademi.gov.in|033-24191683/24191706.
சென்னை:	குணா வளாகம், 443, இரண்டாம் தளம், அண்ணா சாலை, தேனாம்பேட்டை, சென்னை 600 018. chennaioffice@sahitya-akademi.gov.in 044-24311741|24354815.
மும்பை:	172, மும்பை மராத்தி கிரந்த சங்கிரகாலய சாலை, தாதர், மும்பை 400 014. rs.rom@sahitya-akademi.gov.in 022-24135744 | 24131948.
பெங்களூரு:	மத்தியக் கல்லூரி வளாகம், பல்கலைக்கழக நூலகக் கட்டிடம், டாக்டர் அம்பேத்கர் வீதி, பெங்களூரு 560 001. rs.rob@sahitya-akademi.gov.in. 080-22245152, 22130870.

ஒளி அச்சு: BalaGeetha Media, Pollachi-29
அச்சகம்: Mani Offset, Chennai-77

Visit our website at http://www.sahitya-akademi.gov.in

நன்றி...

இந்திய இலக்கியச் சிற்பிகள் வரிசையில் பேராசிரியர் தொ.பரமசிவன் குறித்து எழுதுவதற்கு வாய்ப்பளித்த சாகித்திய அகாதெமிக்கு நன்றி; குறிப்பாகச் சாகித்திய அகாதெமியின் தமிழ்ப் பிரிவு ஒருங்கிணைப்பாளர் பத்மஸ்ரீ கவிஞர் சிற்பி பாலசுப்பிரமணியம் அவர்களுக்கு நெஞ்சார்ந்த நன்றி. சாகித்திய அகாதெமி சென்னை அலுவலக ஊழியர்கள் டி.எஸ்.சந்திரசேகர ராஜூ (அலுவலகப் பொறுப்பாளர்), சி. சீனிவாசன் (பதிப்பக உதவியாளர்) ஆகியோருக்கும் நன்றி.

இந்நூல் உருவாக்கத்தில் பெரும்பங்கு வகித்தவர் பேராசிரியர் வீ.அரசு. தொடர்கின்ற என்னுடைய ஆய்வுகளைச் செழுமைப்படுத்தி வரும் அவருக்கு நன்றி; என்னுடைய ஆய்வு முயற்சிகளுக்கு ஊக்கம் அளித்து வரும் தஞ்சைத் தமிழ்ப் பல்கலைக்கழகத்தின் முன்னைத் துணைவேந்தர் ம.திருமலை, சென்னைப் பல்கலைக்கழகத்தில் என்னுடைய முனைவர்பட்ட ஆய்வு நெறியாளராக இருந்து வழிநடத்திய பேராசிரியர் ய.மணிகண்டன் ஆகியோர்க்கும் நன்றி. பேராசிரியர் தமிழவன், பேராசிரியர் பாரதிபாலன், பேராசிரியர் பா.ஆனந்தகுமார், சந்தியா நடராஜன் ஆகியோரும் இந்த நூலாக்கத்தில் துணைநின்றனர் அவர்களுக்கும் எனது நன்றி.

தொ.ப.வால் நம்பி மூத்தபிரான் என்று மதிக்கப்பட்ட பேராசிரியர் ம.பெ.சீனிவாசன் நம்பகத்தன்மையான தரவுகளையும் (Trust-worthy) தொ.ப.வின் நூல்களையும் தந்துதவினார். இந்நூலின் செம்மையாக்கத்தில் அவர் உதவி பெரிது. நண்பர் த.தனஞ்செயன் அவர்களும் தொ.ப.வின் நூல்களை அளித்து உதவினார். இருவருக்கும் நன்றி. வாழ்க்கைப் பயணத்திலும் ஆய்வுப் பயணத்திலும் என்னோடு இணைந்தவர் அன்புக் கணவர் ப.திருஞானசம்பந்தம், இந்த நூலை எழுதுகின்ற காலத்தில் என்னுடைய மழலைகளைக் கவனமாகக் கவனித்துக் கொண்ட மாமனார் ம.பரமசிவன், சகோதரி மேனகா லூக்காஸ் ஆகியோர்க்கும் நன்றி.

ஆசிரியர்களின் ஆய்வு முயற்சிக்கு ஆதரவும் பெரும் ஊக்கமும் அளித்துவருவது நான் பணிபுரிகின்ற தியாகராசர் கல்லூரி. என் கல்லூரியின் மேலாண்மையினருக்கும் முதல்வருக்கும் அன்புகலந்த நன்றி. தொ.பரமசிவன் அவர்களால் தமிழ்நாட்டுக் கோசாம்பி என்று அன்புடன் சுட்டப்பட்ட பேராசிரியர் நா.வானமாமலைக்கு இந்நூலைச் சமர்ப்பிக்கிறேன்.

– அ.மோகனா

பொருளடக்கம்

முன்னுரை || 07
பண்பாட்டு அசைவுகள் || 10
தெய்வங்களும் சமூக மரபுகளும் || 34
அழகர் கோயில் || 62
இலக்கிய ஆய்வுகள் || 76
அரசியல் கருத்துநிலை || 103
உதவிய நூல்கள் || 125
இணைப்பு -1 || 125
இணைப்பு -2 || 127

முன்னுரை

இருபதாம் நூற்றாண்டின் தமிழ் ஆய்வுச்சூழலில் தன்னுடைய தனித்த ஆய்வு முறையினால் கவனத்தை ஈர்த்தவர் பேராசிரியர் தொ.பரமசிவன்(1950-2020); தமிழ் ஆய்வுலகினைச் சார்ந்தவர்கள் அனைவரும் இவரை அன்புடன் தொ.ப. என்று அழைப்பர். (இந்நூலிலும் இனி தொ.ப.) இதுவரை ஆராய்ச்சி நெறிமுறைகள் என்று கட்டமைக்கப்பட்டுள்ள நெறிகளிலிருந்து மாறுபட்ட நெறிமுறைகளைக் கையாண்டு புதிய புதிய செய்திகளை வெளிக்கொண்டு வந்தவர்; ஆழமான, பரந்துபட்ட வாசிப்பு அனுபவம் கொண்டவர்; புதிய ஆய்வுப்புலங்களைக் கண்டறிந்து சொன்னவர். ஆய்வாளனுக்குப் புத்தக வாசிப்புப் போல மனித வாசிப்பும் அவசியம் என்ற கருத்து நிலையினை உடையவர். தன்னுடைய ஆய்வு மாணவர்களிடமும் மக்களைத் தேடிச் செல்லுங்கள் என்றே அறிவுறுத்தியவர். தன்னுடைய சொந்த ஊரான பாளையங்கோட்டை மீது மிகுந்த பற்றுடையவர் தொ.ப.. அவருடைய ஆய்வுகளிலும் நேர்காணல்களிலும் இந்தப் பற்று வெளிப்படுவதைக் காணமுடியும்.

36 ஆண்டுகள் பேராசிரியர் பணியில் இருந்தவர்; அவற்றில் ஒன்பது ஆண்டுகள் மனோன்மணியம் சுந்தரனார் பல்கலைக்கழகத் தமிழ்த்துறைத் தலைவராகப் பதவி வகித்துள்ளார். ஆசிரியராகவும் தலைசிறந்த ஆராய்ச்சியாளர்களாகவும் விளங்கிய அறிஞர்களின் வரிசையில் தொ.ப.விற்குத் தனித்த இடமுண்டு. தொ.ப. உடன் மதுரையில் உள்ள தியாகராசர் கல்லூரியில் பணியாற்றிய பேராசிரியர் கு.ஞானசம்பந்தன் ‘தொ.ப.வும் நானும்’ என்று தொ.ப.வின் மறைவிற்குப் பிறகு நூல் ஒன்றை எழுதுகிறார். அவருடைய மாணவர்களோ ஆசிரியரின் ஆய்வுச் செயல்பாட்டையும் ஆசிரியப் பணியையும் போற்றும் விதமாகச் சிறப்பிதழ் கொண்டு வருகிறார்கள். அவருடைய ஆய்வு வழிகாட்டலை மனத்தில் இருத்தி மேன்மேலும் ஆய்வு செய்கிறார்கள். தனக்கு வாய்த்த இனிமையான இயல்பினாலும் பரந்து பட்ட வாசிப்பினாலும் தன்னுடைய இருப்பினைக் காத்திரமாகவே நிலைநிறுத்திச் சென்றுள்ளார் தொ.ப.

தொ.ப. எழுதியுள்ள கட்டுரைகள் பல அவர் காலத்திலேயே தொகுக்கப்பட்டு நூலாக்கம் அடைந்துள்ளன. அவர் மறைவிற்குப் பிறகு வெவ்வேறு பெயர்களில் தொகுத்துப் பல பதிப்பகங்கள் வெளியிட்டுள்ளன. இயல்பான மொழிநடை அவருடையது. சாதாரண நடைமுறை என்று நினைத்திருக்கும் செயல்களுக்குப் பின்னால்

ஒளிந்திருக்கும் நூற்றாண்டுகளின் தொடர்ச்சியைக் கவனப்படுத்துதல், எந்தவொரு நிகழ்வையும் தர்க்கபூர்வமாக ஆராய்தல், வரலாற்றினை நடுவுநிலைமையோடு அணுகுதல், இலக்கியத்தை அதன் காலம்சார்ந்து சமூகவியல் வாசிப்புக்கு உட்படுத்துதல் ஆகியவை தொ.ப.வின் குறிப்பிடத்தக்க ஆய்வுப் பண்புகள். தன்னுடைய ஆய்வுமுறையினை வடிவமைத்தவர்களாக மயிலைசீனி. வேங்கடசாமி, நா.வானமாமலை, மு.ராகவையங்கார் ஆகியோரைத் தொ.ப. குறிப்பிட்டுள்ளார். கட்டுரை, நூலாக்கம் என்று மட்டுமல்லாமல் நேர்காணல்கள் மூலமாகவும் பல அறிவுசார் உரையாடல்களை அவர் நிகழ்த்தியுள்ளார். அந்நேர்காணல்கள் பல இதழ்களில் பிரசுரிக்கப்பட்டுள்ளன; தொகுக்கப்பட்ட நூலாகவும் வெளிவந்துள்ளன. தொ.ப.வுடன் உரையாடியவர்கள் வெறும் இதழியல் வெளியீட்டிற்காகச் செயல்பட்டவர்கள் அல்லர். தொ.ப.வின் அறிவாழத்தையும் அதன் விரிந்த இயங்குதளத்தையும் உணர்ந்தவர்கள். ஆ.தனஞ்செயன், அ.முத்துலிங்கம், சுந்தர்காளி, ஷோபாசக்தி, சங்கரராமசுப்பிரமணியன், மணா, ச.தமிழ்ச்செல்வன், வ.கீதா-கோ.பழனி எனத் தமிழியல் ஆய்வுகளிலும் அரசியல் செயல்பாடுகளிலும் தனித்துச் சுட்டத்தக்க ஆளுமைகளே நேர்காணல் செய்துள்ளனர்.

ஒவ்வொரு நேர்காணலும் சமூகத்தின் மிக முக்கியமான நிகழ்வைக் குறித்ததாகவோ வரலாற்றைக் குறித்ததாகவோ அல்லது ஆளுமையினைக் குறித்ததாகவோ அமைந்திருக்கும். கேட்கப்படும் கேள்விகள் தொ.ப. என்கிற பேராளுமையின் சிந்தனைப் போக்கினை அறிந்து கொள்ளும் விதமாகவும் பல புதிய தகவல்களைப் பகிர்ந்து கொள்ளும் நிலையிலும் வடிவமைக்கப் பட்டிருக்கும். அத்தனை கேள்விகளுக்கும் மடைதிறந்த வெள்ளம் போல தரவுகளையும் சான்றுகளையும் கொண்டு பதிலளித்திருப்பார் தொ.ப. பல நூல்களுக்கு அணிந்துரையும் வழங்கியுள்ளார். தொ.ப.வின் ஆய்வுகள் இந்திய அளவில் மட்டுமன்றி உலக அளவில் கவனம் பெற வேண்டியவை. இந்திய இலக்கியச் சிற்பிகள் வரிசையில் தொ.ப.வின் ஆய்வுகளைக் கவனப்படுத்துவது தமிழ் ஆய்வு வரலாற்றின் செம்மையைக் காட்டுவதாகவே அமையும். இந்தப் பின்புலத்தில் தொ.பரமசிவன் அவர்களைக் குறித்த இந்நூல் முன்னுரை, இணைப்புகள் நீங்கலாக ஐந்து பகுதிகளைக் கொண்டதாக அமைகிறது. இவற்றுள் முதல் மூன்றுபகுதிகள் தொ.ப. எழுதிய நூல்களின் பெயர்களையே தலைப்புகளாகக் கொண்டுள்ளன.

முதல் பகுதி ‘பண்பாட்டு அசைவுகள்’ என்பது. முன்னர்க் குறித்தபடி மனித வாழ்க்கையில் இயல்பாகக் கடந்து செல்லும் நிகழ்வுகளுக்குப் பின்னால் இருக்கும் நூற்றாண்டுகாலத் தொடர்ச்சியினை

அடையாளப்படுத்திய கட்டுரைகளை இப்பகுதி அறிமுகம் செய்கிறது; பொருண்மை அடிப்படையில் பகுத்து ஆராய்கிறது.

இரண்டாவது பகுதி 'தெய்வங்களும் சமூக மரபுகளும்' ஆகும். தொ.ப.வின் ஆய்வுகளுள் பாதிக்கும் மேற்பட்டவை தெய்வங்கள், சடங்குகள் சார்ந்தவையே. நாட்டார் தெய்வங்கள், நம்பிக்கைகள், சடங்குகள், நிறுவனப்படுத்தப்பட்ட கடவுளர்கள், வழிபாட்டு முறைகள், நாட்டார் தெய்வத்திற்கும் நிறுவனவயப்பட்ட கடவுளருக்குமான ஊடாட்டம், சமயங்களின் அரசியல், சைவ, வைணவ சமயங்களின் சமூகப் பரவல் எனத் தொ.ப. செய்துள்ள பதிவுகளை இப்பகுதி விரிவாக ஆராய்கிறது.

மூன்றாவது பகுதி ஆய்வாளர்கள் பலராலும் கொண்டாடப்படுகின்ற 'அழகர் கோயில்' ஆய்வு பற்றியது. கோயில் குறித்த ஆய்வுகளில் தனித்துச் சுட்டத்தக்க இவ்வாய்வு எவ்வாறு சமூகப் பண்பாட்டு ஆய்வாகப் பரிணமித்துள்ளது என்பதனை இப்பகுதி பேசுகிறது.

நான்காவது பகுதி இலக்கிய ஆய்வுகள். தொ.ப. அடிப்படையில் ஒரு தமிழ்ப் பேராசிரியர். தமிழ் இலக்கியங்களில் பற்றும் பயிற்சியும் மிகுந்தவர். பண்டை இலக்கியம் தொடங்கி நவீன இலக்கியங்கள் வரையிலான அவருடைய வாசிப்புகளைப் பொருண்மை அடிப்படையில் பகுத்து ஆராய்வதாக இப்பகுதி அமைந்துள்ளது.

ஐந்தாவது பகுதி அரசியல் கருத்துநிலை. பொதுவாகத் தொ.ப.வைச் சமூகப் பண்பாட்டு மானிடவியல் அறிஞராக, நாட்டார் வழக்காற்றியல் ஆய்வாளராக, பெரியாரியத்தில் ஈடுபாடு கொண்ட பெரியாரிஸ்டாக, திராவிட இயக்கச் சார்புடையவராகப் பலரும் பல விதங்களில் அடையாளப்படுத்தியுள்ளனர். இந்த அவதானிப்புகள் அனைத்திற்கும் இடமளிப்பவர் தொ.ப. எனவே அவருடைய அரசியல் கருத்துநிலையினைக் கவனப்படுத்துவதாக இந்தப் பகுதி அமைகின்றது.

இறுதியில் இணைப்புகளாகத் தொ.ப.வின் ஆய்வுகள் காலவரிசையில் அடைவு செய்யப்பட்டுள்ளன. அவருடைய வாழ்க்கைக் குறிப்புகளும் தரப்பட்டுள்ளன. மேற்கோள் நூல்களும் பட்டியலிடப்பட்டிருக்கின்றன. தமிழ் ஆய்வுப் புலத்தில் நா.வானமாமலைக்குப் பிறகு அனைத்துத் தரப்பினராலும் (ஆசிரியர்கள், இலக்கிய ஆய்வாளர்கள், சமூக ஆர்வலர்கள்) கொண்டாடப்பட்டவர் தொ.ப.. அவருடைய ஆய்வுப் பதிவுகளுள் பெரும்பான்மையானவை இந்நூலில் கவனப்படுத்தப்பட்டுள்ளன.

பண்பாட்டு அசைவுகள்

பேராசிரியர் தொ.ப.வின் ஆய்வுகளுள் சரிபாதி தமிழ்ப் பண்பாட்டினைப் பற்றியவை. அவர் மக்களின் அன்றாட வாழ்முறையிலிருந்து தனது ஆய்வுகளுக்கான தரவுகளைச் சேகரிப்பவர். சாதாரணமாகக் கடந்து செல்கின்ற நிகழ்வுகளுக்குள் பல நூற்றாண்டுகளின் பண்பாட்டு அசைவு மறைந்திருப்பதை நுணுக்கமாக ஆராய்ந்து வெளிப்படுத்துபவர். மனிதர்களின் வாழ்க்கை முறையிலிருந்து தொ.ப. அடையாளங்காட்டுகின்ற பண்பாட்டு அசைவுகளை இப்பகுதி விவரிக்கிறது.

'பண்பாட்டு அசைவு' என்னும் விழுமியம் ஆழமான பொருளையுடையது. பண்பாடு என்பது ஒற்றைக் கருத்துருவிற்குள் புரிந்து கொள்ளப்படும் ஒன்று அல்ல; அதன் இயங்குதளம் விரிவானது. பல நூற்றாண்டுகளின் அசைவியக்கத்தில் மனிதசமூகத்தின் தொடர் தேடுதலில் சாத்தியப்பட்ட ஒன்றுதான் பண்பாடு. இயற்கைக்கும் மனிதனுக்குமான உறவே நம்பிக்கைக்கு அடிப்படையாகின்றது. நம்பிக்கைகளே சடங்குகளைக் கட்டமைக்கின்றன. அந்தச் சடங்குகளின் ஊடான விழுமியங்களே பண்பாடாக வெளிப்படுகின்றன. இப்படி உருவாகும் பண்பாடு காலந்தோறுமான அசைவியக்கத்தில் பல புதுமைகளை உட்செரித்துக் கொண்டாலும், தொடக்ககாலத்தின் விழுமிய வேர்கள் ஆழமாக ஊடுருவிய சமூகமாகத் தமிழ்ச்சமூகம் உள்ளது. இப்பின்புலத்தில் பண்பாட்டு அசைவு என்ற விழுமிய கருத்தினைக் கவனத்தில் கொள்ள வேண்டியுள்ளது.

> "பண்பாடு என்பது மரபுவழியில் அமையப்பெறும் நடத்தைமுறைகளின் தொகுதியாகும். மனித இனம் வளர்த்தெடுத்து வருகின்ற இப்பண்பாடானது ஒவ்வொரு தலைமுறையினராலும் கற்று மற்ற தலைமுறையினருக்கு விடப்படுவதாகும். தனித்த ஒரு பண்பாடு என்பது பல கட்டுதிட்டங்களைக் கொண்டதாகும். மரபு வழியிலான நடத்தைமுறைகளின் தொகுப்பாக உள்ள பண்பாடு ஒரு குறிப்பிட்ட சமூகத்திற்குரியதாக, சில சமூகங்கள் பகிர்ந்து கொள்வதாக, ஓர் இனத்திற்குரியதாக ஒரு நிலப்பகுதிக்குரியதாக ஒரு குறிப்பிட்ட கால கட்டத்தில் மட்டும் நிலைபெறுவதாக அமையக் கூடும். (2005:75)"

பண்பாடு குறித்த புரிதலை மேற்கண்ட கருத்துநிலையின் வழி ஓரளவு பெறமுடியும். மேலும் பண்பாடென்பது ஒன்றிணைக்கப்பட்ட, ஒன்றிணைக்கின்ற முழுமை (whole) ஆகும் என்கின்றனர் ஜான் மோகனன் மற்றும் பீட்டர் ஜஸ்ட். (2005:71) இவர்கள் பண்பாடு என்பதனை நிலம் சார்ந்ததாகப் பார்க்கிறார்கள். நிலத்தைப் பொறுத்தே

பண்பாடு தகவமைக்கப்படுகிறது. இது அறிவியல் அடிப்படையிலான கருத்து. இப்பின்புலத்தில் பண்பாடு குறித்த தொ.ப.வின் உரையாடல்கள் உலகளாவிய உரையாடல்களின் தன்மையோடு ஒத்திருப்பதனைக் காணமுடிகின்றது. பண்பாடு குறித்துத் தொ.ப.,

> "பண்பாடு என்ற சொல்லை நாம் மிகச் சுருக்கமாகவே புரிந்து கொண்டிருக்கிறோம். உண்மையில் பண்பாடு தனிமனித ஒழுக்கம் சார்ந்ததன்று. பண்பாடு ஒரு சமூகத்தினுடைய வெளிப்பாடு, ஒரு மக்கள் திரள் தன்னை வெளிப்படுத்திக் கொள்கிற முறை. சொல்லாலே, செயலாலே, கருத்தினாலே தன்னை வெளிப்படுத்திக் கொள்கிற முறைக்குப் பண்பாடு என்று பெயர். நம்முடைய தெய்வங்கள், நம்முடைய இசை, நம்முடைய கலை, நம்முடைய உணவு, நம்முடைய உடை, நம்முடைய உடையை நாம் செய்கிற முறை, நம்முடைய உடையை நாம் உடுத்துகின்ற முறை எல்லாமே பண்பாடு சார்ந்த அசைவுகள் ஆகும். பண்பாடு ஒரு முழுமையான பொருள். இந்த முழுமை சார்ந்த பார்வை இல்லாது போன காரணத்தினாலும், ஒரு wholistic approach இல்லாது போன காரணத்தினாலும் பண்பாடு பற்றிய நமது பார்வை மிகவும் பலவீனமாக இருக்கிறது. (2021:53)"

என்று கருத்துரைக்கிறார்.

இந்த உரையாடலின் வழித் தொ.ப. உருவாக்கியுள்ள ஆய்வுமுறை தமிழ்ச்சமூகத்தில் கவனத்திற்குரியது. ஐரோப்பிய ஆய்வுமுறையியலிருந்து குறிப்பாக *Profile* என்கிற ஒருபக்கச் சார்பு ஆய்வுமுறையினைப் புறக்கணித்து பன்முகப்பட்ட அறிதலினூடான ஆய்வு முறையியலைக் கைக்கொண்டவராகத் தொ.ப. இருக்கின்றார். இத்தன்மையினை அவரே ஒப்புக் கொள்ளவும் செய்கிறார்.(2022:8) சுமார் இரண்டாயிரம் ஆண்டுகால தொல்வரலாற்றின் நீட்சியையும் பண்பாட்டின் உயிர்ப்பையும் அன்றாட வாழ்வில் சாதாரணமாகக் கடந்து செல்லும் நிகழ்வுகளிலிருந்து அவர் மீட்டுருவாக்கம் செய்கிறார்; அதில் அவர் முன்வைக்கும் தர்க்கம் இதுவரை கட்டப்பட்டு வந்த வரலாற்றின் போக்கினை அசைத்துப் பார்க்கின்றது. இந்த ஆய்வுப்போக்குதான் தொ.ப.வைச் சமூகப் பண்பாட்டு மானுடவியல் அறிஞராக அணுகவைக்கின்றது. பண்பாட்டு அசைவு குறித்த தொ.ப.வின் ஆய்வு அணுகுமுறைகளைக் கீழ்க்கண்ட நிலைகளில் வசதி கருதி பகுத்துக் கொள்ள முடியும்.

- ஆதிச்ச நல்லூர் அகழாய்வுகளின் வழி மீட்டெடுக்கப்பட்ட தமிழரின் தொல்வரலாற்றின் நீட்சியினைச் சமகால சடங்குகளிலும் இனங்காண்பது; கல்வெட்டுகளின் வழிப் பெறப்படுகின்ற வரலாற்றுச் செய்திகளையும் அதன் தொடர்ச்சியையும் அடையாளங்கண்டு உரையாடுவது.
- உணவு, உடை, குடியிருப்பு, அடையாளம் (நிறம்), உறவு முறை, புழங்கு பொருட்கள், விளையாட்டு, மருத்துவம், பழக்கவழக்கங்கள்

ஆகியவற்றின் அடிப்படையில் மனித இனத்தின் வரலாற்றுத் தொடர்ச்சியினை அடையாளப்படுத்துவது.

- சடங்குகளின் கட்டமைப்பு, பன்முகத்தன்மை, பண்பாட்டுக் கலப்பினால் ஏற்பட்ட மாற்றங்களைக் கவனப்படுத்துவதோடு கைவிடப்படாத மரபுகளையும் விவாதத்திற்கு உள்ளாக்குவது.

தொ.ப.வின் பல கட்டுரைகளில் ஆதிச்ச நல்லூர் அகழாய்வின் வழிக் கிடைத்த தரவுகள் கவனப்படுத்தப்பட்டிருக்கின்றன. வரலாறு என்பது தரவுகளின்வழிப் பதிவு செய்யப்பட வேண்டியது என்பதையே இது காட்டுகின்றது. ஆதிச்ச நல்லூர் அகழாய்வில் கிடைத்த புழங்கு பொருட்களின் பயன்பாடு தற்காலத்திலும் இருப்பதைத் தொ.ப.விவாதத்திற்கு எடுத்துக் கொள்கிறார்.

> "பெர்லினைச் சேர்ந்த டாக்டர் ஜேகோர் 19ஆம் நூற்றாண்டின் கடைசிப் பகுதியில் ஆதிச்ச நல்லூரில் தங்கத்தால் ஆன நெற்றிப்பட்டத்தைக் கண்டெடுத்தார். இன்றும் தமிழ்நாட்டின் சில பகுதிகளில், சில சாதிகளில் இது மணமகளுக்குத் தாய்மாமன் அணிவிக்கும் நெற்றிப்பட்டம் என்பது களஆய்வு செய்தவர்களுக்குத் தெரியும். அப்படியானால் ஆதிச்சநல்லூர் பண்பாட்டுத் தொடர்ச்சி நம்மிடம் உயிரோடு இருக்கிறது என்பதுதானே உண்மை. ஆதிச்ச நல்லூரில் தாய்த் தெய்வத்தின் வெண்கலச்சிற்பம் கண்டெடுக்கப்பட்டது. தமிழ்நாட்டின் 90 விழுக்காடாக அம்மன் கோவில்கள்தானே இருக்கின்றன. ஆற்றல் மிகுந்த தாய்த்தெய்வ வழிபாடுதான் தமிழர்களின் பண்பாடு என்பது இன்றளவும் உறுதியாகிக் கொண்டிருக்கிறது. (2019:13)"

கிடைத்த தரவுகளைக் கொண்டு நிறுவுவது. கிடைக்காத தரவுகள் இன்று புதிதாகப் புழக்கத்தில் இருப்பது குறித்து விவாதிப்பது என இருவிதமான உரையாடல் போக்கினையும் தொ.ப.விடம் காணமுடிகின்றது. சான்றாகத் திருமணத்தில் பெண்களுக்கு அணிவிக்கப்படும் 'தாலி' குறித்த விவாதத்தினைக் கூறலாம். தமிழ்நாட்டில் இதுவரை நிகழ்த்தப்பட்ட அகழாய்வுகளில் தாலி எதுவும் கிடைக்கவில்லை. மேலும் தாலி, மஞ்சள், குங்குமம் உள்ளிட்ட திருமணம் சார்ந்து பெண்களுக்கு அளிக்கப்பட்டுவரும் எந்தவொரு பொருளும் சங்க இலக்கியங்களில் இடம்பெறவில்லை என்பதைச் சான்றுகளுடன் நிறுவுகின்றார்.

உணவுப் பண்பாடு ஒரு சமூகத்தின் முக்கியமான அசைவியக்கமாக உள்ளது. மனித இனத்தின் அறிவுசார் வெளிப்பாடாகவே உணவு சமைக்கப்படும் முறையும் அது உண்ணப்படும் முறையும் இருக்கிறது என்பதைப் பல கட்டுரைகளில் தொ.ப.விவாதித்துள்ளார். தமிழ்ச்சமூகம் வெப்பமண்டலத்தைச் சார்ந்தது. அதன் உணவுப் பழக்கமும் அது சார்ந்தே உருவாக்கப்பட்டுள்ளது. பருவ நிலைக்கேற்ற உடை அணிதல்,

உணவு உண்ணுதல் ஆகிய செயற்பாடுகள் தமிழ்ச்சமூகத்தின் அறிவுப் பாரம்பரியத்தை உணர்த்துபவையாகவே உள்ளன. இத்தன்மை யாராலும் திணிக்கப்படாமல் இயல்பாகவே மரபுவழி பெறப்பட்ட தன்மையாக இருப்பது சிறப்பு. ஒரு சமூகத்தின் உணவுப்பழக்கம் குறித்த கீழ்க்கண்ட கருத்து இங்கு இணைத்து நோக்கத்தக்கது.

> "உணவும் சமூகமும் அல்லது உணவும் பண்பாடும் என்பது நாணயத்தின் இரு பக்கங்கள் போன்றவை. ஒன்றையொன்று ஊடாடுபவை. மனித குலம் ஒன்றாயினும் மனித இனங்கள் பலவாகும். ஓர் இனத்திற்குள்ளும் ஒவ்வொருவருக்கும் உருவ அடையாளம் தனித்துவமானது; வேறானது. அவ்வாறே ஒவ்வொரு பண்பாட்டிற்கும் சமூகத்திற்கும் குழுவிற்கும் தனிநபருக்கும் உணவு வழித் தனித்தனியான அடையாளங்கள் ஏற்படுகிறது. (2014:17)"

பிற சமூகங்கள் சுவையாக மட்டுமே பார்க்கின்ற பலவற்றை உணர்வோடு கலந்து வழங்கும் சமூகமாகத் தமிழ்ச்சமூகம் உள்ளது. சடங்கியல் உணவோ மேலும் இறுக்கமான வரையறைக்கு உட்பட்டதாகவும் இருக்கின்றது. சாதாரணமாக அன்றாடம் வழங்குகின்ற உணவுப் பண்பாட்டிற்கும் சடங்கியல் உணவிற்குமான விவாதங்களைத் தொ.ப. முன்னெடுத்துள்ளார். பொதுவாகச் சமூகத்தின் அசைவியக்கத்திற்கும் உணவுப் பண்பாட்டிற்குமான உறவு குறித்து,

> "ஒரு குறிப்பிட்ட மக்கள் சமூகத்தின் அசைவியக்கங்களை உணர அவர்தம் உணவுப்பழக்க வழக்கங்களைக் கூர்ந்து நோக்க வேண்டும். உணவுப் பழக்க வழக்கங்கள் ஒரு சமூகம் வாழும் பருவச் சூழ்நிலை, வாழ்நிலத்தின் விளைபொருள்கள், சமூகப் படிநிலைகள், உற்பத்தி முறை, பொருளாதார நிலை ஆகியவற்றைப் பொருத்து அமையும். (2007:20)"

என்று தொ.ப. பதிவு செய்துள்ளார். மேலும் இலக்கியத் தரவுகளின் வழியும் தமிழ்ச்சமூகத்தின் உணவுப் பழக்கத்தினை விளக்கியுள்ளார்.

எண்ணெய், உப்பு இந்த இரண்டு வித பொருட்களைக் குறித்தும் தொ.ப.வைக்கும் விவாதங்கள் தமிழர்களின் பாரம்பரிய அறிவு மரபையும் இடைக்காலத்தில் அவற்றில் ஏற்பட்ட மாற்றத்தையும் விளக்குகின்றன. பொரிக்கப்பட்ட உணவுகள் வெப்பமண்டல தகவமைப்பிற்கு ஏற்றவை அல்ல என்பது குறிப்பிடத்தக்கது. ஆனால் மாதுளங்காயை வெண்ணெயில் பொரித்து உண்டிருக்கின்றனர். அவ்வாறே புலாலையும் நெய்தடவிக் கம்பிகளில் கோத்து நெருப்பில் வாட்டி உண்ணப்பட்டிருப்பதை ஆற்றுப்படை இலக்கியங்கள் காட்டுகின்றன. ஆகப் பொரித்த உணவுகள் செய்யப்பட்டிருந்தாலும் அதற்கு நெய்யே பயன்படுத்தப்பட்டு இருக்கின்றது. அவ்வாறே எள்ளிலிருந்து பெறப்படுகின்ற நல்லெண்ணெய்யும் பயன்பாட்டில்

இருந்திருக்கின்றது. இதுவும் குளிர்ச்சி தரக்கூடியதே. தலையில் தேய்த்துக்கொள்ள இந்த எண்ணெய் பயன்படுத்தப்பட்டதைப் 'பாறு மயிர்க்குடுமி எண்ணெய் நீவி' (புறம். 279) என்ற பாடலடி கொண்டு தொ.ப. சுட்டிக் காட்டியுள்ளார். நிலக்கடலை எண்ணெய் என்பது விசய நகர ஆட்சிக்காலத்தில் வழக்கத்தில் வந்ததாகத் தொ.ப. பதிவு செய்துள்ளார். இந்த எண்ணெய் என்பது பயன்பாடு கடந்து பண்பாட்டுக் கூறாகவும் இருக்கின்றது. எண்ணெய் அமங்கலப் பொருளாகக் கருதப்பட்டிருக்கின்றது. எண்ணெய்த் தலையொடு திரிவதும் அமங்கலமான ஒன்றாக இன்றளவும் பார்க்கப்படுகின்றது. இத்தொழில் செய்பவர்கள் சமூகத்தில் இடைநிலைப் பட்ட அந்தஸ்தினைப் பெற்றவர்களாகவே இருந்திருக்கின்றனர்.

அடுத்ததாக உப்பின் பயன்பாடு, சுவை என்பதைக் கடந்து நம்பிக்கையோடும் சடங்குகளோடும் தொடர்புடையதாக இருக்கின்றது. மாலை நேரத்தில் உப்பு வாங்குவதோ கடனாகக் கொடுப்பதோ இன்றளவும் தயக்கத்திற்குரிய செயலாகவே இருக்கிறது. 'உப்பு' நன்றி உணர்விற்கும் 'உப்புப் போடாமல் உண்ணுதல்' சுரணையற்ற தன்மைக்குமான குறியீடாகவும் தமிழ்ச்சமூகத்தில் இன்றளவும் வழங்கப்படுவது குறிப்பிடத்தக்கது. உணவு உண்பதையே நம்பிக்கையோடு இணைத்துப் பார்க்கும் வழக்கமும் உள்ளது. புலால் உணவை உண்பவர்கள் குறிப்பிட்ட மாதங்களில் மட்டும் அதனைத் தவிர்த்து இருப்பது. அமாவாசை, பௌர்ணமி, கிருத்திகை உள்ளிட்ட நாட்களில் புலால் உணவைத் தவிர்ப்பது. விருந்து உணவில் பாகற்காய், பயறுவகைகள், அகத்திக்கீரை ஆகியவற்றைத் தவிர்ப்பது. மேலும் விருந்து நிகழ்வுகளில் உணவு பரிமாறும் முறைமையிலும் குறிப்பிடத்தக்க நியதிகளைக் கடைப்பிடிப்பது என உணவு சார்ந்த விழுமியங்கள் ஆழமான வேர்களைக் கொண்டவையாக இருக்கின்றன. இவை அனைத்தும் அன்றாடம் கடந்து செல்லும் நிகழ்வுகளாக இருந்தாலும் இதன் தொடர்ச்சியும் தொன்மையும் பல நூற்றாண்டுகளின் அசைவியக்கத்தில் சாத்தியப்பட்டவை.

சோறு, தண்ணீர் ஆகியவை விற்பனைக்குரியவை அல்ல. ஆனால் பிற்காலத்தில் சோற்றை மட்டும் விற்பனைப் பொருளாக்கியுள்ளதையும் தற்காலத்தில் தண்ணீரும் உலகமயமாக்கச் சூழலில் விற்பனைப் பொருளாக மடைமாற்றம் அடைந்திருப்பதையும் தொ.ப.விரிவாகப் பேசியுள்ளார். தமிழர்களின் அன்றாட உணவிலும் பெருந்தெய்வ, நாட்டார் தெய்வக் கோயில்களிலும் தவிர்க்கவே முடியாத இடத்தினைப் பெற்றிருப்பது தேங்காய். தென்னை மரத்தின் ஓலை, தென்னம்பாளை உள்ளிட்ட அனைத்துமே சடங்குகளுக்கும் பொதுப்புழக்கத்திற்கும் பெரிதும் பயன்படுத்தப்படுகின்றன. 'உயிர்ப்பொருளின் விரைவான

வளர்ச்சியைக் குறிக்க இன்றும் கிணற்றடித் தென்னை'யைப் பேச்சுவழக்கில் உவமையாகக் கூறுவர்' *(2004:28)* என்று கூறும் தொ.ப. இப்பயிரின் பரவலாக்கம் மற்றும் வரலாறு குறித்துச் சில கருத்துக்களை விவாதிக்கின்றார். பயிரியல் ஆய்வாளர்கள் இப்பயிர் வங்கக் கடல் தீவுகளிலிருந்து கடல்வழியாகத் தமிழ்நாட்டில் பரவியிருக்கலாம் எனக் கருதுவதாகப் பதிவு செய்கிறார். தென்னையின் அறிவியல் பெயர் கோக்கஸ் நியூசிஃஃபெரா ஃபைகஸ் என்பது. இதன் குடும்பம் எரிக்கேசியோ. சங்க இலக்கியங்களில் (புறநானூறு *(29:15,16, 61:9)*, பதிற்றுப்பத்து *(13:7)*, பெரும்பாணாற்றுப்படை *(351-354, 363-366)*, பட்டினப்பாலை *(16)*) தென்னை தெங்கு என்ற பெயரால் அழைக்கப்பட்டிருக்கின்றன. ஆனால் கோயில்களில் சடங்கு சார்ந்த விழுமியம் பெற்ற புழங்குபொருளாகத் தென்னை இருந்ததா என்பது வினாவிற்குரியது. மேலும் கி.பி.எட்டாம் நூற்றாண்டைச் சேர்ந்த தண்டந்தோட்டம் செப்பேடுகளில் தென்னை பற்றிய குறிப்புகள் இருப்பதாகத் தொ.ப. எடுத்துக் காட்டியுள்ளார். "இம்மனை உள்ளிட்ட தெங்கும் பனையும் இவர் ஏறப்பெறாராகவும்" "தெங்கு நின்ற நந்தவனம்" ஆகிய குறிப்புகள் தென்னை குறித்த சமூக மதிப்பினை உணர்த்துவனவாக உள்ளன. கி.பி. 10ஆம் நூற்றாண்டிற்குரிய கல்வெட்டுகளில் கோயிலுக்குரிய படையல் பொருட்களில் ஒன்றாக வாழைப்பழம் பேசப்பட்டுள்ளது. ஆனால் தென்னை, தேங்காய் குறித்த குறிப்பு இல்லை என்றும் பதிவு செய்கிறார். எனவே விசயநகரப் பேரரசின் காலத்திலேயே தேங்காய் மற்றும் தென்னை சார்ந்த பொருட்கள் தெய்வத்திற்குரியனவாக மாற்றம் பெற்றிருக்க வேண்டும் என்கிற கருத்தினையும் முன் வைக்கிறார்.

ஆதிசங்கரரின் காலத்தில் பலியிடுதலுக்கு மாற்றாகத் தேங்காய் உடைக்கும் வழக்கம் முன்னெடுக்கப்பட்டது என்கிற கருத்தும் நிலவுகிறது. இதுமேலாய்விற்குரியது. எவ்வாறிருப்பினும் தேங்காய் இன்று தவிர்க்க இயலாத உணவாகவும் சடங்கியல் சார்ந்த பொருளாகவும் மாற்றமடைந்துள்ளது. மேற்குறித்த கருத்துகள் பொதுவான உணவுப் பண்பாட்டிற்கானவை. மனிதனின் அடிப்படைத் தேவையான உணவு சமூக வளர்ச்சியில் பிறிதொரு பரிமாணத்தை அடைகின்றது. இப்பின்புலத்தில் உணவு அரசியல் உருவாகின்றது. அந்த அரசியல் அதிகாரத்தினால் ஒழுங்கு படுத்தப்படுகின்றது. இது குறித்து,

> "உணவும், உணவு வகைகளும் உணவு குறித்த வழக்கங்களும், நம்பிக்கைகளும் சடங்குகளும் கூட ஒரு மக்கள் திரளின் பண்பாட்டை வெளிப்படுத்தி நிற்கின்றன. சமூக, அரசியல் ஆதிக்கங்கள் இவற்றின் குறுக்கு வெட்டாகப் பாய்ந்து தங்கள் அதிகாரத்தை ஒழுங்குபடுத்தித் தக்க வைத்துக் கொண்டுள்ளன என்பதும் வரலாற்று உண்மைதான். 'மாடு தின்னும் புலையா உனக்கு மார்கழித் திருநாளா? என்ற கேள்வியோடு மட்டுமே இது

நிற்கவில்லை. வேட்டச் செந்நாய் தின்று எஞ்சிய இறைச்சியினை உண்ணும் மலைச்சாதி மக்கள், நரிக்குறவர், எலிக்கறி தின்னும் புலையர், ஈசல் பிடித்துத் தின்னும் உடலுழைப்புச் சாதியினர், பன்றியைப் பலிகொடுத்து உண்ணும் மக்கள் என்று உண்ணும் உணவே மக்களை அடையாளம் காட்டி, பாரதத்தில் அதிகாரத்தை ஒழுங்கு செய்திருக்கிறது. (2014:69-70)"

என்று விரிவாகவே பதிவு செய்துள்ளார். சடங்கியல் உணவு எனும்போது சிறுதெய்வங்களின் உணவு என்று தனித்த கட்டுரை ஒன்றினைத் தொ.ப.எழுதியுள்ளார். சில காலங்களுக்கு முன் அரசியல் நிலையில் கோயில்களில் உயிர்பலிகள் கூடாது என்கிற சட்டம் கொண்டு வரப்பட்டது; இச்சட்ட நிறைவேற்றம் மற்றும் அதன் பின்புல அரசியல் குறித்துத் தொ.ப செய்துள்ள பதிவுகள் அரசியல் உரையாடல்கள் பகுதியில் விரிவாக இடம்பெறும். தமிழர்களின் சடங்குசார் உணவுகள் குறித்துப் பல அறிஞர்கள் விவாதித்துள்ளனர். கீழ்க்காணும் கருத்தினை இங்குப் பொருத்திப் பார்க்கலாம்.

"ஃபெரோ லூசி சடங்கியல் உணவுகளைச் சமூகத்தின் மொழியாகக் காண்கிறார். மொழி என்பது ஒரு பேசும் ஊடகம். பண்பாட்டில் மொழி தவிர மற்ற எல்லாக் கூறுகளும் பேசா ஊடகங்கள், உணவு, உடை, பொருள்சார் கூறுகள், கட்டங்கள், கலை வடிவங்கள், நிகழ்த்துக்கலைகள், செய்பொருட்கள் போன்ற அனைத்தும் பேசா ஊடகங்களே. இவையிருக்கும் இடத்தில் அவற்றிற்கான இருப்பையும் பொருண்மையையும் வெளிப்படுத்துகின்றன..." (2011:23)

மொழியைத் தவிர்த்த பேசா ஊடகமாக இருக்கும் பண்பாட்டுக் கூறுகளுள் உணவின் இடம் முக்கியமானது என்பதை இக்கருத்து உறுதி செய்கின்றது. மக்களின் அடிப்படைத் தேவையான உணவு அரசியலாக மடைமாற்றம் பெறும்போது இணைப்பும் விலகலும் இயல்பாக நடைபெறுகின்றன. நிறுவனமயமான பெருந்தெய்வக் கோயில்களில் இன்றளவும் சில உணவுவகைகள் விலக்கப்பட்டவையாகவே இருக்கின்றன. ஆனால் நாட்டார் தெய்வங்களின் உணவு முறையோ இத்தன்மையிலிருந்து மாறுபட்டவையாக இருக்கின்றது. இது குறித்துத் தொ.ப.,

"பயறு வகைகள் கீழ் மக்களோடும் இறப்புச் சடங்குகளோடும் தொடர்புபடுத்தப்பட்டன. இன்னும் தெளிவாகச் சொன்னால், பெருவாரியான மக்களின், பெருவாரியான உணவு வகைகள் திருக்கோயிலுள் முழுமையாக தடை செய்யப்பட்டிருந்தன. இன்னும் கூட அப்பழக்கம் நடைமுறையில் உள்ளது. மிளகாய் வற்றலும், தட்டைப் பயறும், வெங்காயமும், உருளைக் கிழங்கும் தக்காளியும் கூட 'வசதி படைத்த' திருக்கோயில்களின் கருவறைக்குள் இன்றுவரை நுழைய முடியவில்லை. அவற்றை உற்பத்தி

செய்யும் மக்களைப் போலவே. மாறாகத் துடியான கிராமத்துத் தேவதைகள் அரபியர்களின் புகையிலைச் சுருட்டையும் பலியாக ஏற்றுக் கொள்கின்றன. (2014:70)" என்று பதிவு செய்துள்ள கருத்து உணவின் அரசியலைப் புரிந்து கொள்ள உதவுகின்றது.

உணவிற்கு அடுத்த நிலையில் மனித சமூகத்தின் முக்கிய தேவையாக இருப்பது உடை. 'உண்பது நாழி உடுப்பவை இரண்டே' என்கிறது புறநானூறு. உணவிற்கு அடுத்த முக்கியத்துவத்தினை உடையே பெற்றிருக்கின்றது. மனிதர்கள் அணிந்து கொள்கின்ற உடைகளும் சில விழுமியங்களுக்கு உட்பட்டவையே. உடை என்பது உற்பத்தி X நுகர்வு என்ற இருநிலைப்பட்ட சமூக விழுமியத்திற்குள் ஊடாடுகின்றது. சங்கப் பாக்களில் துவர்செய் ஆடை (நற்றிணை.33), கொடுந்திரை ஆடை (புறம்.275), என்றெல்லாம் ஆடைகள் வழங்கப்பட்டிருக்கின்றன. உடை என்ற இப்பொருள் சிலப்பதிகாரத்தில் சூழ்தல் (4:7), போர்த்தல் (7:25), அடுத்தல் (28:63) என்று பன்முகப்பட்ட தன்மையில் தொழிற்பட்டிருப்பதைக் காண முடிகின்றது. இப்பின்புலத்தில் தொ.ப.வின் 'தமிழர் உடை', 'பருத்திப் பெண்டும் பள்ளர் நெசவும்' என்னும் இரண்டு கட்டுரைகளும் கவனத்திற்குரியன. பத்துப்பாட்டில் பெண்களின் ஆடைகள் குறித்த சில பதிவுகளைக் காணமுடிகின்றது. ஆனால் ஆண்களுக்குரிய ஆடைகளைப் பற்றிய குறிப்புகள் ஏதும் கிடைக்கவில்லை. புறநானூறு பருத்திப் பெண்டிரையும் அவர்கள் நூல் நூற்ற செயலையும் பாடலில் குறிக்கின்றது. எனவே ஆடைகளை உருவாக்குகின்ற நெசவு என்கிற தொழில் சங்க காலத்திலிருந்ததை அறியமுடிகின்றது. ஆனால் எவ்வாறான ஆடைகளை எல்லாம் அணிந்தனர் என்பதை அறிந்து கொள்ள கோயிற் சிற்பங்களே புறச் சான்றுகளாக இருந்து பெரிதும் உதவுகின்றன. இது குறித்துத் தொ.ப.

"கி.பி. ஒன்பதாம் நூற்றாண்டு தொடங்கிக் காணக்கிடைக்கும் கற்சிற்பங்களும் வெண்கலச் சிற்பங்களும் பழந்தமிழர் உடை பற்றி அறிந்து கொள்ள நமக்குத் துணை செய்கின்றன. ஆணாயினும் பெண்ணாயினும் உயர்குடி மக்களே முழங்காலுக்குக் கீழே கணுக்கால் வரையிலான ஆடையினை அணிந்திருக்கின்றனர். ஏனைய ஆண்களெல்லாம் முழங்கால் வரை தார்பாய்ச்சிக் கட்டப்பட்ட அரையாடையினையே அணிந்திருக்கின்றனர். கி.பி. பத்தாம் நூற்றாண்டைச் சேர்ந்த கண்ணப்ப நாயனாரின் வெண்கலச் சிற்பம் துண்டு அளவிலான ஒரு துணியையே ஆண் முழங்காலுக்கு மேலே இடுப்பில் கட்டியிருப்பதைக் காட்டுகிறது. மேலாடை எதுவும் இல்லை. அவர் வேட்டுவக் குலத்தைச் சேர்ந்தவர் என்பதால் ஒருவேளை இச்சிற்பம் இவ்வாறு வடிக்கப்பட்டிருக்கலாம். விதிவிலக்காக அன்றி அரசர் குலத்துப் பெண்கள் உட்படப் பழங்காலச் சிற்பங்களில் பெண்கள் மார்புக் கச்சை அணிந்தவராகக் காட்டப்படவில்லை. (2004:38)"

என்று பதிவு செய்துள்ளார். சிலப்பதிகாரக் காலத்திற்கு முந்தைய இலக்கியங்களில் பெண்கள் மார்புக் கச்சை அணிந்ததற்கான சான்றுகள் ஏதுமில்லை என்கிறார் தொ.ப.; கலிங்கம் என்பது கலிங்க நாட்டிலிருந்து வருவிக்கப்பட்ட துணியினைக் குறித்ததாக இருக்கலாம் என்றும் கருதுகின்றார். ஆனால் கலிங்கம் என்பது திருமண நிகழ்வுகளோடும் கொடை அளிப்பதோடும் தொடர்புடையதாக உள்ளது. கோயிற் சிற்பங்களைப் பொறுத்தவரை 'கி.பி. ஒன்பதாம் நூற்றாண்டு அளவிலேயே பெண் சிற்பங்களில் மார்புக் கச்சை சித்திரிக்கும் வழக்கம் தொடங்கியுள்ளது. மதுரைக்கருகில் ஆனைமலையில் உள்ள லாடன்கோயில் என்னும் குடைவரைக் கோயிலில் முருகனோடு அமர்ந்திருக்கும் தெய்வயானை மார்புக் கச்சையினை அணிந்தவளாகக் காட்சி தருகிறாள்.' (2004:38) என்ற தகவலினைத் தருகிறார் தொ.ப.

உணவினைப் போலவே உடையும் பெருநிறுவன சமூகத்தில் அரசியல் சார்ந்த பண்பாட்டுக் கூறாக மாறுகின்றது. ஆடை என்பது உடலை மறைத்தல் என்கிற நிலையைக் கடந்து சாதிய மேட்டிமைக்குரியதாகின்றது. தாழ்ந்த சாதியினர் மேலாடை அணிதல் கூடாது, மேல் துண்டு போடுதல் கூடாது உள்ளிட்ட சமூக மேட்டிமைகளும் ஆடை சார்ந்த அரசியலாக உள்ளன. குறிப்பாக,

> "சாதிய ஒடுக்குமுறை கடுமையாக இருந்த காலங்களில் தமிழகத்தின் சில பகுதிகளிலும் நாஞ்சில் நாட்டிலும் கேரளத்திலும் ஒடுக்கப்பட்ட சாதிப் பெண்கள் மார்பைத் துணியினால் மூடுவதை மேல்சாதியினர் தடைசெய்திருந்தனர். கடந்த நூற்றாண்டின் நடுப்பகுதியில் நாஞ்சில் நாட்டில் இவ்வழக்கத்தைக் கடுமையாக்கிய நாயர்களின் மேலாதிக்கத்தை எதிர்த்துப் பிற சாதியினர் போராட்டம் நடத்தினர். அதற்குத் தோள்சீலைப் போராட்டம் என்று பெயர்.(2004:40)"

என்ற வரலாற்றுச் செய்தியினையும் ஆடை குறித்த விவாதத்திற்குள் இணைத்துக் கொண்டுள்ளார் தொ.ப. இது உண்மையில், அன்றாட தேவைக்குரிய ஒரு பொருள், எப்படி அரசியலாகவும் சாதிய மேட்டிமையாகவும் தொழிற்படுகின்றது என்பதனைப் புரிந்து கொள்ள உதவுகின்றது.

நூற்றல் என்பது ஆடையோடு தொடர்புடைய தொழில். பருத்திப் பெண்டின் பனுவல் அன்ன (புறம்.125), பருத்திப் பெண்டின் சிறுதீ விளக்கத்து (புறம்.326) ஆகிய புறநானூற்று அடிகள் நூல் நூற்கும் பெண்களைப் பருத்திப் பெண்டு என்று தனித்த நிலையில் பதிவு செய்துள்ளமையினைக் காணமுடிகின்றது. இப்பின்புலத்தில் நெசவுத் தொழிலுக்கான சமூக மதிப்பு குறித்த விவாதமொன்றைத் தொ.ப. முன்னெடுக்கின்றார்.

"சங்க இலக்கியக் குறிப்புக்கள் நூற்றல் தொழிலைப் பெண்களோடு சேர்த்தே பேசுகின்றன. உரையாசிரியர் குறிப்புக்களிலிருந்து கைம்பெண்களே சங்க காலத்தில் நூற்கும் தொழிலில் ஈடுபட்டிருந்தனர் என்று தெரிகிறது. இந்தச் செய்தி நமக்கு அதிர்ச்சியாக அமைகிறது. நூற்கும் தொழில் தனக்குரிய சமூக மரியாதையினை அக்காலத்தில் பெற்றிருக்கவில்லை போலும். எனவேதான் அது கைம்பெண்களுக்குரிய தொழிலாகக் கருதப்பட்டிருக்கிறது. (2004:41)"

மேலும் இத்தன்மையின் தொடர்ச்சியைக் களஆய்வின் வழி அடையாளங் கண்டு உறுதிப்படுத்துகின்றார். பொதுவாகக் கணவனை இழந்த பெண்களுக்குப் பிறந்தகத்தில் புடவை போடும் மரபு உண்டு; ஆனால் கோவை மாவட்டத்தில் கைம்பெண்ணானவளின் உடன்பிறந்தவன் அப்பெண்ணின் கையில் நூல் நூற்கும் கதிர் (தக்களி) ஒன்றையும் சிறிது பஞ்சையும் கொடுக்கும் வழக்கம் இன்றளவும் இருப்பதை அறியமுடிகின்றது. மேலும் 'கொல்லன் கொடுத்த கதிர் இருக்கு, கொறநாட்டுப் பஞ்சு இருக்கு; நூறு வயசுக்கும் நூற்றுப் பிழைச்சுக்க' என்று சொல்லியே அவற்றை வழங்குகின்றனர். சங்க காலத்தில் உருவான பண்பாட்டு அசைவொன்று அண்மைக்காலம் வரை தொடர்ச்சியுடன் இருப்பது வியப்புக்குரியது என்கிறார் தொ.ப.. முன்னர்க் குறித்தபடி ஆடை பயன்பாட்டைப் பொறுத்தவரை நுகர்தல் X உற்பத்தி ஆகிய செயல்பாடுகளுக்கிடையில் சடங்கு சார்ந்த விழுமியங்களும் தொழிற்பட்டிருப்பதனைப் புரிந்து கொள்ளமுடிகின்றது.

உணவு, உடைக்கு அடுத்த நிலையில் மனிதசமூகத்தின் தேவை நிலையான இருப்பினை நோக்கி நகர்கின்றது. தமிழ்ச்சமூகத்தில் எவ்வாறான குடியிருப்புகள் இருந்தன; அவை எவ்வாறு கட்டமைக்கப்பட்டன. எத்தகு பொருட்களைக் கொண்ட இருப்புகளை உருவாக்கினார்கள் ஆகிய தன்மைகள் குறித்தும் தொ.ப. விரிவாக உரையாடியுள்ளார். தமிழகத்தில் இருந்த குடியிருப்புகள் குறித்து அவர் செய்துள்ள பதிவு வருமாறு,

"காலனிய ஆட்சியின் தொடக்கப் பகுதியில் தமிழ்நாட்டில் 90 விழுக்காட்டு மக்கள் பனை, தென்னை, புல்வகைகள் வேய்ந்த கூரை வீடுகளில்தான் வாழ்ந்தனர். இவ்வீடுகளில் சுவர்கள் குடிசைகளாக இருந்தால் செங்கல் இல்லாத மண்சுவர்களாகவும் சற்றே பெரிய இரண்டு அறை வீடுகள் சுடப்படாத செங்கல் சுவர்களோடும், அதைவிடப் பெரிய வீடுகள் சுட்ட செங்கல்லால் கட்டப்பட்டவையாகவும் அமைந்திருந்தன. இந்தத் தொழில்நுட்பம் வெப்பமண்டலப் பகுதியிலுள்ள எல்லா நாடுகளுக்கும் பொருந்தும். இந்த வீடுகளைப் பற்றி நாம் சொல்லக்கூடிய ஒரே குறைபாடு அவை கழிவறை வசதி இல்லாதவை என்பதுதான். 'கழிவறை' என்ற கோட்பாடும் இடவசதியும் வெப்ப மண்டலப் பகுதியான தமிழ்நாட்டில் இல்லை. (எனவே மலம் அள்ளும் சாதியாரும் தமிழ்நாட்டில் தோன்றவில்லை) (2004:35)"

கழிப்பறை குறித்தும் மலம் அள்ளும் தொழில் குறித்தும் இவர்முன்வைத்துள்ள கருத்து மேலும் சிந்தித்தற்குரியது. பழங்காலத்தில் வீடு என்பதனை மனை என்றே குறித்துள்ளனர். சங்க இலக்கியத்தில் இதற்கான சான்றுகள் உண்டு. மறுஉற்பத்தி, வளமை சார்ந்தே மனையில் இருக்கும் பெண் மனைவி எனப்பட்டாள். நிலத்தின் அனைத்துப் பகுதியிலும் தெய்வம் உறைந்திருக்கின்றது என்கிற நம்பிக்கை இருந்த காலத்தில் அத்தெய்வங்களுக்குரியனவற்றைச் செய்தபின்னரே மனை எழுப்பியுள்ளனர் என்பதனை,

நூலறி புலவர் நுண்ணிதிற் கயிறிட்டு
தேஎம் கொண்டு தெய்வம் நோக்கி
பெரும்பெயர் மன்னர்க்கு ஒப்ப மனைவகுத்து (76-78)

ஆகிய நெடுநல்வாடையின் பாடலடிகள் உணர்த்துகின்றன. இயல்பாக மனிதசமூகத்தின் தேவைகருதி உருவாக்கப்பட்ட அனைத்தும் பிற்காலத்தில் சமூகத்தின் இறுக்கமான விழுமியத்திற்குள்ளாக இயங்கத் தொடங்குகின்றன. அதற்குக் குடியிருப்புகளும் விதிவிலக்கல்ல. பக்தி இயக்க காலத்தில் குடியிருப்புகள் என்பவை அரசனின் கட்டுப்பாட்டிற்குரியவையாக மாறுகின்றன. நிலமும் இருப்பும் அரசியலில் ஏற்பட்ட வைதிகத்தின் தாக்கத்தால் பிராமணர்களுக்குரியவையாக மாறுகின்றன. நிலம் சார்ந்து அரசு அளிக்கும் ஏகபோக உரிமைகளும் இவர்களுக்குக் கிடைக்கின்றன. இதற்குச் சான்றாகப் பிரமதேயத்தைத் தொ.ப அடையாளங்காட்டுகின்றார். பெருங்கோயில்கள் சார்ந்து நிலப்பகுப்பு அமைந்திருந்ததனை,

"அரச ஆதரவு பெற்ற பெருங்கோயில்களை மையமாகக் கொண்டு எழுந்த ஊர்களில், நிலப்பரப்பு அல்லது தளம் அல்லது வெளி (Space) சாதியப் படிநிலைக்கு ஏற்பவே பிரிக்கப்பட்டது. கோயிலைச் சுற்றியுள்ள பகுதி பார்ப்பனர்க்குரியதாக (மாட வீதி, சன்னிதி வீதி) அதற்கடுத்த பகுதி வேளாளருக்குரியதாக (ரதவீதிகள்) அதற்கும் அடுத்த பகுதிகளும் அவற்றிற்கு இடையிலான சந்துகளும் கோயிலோடு தொடர்புடைய பிற்படுத்தப்பட்ட சாதிகளுக்கு உரியனவாகப் பிரிக்கப்பட்டுள்ளன. ஒடுக்கப்பட்ட மக்களின் குடியிருப்பு, பிற பகுதிகளில் இருந்து சற்றுத் தொலைவில் வயல்களுக்கு நடுவில் அல்லது நீர்க்கால்களுக்கு மறுபுறத்தில் தள்ளப்பட்டு இருக்கிறது. (2014:75)"

என்கிறவாறு தொ.ப. பதிவு செய்கிறார். மேலும் அரசதிகாரத்திற்கும் குடியிருப்புக்குமான ஊடாட்டத்தினைக் கீழ்க்கண்ட கருத்தின் மூலம் அறிந்து கொள்ளலாம்.

"சுட்ட செங்கலால் வீடு கட்டிக் கொள்ளவும், வீட்டிற்கு மாடி எடுத்துக் கட்டவும், வீட்டுத் தோட்டத்தில் கிணறு வெட்டிக் கொள்ளவும் அக்காலத்தில்

அரசர்களின் அனுமதி வேண்டும். அந்த அனுமதி பார்ப்பனர்களுக்கு வழங்கப்பட்டிருந்தது. பார்ப்பனர்களின் தீட்டுக் கோட்பாட்டை அரண் செய்வதற்கும், பேணிக் கொள்வதற்கும் ஒவ்வொரு வீட்டிலும் தனித்தனியாகக் கிணறுகள் இருப்பதனை இப்பொழுதும் பார்ப்பனத் தெருக்களில் (அக்கிரகாரங்களில்) காண இயலும். இந்த உரிமையினை அரசர்கள் மற்றச் சாதியாருக்கு வழங்கவில்லை. சாதிவாரியாக வீடு கட்டும் உரிமைகள் அரசர்களால் வகுக்கப் பட்டிருந்ததை அறியப் பல சான்றுகள் கிடைக்கின்றன. பழனிக்கருகிலுள்ள கீரனூர்க் கல்வெட்டு 12ஆம் நூற்றாண்டில் அப்பகுதியில் வாழ்ந்த இடையர்களுக்கு அரசின் சில உரிமைகள் வழங்கியதைக் குறிப்பிடுகின்றது. அவ்வுரிமைகளில் ஒன்று, வீட்டிற்கு இருபுறமும் வாசல் வைத்துக் கட்டிக் கொள்ளலாம் என்பதாகும். அப்பகுதியில் அதுவரை அவர்களுக்கு அந்த உரிமை இல்லை. (2004:36)"

அடிப்படைத் தேவையான குடியிருப்பு, சமூக மாறுபாட்டாலும் பண்பாட்டு மோதல்களாலும் சாதிய இறுக்கத்திற்கு ஆளாகியிருப்பதை மேற்கண்ட கருத்து உறுதிப்படுத்துகின்றது.

மனிதர்களின் அடையாளத்தில் தவிர்க்க இயலாத இடத்தைப் பெற்றிருப்பதாக நிறம் இருக்கின்றது. பண்பாடு என்பது உடல்சாரா தகவமைப்பு என்ற மானிடவியலாளர்கள் கூற்றினைத் தொ.ப. மறுவாசிப்புக்கு உட்படுத்துகின்றார். *(2008:41)* ஏனென்றால் உடம்பு குறித்த கருத்தியல்களும் பண்பாட்டுக் கூறுகளுக்கு நிலைக்களனாகின்றன. மனிதத் திரள்களின் உடற்கூறுகள் அவைசார்ந்த தட்பவெப்ப நிலையினாலும் நிலத்தாலும் தீர்மானிக்கப்படுகின்றன. இப் பின்புலத்தில் அணுகும்போது தமிழர்களின் இயற்கையான நிறமாக இருப்பது கருப்பு என்பது வெளிப்படை; இத்தன்மையினை முழுவதும் உணர்ந்ததால்தான் தமிழ் இலக்கியங்களில் கருப்பு நிறம் கொண்டாடப்பட்டுள்ளது. ஆனால் எப்போது நிறவேறுபாடும் அதுசார்ந்த அரசியலும் உருவாயின என்கிற கேள்வியும் எழுகின்றது. இந்தக் கேள்வியினை அடிப்படையாகக் கொண்டு கருப்பு X சிவப்பு என்கிற பொதுப்புத்தியை விவாதத்திற்கு உட்படுத்துகிறார் தொ.ப.

ஒரு சமூகத்தின் வாழ்க்கை நெறிகளை வரலாற்றுப் போக்கில் அறிந்து கொள்வதற்கு இலக்கியமும் உதவுகின்றது. தமிழ்ச்சமூகம் நீண்ட நெடிய இலக்கிய மரபினை உடையது. இந்த நிறம் சார்ந்த பதிவுகள் இலக்கியத்தில் தொழிற்பட்டிருக்கின்ற தன்மையினைத் தொ.ப. எடுத்துக் காட்டுகின்றார். தொல்காப்பியத்திலும் சங்க இலக்கியங்களிலும் நிறங்கள் குறியீட்டுப் பொருளில் பயின்றுள்ளன. ஆனால் அவற்றுள் மனிதத் தோலின் நிறம் குறித்த கவனஈர்ப்பினைக் காணமுடியவில்லை. பக்தி இயக்க காலத்திற்கு முந்தைய தமிழ் இலக்கியப் பிரதிகள் வரை மனிதர்களின் அங்கங்கள் குறித்த வருணனைகளைக் காணமுடிகிறதே

தவிர நிறம் பற்றிய அவதானிப்பைக் காண முடியவில்லை. தலைவனைப் பிரிந்த தலைவியின் உடலில் பொன்போல் படருகின்ற பசலை குறித்த குறிப்பினை மட்டுமே காணமுடிகின்றது. அவ்வாறே மாயோன் மலைபோன்று நீல நிறத்தில் இருக்கிறான்; வாலியோன் (பலராமன்) சங்கு போல வெள்ளை நிறத்தில் இருக்கிறான் என்கிற குறிப்பு ('நீயே, வளையொடு புரையும் வாலியோன் கவன்':பரி.18:20) பரிபாடலில் வருகின்றது. இந்தக் குறிப்பும் மனிதர்களுக்கானது அல்ல. தெய்வங்களிலும் கொற்றவை, முருகன் உள்ளிட்ட நிலவரைத் தெய்வங்களின் நிறம் சுட்டப்படவில்லை.

பக்தி இலக்கியங்களில் நிறம் சார்ந்த கருத்துப் பதிவுகள் காணக்கிடைக்கின்றன. தெய்வங்களின் நிறச்சிறப்பினை அவை விதந்தோதுகின்றன. குறிப்பாகக் கருப்பு நிறத்தை அழகோடு ஒளிரும் நிறமாகப் பக்தி இலக்கியங்கள் பேசுகின்றன. ஆழ்வார்களின் பாடல்கள் கண்ணனின் கருமை நிறத்தைப் போற்றியிருப்பதையும் சேக்கிழார் கண்ணப்ப நாயனாரின் கரிய நிறத்தினைக் 'கருங்கதிர் விரிக்கும் மேனி காமருகுழவி' என்று அழகுறப் பாடியிருப்பதையும் எடுத்துக்காட்டும் தொ.ப. இப்படி அழகுணர்வின் உச்சத்தில் வைத்துப் பாடப்பட்ட கருப்பு நிறம் எப்போது ஒதுக்கத்தை அடைந்தது என்கிற கேள்வியினை எழுப்புகிறார்.

இதற்கான விடையினைச் சமூக வரலாற்றினூடாகவே பெறமுடியும் என்கிறார். தமிழகத்தில் தொடர்ச்சியாக நடைபெற்ற படையெடுப்புகளும் பண்பாட்டு மோதல்களும் பல நிறங்களுடைய மனிதர்களின் ஊடுருவலுமே இதற்குக் காரணமாக இருந்திருப்பதை அடையாளங் காட்டுகின்றார். அரசியல் மாற்றமும் அதிகாரப் படிநிலையின் உருவாக்கமுமே நிற வேறுபாட்டிற்கான பின்புலத்தைக் கட்டமைத்துள்ளன. இத்தன்மையினைத் தொ.ப. விரிவாகவே உரையாடலுக்கு உட்படுத்துகின்றார்.

நிறம் குறித்த ஒதுக்கமும் ஏற்பும் இன்றைய உலகமயச் சூழலில் மிகப்பெரிய வணிகச் செயற்பாடாக உருப்பெற்றுள்ளதையும் கவனத்தில் கொள்ள வேண்டியுள்ளது. இதனை ஒரு குரூரமான வன்முறையாகவே தொ.ப. மதிப்பிடுகின்றார். ("உங்கள் மேனியின் சிகப்பழகிற்கு என்று சொல்வதில் வன்முறை இல்லையா? கறுப்பாக இருக்கும் பெருவாரியான மக்களை அழகில்லை என்று தாழ்த்தி விட முடியுமா? சிகப்பு மட்டும்தான் அழகா? ஆயுத வன்முறையைவிட இது கொடூரமான வன்முறை இல்லையா?" *(2022:2002:37)*)

அடுத்ததாக மனிதனின் அடையாளத்தில் அவனுடைய உறவுகளும், உறவுப் பெயர்களும் பெரும்பங்கு வகிக்கின்றன. திராவிடப் பண்பாட்டின் முக்கிய வேராக அண்ணன் - தங்கை உறவு

முறைக்கான அழுத்தத்தினைத் தொ.ப. அடையாளங்காட்டுகின்றார். இந்த உறவின் அழுத்தம் அடுத்த தலைமுறையில் தாய்மாமன் உறவாகப் பரிணமிப்பதையும் உடன்பிறந்தவளுக்கு ஆண்மகன் இறுதிவரை சீர் உள்ளிட்ட பொருளாதார ஆதரவினை அளிக்க வேண்டியவனாக இருப்பதும் திராவிடப் பண்பாட்டின் தனித்த நடைமுறையியலாக இருப்பதைத் தொ.ப. பல பதிவுகளில் விரிவாகப் பேசியுள்ளார். மனிதர்கள் தங்களுக்கு இட்டுக்கொள்ளும் பெயர்கள்கூட அவர்களின் அடையாளத்தில் இருந்து மேலெழுகின்ற ஒன்றாகவே இருப்பதைப் 'பெயரிடுதல் என் சுதந்திரம்' என்கிற கட்டுரையில் விவாதித்துள்ளார்.

உணவு, உடை, இருப்பு, அடையாளம் இவற்றிற்கு அடுத்த நிலையில் ஒரு சமூகத்தின் பண்பாட்டு வெளிப்பாடாக இருப்பவை புழங்கு பொருட்கள். ஒருவிதத்தில் இவை குறிப்பிட்ட சமூகத்தின் அறிவு வெளிப்பாடாகவும் இருக்கின்றன. புழங்கு பொருட்கள் குறித்த தொ.ப.வின் பதிவுகளுள் உரலும் உலக்கையும், தவிடும் தத்தும், மஞ்சள், மாலை ஆகியவை கவனத்திற்குரியன.

புழங்கு பொருட் பண்பாட்டை art. craft என்று இரண்டு வகையாகப் பாகுபடுத்தி ஆராய்ந்துள்ளனர் மேலைநாட்டினர்.*(2002:324)* இப்பாகுபாடு மேலைத்தேய பண்பாட்டினைச் சார்ந்து செய்யப்பட்டது என்கிறார் ஹென்றி கிளாசி. உலகந்தழுவிய புழங்குபொருட் பண்பாட்டில் இத்தன்மையைக் காணமுடியாது எனவும் அவர் விவாதித்துள்ளார். ஜேம்ஸ் டீட்ஸ், புழங்கு பொருட்பண்பாட்டைப் பொருத்தவரை பொருட்கள் எவ்வாறு உற்பத்தி செய்யப்படுகின்றன? எவ்வாறு எதற்காகப் பயன்படுத்தப்படுகின்றன? என்ற இரண்டு நிலைகளைப் புரிந்து கொண்டால் புழங்குபொருட் பண்பாட்டை முழுவதுமாகப் புரிந்து கொள்ளலாம் என்கிறார். *(2002:324-325)*

'வீட்டிலே இருக்கிற அஞ்சறைப் பெட்டி இருக்கிறதல்லவா? அதுகூட ஆய்வுப் பொருள்தான்' *(2016:49)* என்று புழங்குபொருள் ஆய்வுகுறித்த தன்னுடைய கருத்தினைத் தொ.ப. தொடங்குகிறார். 'நம்முடைய வீட்டிலே இருக்கிற பழைய காலத்துப் பாத்திரங்கள்தான் புழங்குபொருள் பண்பாடு. தயிர்கடையும் மத்து, மோர்கடையும் மத்து. நல்ல ஆராய்ச்சி என்பது நம்முடைய வீட்டிலிருந்து சமையலறையிலிருந்து தொடங்கப்பட வேண்டும். ஆராய்ச்சி என்பது வெளியிலே நூலக இடுக்கிலே, புத்தகங்களிலிருந்து தொடங்குவது அல்ல. நம்முடையவீட்டிலிருந்து தொடங்குவது. மானுடவியல் படித்தவர்களுக்குத் தெரியும். மனித உடம்பிலிருந்து மனிதன் நிறைய விசயங்களைக் கற்றுக்கொண்டான். மனித உடம்பிற்கும் மொழிக்கும் கூடத் தொடர்புண்டு. *(2016:50)* என அனைவரும் எளிதில் உள்வாங்கிக் கொள்ளுமாறு புழங்குபொருள் பண்பாட்டினை விளக்கிச் செல்கிறார் தொ.ப.

இந்தப் பின்புலத்தில் தொ.ப.வின் ‘உரலும் உலக்கையும்’ என்கிற கட்டுரைப் பொருண்மையினைப் பார்க்கும்போது மேலைத்தேய ஆய்வாளர்கள் குறித்த art. Craft என்பதைக் கடந்து இரண்டுவிதமான பண்புகளைத் தமிழ்ச்சமூகத்தின் புழங்கு பொருட்பண்பாடு கட்டமைத்திருப்பதனை உணர முடிகின்றது. ஒன்று அப்பொருட்களின் பயன்படுத்தம் சார்ந்து உருவான கலைமரபு; இரண்டு அப்பொருட்கள் மீதான சடங்குசார் நம்பிக்கைகள். உரல் மற்றும் உலக்கையின் உற்பத்தி என்பதனை முல்லை நிலம் சார்ந்ததாகத் தொ.ப. அடையாளப்படுத்துகின்றார். பண்டைக்காலத் தொழில்நுட்பத்தின் எளிமையான வெளிப்பாடாகவும் இதனைக் குறிப்பிடுகின்றார். நெல்லும் புல்லுமான சிறிய வகைத் தானியங்களின் உறையினை நீக்குவதற்கு மனிதன் கண்டுபிடித்த கருவிதான் உரலும் உலக்கையும் என்கிறார். இப்படி உருவாகிப் பயன்பட்ட இவ்வுரலும் உலக்கையும் ஒரு பாடல் மரபினைத் தமிழ்ச்சமூகத்திற்கு வழங்கியுள்ளன. அதுதான் வள்ளைப்பாட்டு.

உடல்உழைப்புச் சார்ந்து அதன் களைப்புத் தெரியாமல் இருக்க உருவாக்கப்பட்ட கலைமரபாக வள்ளைப் பாட்டு இருக்கின்றது. இப்பாடல் மலைப்படுகடாத்தில் (தினை குறுமகளிர் இசைபடு வள்ளையும்) குறிப்பிடப்பட்டுள்ளது. குறுந்தொகை (89), அகநானூறு (286) ஆகியவற்றிலும் இடம்பெற்றுள்ளது. வள்ளைப் பாட்டு குறித்து இளங்கோவடிகளும் மாணிக்கவாசகரும் அறிந்திருந்தனர். புகார் நகரத்துப் பெண்கள் கரும்பு உலக்கை கொண்டும், மதுரை நகரத்துப் பெண்கள் பவள உலக்கை கொண்டும், வஞ்சி நகரத்துப் பெண்கள் சந்தன உரலிலும் முத்துக்களைக் குற்றுவதாக இளங்கோவடிகள் வாழ்த்துக்காதையில் குறிப்பிட்டுள்ளார். மாணிக்கவாசகர் திருப்பொற்சுண்ணம் என்ற பகுதியில் சிவபெருமான் நீராட வாசனைப் பொடியை உரலிலிட்டு இடிக்கும் பெண்கள் பாடுவது போல பத்துப் பாடல்கள் பாடியுள்ளார். நாட்டார் மரபாக உருவான வள்ளைப் பாட்டு என்னும் கலைவடிவம் மாணிக்கவாசகர் மூலம் இலக்கிய வகைமையாக மாறியுள்ளதும் இங்குக் குறிப்பிடத்தக்கது.

இவ்வாறு புழங்குபொருளானது ஒரு கலைவடிவத்திற்கான அடிப்படையையும் கொண்டுள்ளது குறிப்பிடத்தக்கது. மேலும் உரல், உலக்கை சார்ந்த நம்பிக்கை எனும்போது,

> “உலக்கையை எப்போதும் நட்டமாகவே சுவரில் சார்த்தி வைக்கவேண்டும். தரையில் கிடத்தக்கூடாது. பூப்பெய்திய பெண்ணை வீட்டின் ஒரு மூலையில் உட்காரவைத்து (இரும்புப்) பூண் கட்டிய உலக்கையினை அவளுக்குக் குறுக்காகக் கிடைவசத்தில் வைப்பார்கள். இது தீய ஆவிகளிடம் இருந்து அப்பெண்களைக் காப்பதாக நம்புகிறார்கள். வாழ்வரசிப் (சுமங்கலி)

பெண்கள் உரலின்மீது உட்காரக்கூடாது; விதவைப் பெண்களை உரலைக் குப்புறக் கவிழ்த்து அதில் உட்கார வைத்து நீராட்டித்தாலியைக் கழற்ற வேண்டும். (2004:31)"

ஆகிய நம்பிக்கைகள் தமிழ்ச்சமூகத்தில் பரவலாக வழக்கத்திலிருப்பதனைத் தொ.ப. குறிப்பிடுகின்றார். பெருந்தெய்வ மரபிலும் உரல், உலக்கை சார்ந்த நம்பிக்கைகள் உள்ளன. சிவ தீட்சை, வைணவ தீட்சை பெற்றவர்கள் இறக்கும் போது தீட்சை இறக்குதல் என்ற ஒரு சடங்கு நடைபெறுகிறது. உரலைக் குப்புறக் கவிழ்த்துப் போட்டு இறந்தவர் உடம்போடு நூலேணி இட்டு அவர் பெற்ற தீட்சையை உரல் வழியாகப் பூமிக்குள் இறக்கிவிடுவதாக நம்புகின்றனர். கண்ணனின் மூத்த சகோதரனான பலராமன் கையில் உலக்கை இருப்பதும் கவனத்திற்குரியது. முத்துலக்கையன் என்ற பெயர் பலராமனையே குறித்துள்ளது என்று தொ.ப.குறிப்பிட்டுள்ளது புழங்கு பொருள் எப்படி நம்பிக்கை சார்ந்த ஒன்றாகச் சமூகத்தில் மடைமாற்றம் அடைகின்றது என்பதைக் காட்டுகின்றது. யதுவம்சம் உலக்கையினால் அழிந்த ஒரு கதைமரபும் வடபுலத்தில் இருப்பது இத்தொடர்பில் இணைத்து நோக்கத்தக்கது. உணவுப்பொருள் சார்ந்த ஒரு புழங்குபொருள் எவ்வாறு பண்பாட்டுக் கட்டமைப்பிற்குரியதாக மாறுகின்றது என்பதனை மேற்குறித்த கருத்துகளின் மூலம் புரிந்து கொள்ள முடியும். உணவுப் பொருள் மட்டுமன்றிச் சாதாரணமாக நெல்லிலிருந்து பிரிக்கப்படும் தவிடும் கூட சில பண்பாட்டு அசைவினைச் சாத்தியப்படுத்தியுள்ளதைத் தொ.ப. கவனப்படுத்தியுள்ளார்.

'தவிடும் தத்தும்' என்கிற கட்டுரையில் குழந்தையின்மை மற்றும் அதற்கான மாற்று ஏற்பாடுகள் குறித்த சில சமூக நடத்தைமுறைகளை உரையாடலுக்கு உட்படுத்தியுள்ளார். தவிட்டுக்கு வாங்கினேன் என்பது பொதுவாகக் குழந்தைகளைக் கண்டிப்பதற்குப் பயன்படுத்தும் வசைத் தொடராக இருக்கின்றது. இந்தத் தவிட்டிற்கும், குழந்தைகளைத் தத்து எடுத்துக் கொள்வதற்குமான உறவு குறித்த கேள்வி எழுவது இயல்பானது. இது குறித்துச் சில கருத்துகளைச் சிந்தனைக்குத் தருகின்றார் தொ.ப.. திருமணம் என்கிற சடங்கே மறுஉற்பத்திக்கான தொடக்கப் புள்ளியாக இருப்பது. வளமை சார்ந்தது. குறிப்பிட்ட குடும்பங்களின் எதிர்கால சந்ததியினரை உருவாக்குகின்ற கடமைக்கான அடிப்படை. மகப்பேறின்மை என்பது சமூகத்தில் மிகுந்த துன்பம் மிகுந்த ஒன்றாகவும் அவரவர் செய்த கர்மவினையின் பயனாகவும் பார்க்கப்படுவது குறிப்பிடத்தக்கது. மேலும் குழந்தை என்பதைக் கடந்து சொத்து உரிமைக்கான ஆண் வாரிசின்மையும் பேசுபொருளாக உள்ளது. தமிழ்ச்சமூகத்தில் மகப்பேறு இல்லாதவர்கள் நிறைய குழந்தைகளை வைத்திருக்கும் உறவினர்களிடமிருந்து ஆண்குழந்தை ஒன்றைத் தவிட்டுக்கு வாங்கும் வழக்கம் இருந்துள்ளதாகத் தொ.ப.குறித்துள்ளார்.

தவிடு என்பது மாட்டிற்குரிய உணவு என்பதைக் கடந்து எந்தவிதப் பொருளாதார மதிப்பினையும் பெற்றதல்ல. ஒருகைப்பிடி தவிட்டின் பொருளாதார மதிப்பீடு என்று எதையும் கூறமுடியாது. அவ்வாறே உப்பு, வெற்றிலை, மோர் போன்று சடங்கியல் சார்ந்த நம்பிக்கைக்குரிய பொருளும் அல்ல. அவ்வாறிருக்கும் போது தவிட்டிற்குப் பிள்ளையைக் கொடுப்பது என்பது பிள்ளையை விலைக்கு வாங்கியிருக்கிறோம் என்கிற நம்பிக்கையைக் குழந்தையினை வாங்குபவருக்கும் பிள்ளையைப் பணத்திற்கு விற்கவில்லை என்கிற மனநிறைவைக் குழந்தையைக் கொடுப்பவருக்கும் ஏற்படுத்த உருவான ஒரு சடங்காகவே கருதவேண்டியுள்ளது என்கிறார் தொ.ப.

அடுத்ததாகத் தவிட்டுக்குப் பிள்ளை வாங்குவதற்கும் தத்து எடுப்பதற்குமான நூலிழை மாறுபாட்டினை நுட்பமாக விவாதித்துள்ளார். பொதுவாகத் தத்து எடுத்தல் என்பது அனைத்துச் சமூகத்தினராலும் ஏற்றுக்கொண்ட செயல் அல்ல என்பதையும் கோடிட்டுக் காட்டும் அவர் பிராமண சமூகத்திலும், நகரத்தார்களிடமும் இத்தன்மை பரவலாகக் காணப்படுவதைச் சுட்டுகிறார். தத்து எடுப்பவர்களும் பெரும்பாலும் ஆண்குழந்தையையே தத்து எடுக்கின்றனர். இது நீர்க்கடன் சார்ந்த நம்பிக்கைக்கு உரியது. இது ஒரு மேட்டிமைப் பண்பு. திருக்குறளில் மக்கட்பேறு என்ற அதிகாரத்தைப் பரிமேலழகர் புதல்வரைப் பெறுதல் என்று தலைப்பு மாற்றம் செய்திருப்பதும் இங்கு இணைத்து நோக்கத்தக்கது. புத்திரரைப் பெற்றால்தான் 'புத்' என்கிற நரகத்திற்குச் செல்லாமல் இருப்போம் என்ற வைதீக கருத்தாக்கம் வேரூன்றியதன் விளைவாக இத்தகு செயல்களைப் புரிந்து கொள்ளமுடிகின்றது.

எனவே தவிட்டுக்கு வாங்குவது என்பது உணர்வுரீதியாகக் குழந்தையின்மையின் வெறுமையை நீக்குவதற்கான செயலாகவும் தத்து எடுப்பது என்பது சொத்துரிமைக்கும் நீர்க்கடனுக்குமான முன்னேற்பாடாகவும் தொழிற்பட்டிருக்கின்றன. இவ்விரண்டையும் கடந்து எடுத்து வளர்க்கின்ற வழக்கமும் தமிழ்ச்சமூகத்தில் இருந்தமையினைச் சுந்தரமூர்த்தி நாயனார், பராசர பட்டர் ஆகியோரின் வாழ்க்கை மூலம் அறிந்து கொள்ள முடிகின்றது என்கிறார் தொ.ப.

மறுஉற்பத்தியும், வளமையும் பெண் என்கிற சகஉயிரி சார்ந்த நிகழ்வாக இருப்பதால் சடங்குகளில் சில பெண்களை மையமிட்டே அமைகின்றன. அவ்வாறே புழங்கு பொருட்களிலும் சில, பெண்களுக்கு மட்டுமே உரியதாகக் காலங்காலமாகப் பயன்படுத்தப்பட்டு வருகின்றன. சான்றாகப் பெண்கள் பூசுகின்ற மஞ்சளைக் கூறலாம். சாந்து அரைத்தல், தொய்யில் எழுதுதல், வண்ணப்பொடி உலர்த்தல் உள்ளிட்ட செயல்களைப் பெண்கள் மேற்கொண்டிருந்ததைச் செவ்விலக்கியங்கள் பதிவு செய்துள்ளன. மஞ்சளின் பயன்பாடு என்பது அழகுப்படுத்தி கொள்ளுதல்

என்பதைக் கடந்து கிருமிநாசினியாகவும் நோய் எதிர்ப்பாற்றல் கொண்ட பொருளாகவும் பயன்படுத்தப்பட்டு வருகின்றது.

விறலியர் பயன்படுத்திய அழகு சாதனமாகவே மஞ்சள் இருந்துள்ளது என்கிறார் தொ.ப. விரலி மஞ்சள் என்பது விறலியர் பயன்படுத்திய மஞ்சள் என்றும் விவாதிக்கின்றார். விராலி மலை என்பதே இதன் அடிப்படையில் உருவானது என்றும் கருதுகிறார். உலகம் எவ்வளவு அறிவியல் வளர்ச்சியை அடைந்திருந்தாலும் இயற்கை சார்ந்த பொருட்களுக்கும் மனிதனுக்குமான உறவு என்பது தவிர்க்க இயலாதது. குறிப்பாக மலர்கள்; தமிழ்நாட்டைப் போன்ற வெப்ப மண்டலப் பகுதிகளில் பயிர்களுடனான உறவானது விரிவானதாகவும் ஆழமானதாகவும் இருக்கின்றது. குறிப்பாக மலர்கள்; அரும்பு, மொட்டு, பூ, மலர் ஆகியவை பூக்களின் பருவத்தைக் குறிக்கின்ற சொற்களாகவும், இணர், தாது, பொகுட்டு, அல்லி, புல்லி, தோடு, மடல் ஆகியவை பூவின் உறுப்புகளைக் குறிக்கும் பெயர்களாகவும் வழங்கி வருகின்றன. இலக்கியத்தில் மாலை, பிணையல், கண்ணி என்கிற பெயர்களில் மாலையாகத் தொடுக்கப்பட்ட பூக்கள் குறித்த பதிவுகள் ஏராளமாகக் கிடைக்கின்றன. சேர, சோழ, பாண்டியர்களுக்குரிய அடையாளப் பூக்களும் வழக்கத்தில் இருந்திருக்கின்றன. இன்றளவும் உலக நாடுகள் தங்களுக்கான தேசிய அடையாளங்களுள் பூக்களுக்கு இடம் அளித்திருப்பது குறிப்பிடத்தக்கது. தனிமனித வாழ்க்கையில் மட்டுமன்றிக் குலக்குறிச் சின்னங்களாகவும், சடங்குகளுக்குரியனவாகவும் பூக்கள் இன்றளவும் இருந்து வருகின்றன. அன்றாட வாழ்க்கை நிகழ்வு சார்ந்த சமூக மதிப்பீட்டினையும் மாலைகள் பெறுகின்றன. மணமாலை, நீர்மாலை, பிணமாலை ஆகியவை இந்நிலையில் கருதத்தக்கன. மணமாலை என்பது வளமைக்குரியது; திருமணச் சடங்கிற்கு உரியது. நீர் மாலை என்பது பெற்றோருக்குப் பிள்ளைகள் செய்யும் நீர்ச் சடங்கினைக் குறிப்பது. பிணமாலை என்பது பிணத்திற்கு இறுதி மரியாதை செய்வதற்குப் போடுவது. பொதுவாகப் பூக்களை மிதிப்பது, கருக்குவது, கசக்குவது உள்ளிட்ட செயல்கள் உணர்வுசார்ந்த நிலையில் எதிர்மறையான பொருளுடைய செயல்களாகக் கருதப்படுகின்றன. இவ்வாறு மனித சமூகம் ஒவ்வொரு பொருளிலும் குறிப்பிட்ட விழுமியத்தைக் கட்டமைத்தே அடுத்தகட்டத்திற்கு நகர்ந்திருக்கின்றது.

அன்றாடப் பயன்பாடு என்பதைக் கடந்து பொழுது போக்கிற்கான விளையாட்டுகளைக் கூட சில விழுமியங்களை வைத்தே உருவாக்கியுள்ளனர். விளையாட்டு என்ற சொல்லில் பொழுது போக்கு என்கிற பொருண்மை எங்கேனும் இருக்கிறதா என்கிற வினாவினைத் தொ.ப. எழுப்புகின்றார். ஆனால் விளையாட்டு பொழுதுபோக்கு, பொருளற்றது, ஆழமில்லாதது என்கிற பொருளிலேயே

இன்றளவும் பயன்படுத்தப்பட்டு வருகின்றது. விளையாட்டுப் புத்தி என்ற வசைமொழியும் வழக்கத்தில் உள்ளது. தொ.ப.வின் ஆய்வு இத்தன்மையினைக் கேள்விக்குட்படுத்துகின்றது. 'சமூகம் என்ற ஒன்று தான் உருவாக்கும் அல்லது தன் மீது கவியும் ஒரு கருத்தியலையே விளையாட்டுகளின் வழி வெளிப்படுத்துகின்றது' (2004 :73) என்கிறார்.

இதற்குச் சான்றாக வீட்டிற்குள்ளேயே பூப்படைந்த, கருவுற்ற பெண்களால் பெரிதும் ஆடப்படும் பல்லாங்குழி விளையாட்டினை எடுத்து விவாதிக்கிறார். பெண்களுக்கான சீர்வரிசையில் பல்லாங்குழி இடம்பெற்றிருப்பதையும் சுட்டிக் காட்டுகின்றார். தேவநேயப் பாவாணர் 'தமிழர் விளையாட்டுக்கள்' என்கிற நூலில் பல்லாங்குழி குறித்துப் பதிவு செய்துள்ளார். தாயம்மாள் அறவாணன் பல்லாங்குழி திராவிட ஆப்பிரிக்க ஒப்பீடு என்ற ஆராய்ச்சி நூலொன்றையும் வெளியிட்டுள்ளார். இவ்விரண்டு நூல்களின் தரவுகளைக் கொண்டு அதனைச் சமூகவியல் வாசிப்பிற்கு உட்படுத்துகின்றார் தொ.ப. பல்லாங்குழி ஆட்டத்தின் விதிமுறைகளைப் பட்டியலிட்டுத் தொல் சமூகத்தின் பங்கீட்டு முறைமையின் சரிவையும் பேரரச உருவாக்கத் தத்துவத்தின் எச்சமுமாகப் பல்லாங்குழி ஆட்டத்தை இனங்காண்கிறார். (2004:76)

இந்தப் பின்புலத்தில் மேலும் பல விளையாட்டுக்களை அடையாளங் காட்டுகின்றார். மூன்று புலிகளும் இருபத்தோரு ஆடுகளும் கொண்ட ஆடுபுலி ஆட்டம்; கால்நடை வளர்ப்புச் சமூகத்திலிருந்து உருவாகியிருக்க வேண்டும். அரசு இயந்திரத்தின் வளர்ச்சிக்குப் பிறகு உருவான ஆட்டமாகச் சதுரங்கம் இருக்க வேண்டும். சதுரங்கத்தின் மாற்றுவடிவமாகப் பரமபதம்; என்று சில விளையாட்டுகளையும் அதன் சமூகப் பின்புலத்தினையும் விவாதிக்கின்றார்.

தமிழ்ச்சமூகத்தின் பழக்க வழக்கங்கள் யாவும் தனித்தன்மை உடையனவாகவும் இயற்கையோடு இயைந்தவையாகவுமே இருக்கின்றன. பல சான்றுகளின் வழி இத்தன்மையினைத் தொ.ப. நிறுவியுள்ளார். வெப்ப மண்டலம் சார்ந்த மக்களின் மிகமுக்கியமான பழக்கம் குளி(ர்)த்தல் என்கிறார் தொ.ப. இயல்பாக அன்றாடம் தவிர்க்கவே இயலாத செயல்பாடாக இருப்பது குளித்தல். ஆனால் இது அனைத்து பிரதேசங்களுக்கும் இயல்பான பழக்கமல்ல; வெப்பமண்டல உயிரனங்கள் நீராடுவதில் பெருவிருப்பமுடையன என்று குறிப்பிடும் தொ.ப. மக்களும் அவ்வாறே இருப்பதனை ஆய்வுக்கு உட்படுத்துகின்றார். நீராட்டையும் சடங்காகக் கட்டமைத்திருக்கின்றது தமிழ்ச்சமூகம். மேலும் குளிக்கின்ற செயல்பாட்டினையும் குறியீட்டுப் பொருளோடு வழங்கிவருகின்றது. கலவியாடலைச் சுனையாடல் என்கிற குறிப்புச் சொல்லால் தமிழ் உரையாசிரியர்கள் சுட்டுகின்றனர். அவ்வாறே கருவுற்ற பெண்ணைக் குளியாமல் இருக்கிறார் எனக் குறிப்பால் உணர்த்துவது நாட்டார்

பேச்சுமரபு; எனவே நீராட்டு என்பது வெறும் காலைக்கடனாகவோ கடமையாகவோ மட்டும் வழங்கப்படவில்லை. அதற்குள் ஒரு பண்பாடு ஊடாடுவதை இனங்காட்டுகிறார் தொ.ப. (2021:29)

பொதுவாக விளையாட்டுப் பிள்ளைகள் குளிப்பதை விரும்புவதில்லை. அன்னையர் அவர்களிடம் மன்றாட வேண்டியுள்ளது. இந்தத் தாய் மனநிலையினைப் பிள்ளைத்தமிழ் என்கிற இலக்கியம் நீராடல்பருவம் என்னும் உறுப்பாகவே கட்டமைத்துவிட்டது. குளிப்பதற்கு எந்தவிதமான சவுக்காரத்தைப் பயன்படுத்தியிருப்பார்கள் என்கிற வினாவினையும் தொ. ப. எழுப்புகின்றார். இலக்கிய சான்றுகளைக் கொண்டு இதற்கான விடையையும் கண்டடைகிறார். பெரியாழ்வார் பாசுரத்தில் நுணுக்கிய மஞ்சளால் குழந்தைகளைத் தேய்த்துக் குளிர்ப்பாட்டி குழந்தையின் நாக்கினையும் வழித்துள்ள செய்தி இடம்பெற்றிருக்கின்றது. சிலப்பதிகாரம் மாதவிக்கு நிகழ்ந்த மூன்று வகை நீராடலை விரிவாகவே பதிவு செய்திருக்கின்றது. அப்பகுதியைத் தமிழர்களின் மருத்துவ அறிவினைக் காட்டும் இலக்கியப் பகுதியாகத் தொ. ப. மதிப்பிடுகின்றார். அப்பகுதி வருமாறு,

"பூவந்தி, திரிபலை, கருங்காலி, நாவல் முதலிய பத்துத் துவர்ப்புப் பொருள்களை ஊறவைத்த நீர் ஆடுமகளின் தோல் வனப்புக்காக; கோட்டம், அகில், சந்தனம் முதலிய மணப்பொருள்கள் உடல் நறுமணத்திற்காக; இலவங்கம், கச்சோலம், இலாமிச்சம், தான்றி, புன்னைத்தாது போன்ற முப்பத்திரண்டு வகை மூலிகைகள் ஊறிய நீர் நோயற்ற உடல்நலத்துக்காக. தமிழர்களின் மருத்துவ அறிவினைக் காட்டும் இலக்கியப் பகுதி இது. (2021:29)"

இவ்வாறு பலபொருட்களைக் குளிப்பதற்காகப் பயன்படுத்தியிருந்தாலும் பொதுவாக மஞ்சள், வேம்பின் பயன்பாடே தமிழர்களிடம் மிகுதியும் இருந்திருப்பதைத் தொ. ப. எடுத்துக் காட்டுகின்றார். பூப்படைந்த பெண்ணிற்கு நிகழும் மஞ்சள் நீராட்டு, அம்மை கண்டவர்களின் முதல் குளியலுக்கான நீரில் போடப்படும் மஞ்சள், வேப்பிலை; ஆகியவை கிருமிகளிடமிருந்து பாதுகாப்பதற்காகச் செய்யப்பட்ட ஏற்பாடுகள். இவற்றைக் கடந்து மஞ்சள் என்பது விழுமிய பொருளைக் கொண்டதாகவும் தொழிற்பட்டுள்ளது. சான்றாக, போருக்குச் செல்பவர்களும் மஞ்சள் நீராட்டு செய்து மஞ்சள் உடை உடுத்திச் செல்வதைத் தொ. ப. பொருத்திக் காட்டுகிறார். இவ்வழக்கத்தின் தொடர்ச்சியாக அரக்கனை அழிக்கச் செல்லும் தாய்த்தெய்வத்தின் 'சாமியாடி'(பிரதிநிதி) மஞ்சள் நீராடி மஞ்சள் உடை உடுத்திச் செல்கிறார். இன்றளவும் அம்மன் கோயில்களில் வேண்டுதல் வைத்திருப்பவர்கள் மஞ்சள் உடையினையே அணிகின்றனர்.

சைவ, வைணவ பெருஞ்சமய நெறிகள் எழுச்சி பெற்ற காலத்தில் அவை நாட்டார் மரபின் வலிமையான அடிக்கூறுகளைத் தன்வயமாக்கியதைச் சுட்டிக்காட்டும் தொ.ப. அவற்றுள் ஒன்றாக நீராடுதலையும் குறிப்பிடுகின்றார். வெப்ப மண்டல மனிதர்களைப் போலவே வைதிக வழிபாட்டிற்குரிய சிவன், திருமால் ஆகிய தெய்வங்களும் நாள்தோறும் குளி(ர்)க்கின்றன. இதனைத் திருமஞ்சனம் ஆடல் என்று புனிதப்படுத்துகின்றனர். வட இந்தியக் கோயில்களில் இந்த முறை இருப்பதாகத் தெரியவில்லை என்று கூறும் தொ.ப. அதற்கான காரணமாக அங்குச் சிற்பங்கள் சுதைமண்ணால் செய்யப்பட்டிருக்கும் தன்மையினையும் காட்டுகின்றார். தமிழகத்தில் அவ்வாறு சுதைமண்ணால் ஆன மூலவர்களுக்குத் திருவிழாநாட்களில் மட்டும் திருமஞ்சனம் செய்யப்படுவதையும் இத்தொடர்பில் இணைத்துக் காட்டுகிறார். கோயில்கள் பெருவளர்ச்சி பெற்ற காலகட்டத்தில் திருமஞ்சனநீர் எடுத்துவருவதற்குத் தனிப்பணியாளர்கள் மஞ்சனக்காரர் என்ற பெயரில் அமர்த்தப்பட்டனர். இன்றளவும் மதுரைக் கோயிலுக்கருகில் மஞ்சனக் காரர் தெரு இருப்பது குறிப்பிடத்தக்கது.

நீராட்டின் தொடர்ச்சியில் ஆறாட்டு என்கிற குழுச் செயல்பாட்டையும் தொ.ப. மதிப்பிடுகின்றார். நாட்டார் தெய்வங்கள், நிறுவனமயப்பட்ட கடவுளர்கள் என அனைத்துமே ஆறாட்டு பெறுகின்றன. ஆறாட்டு என்றவுடன் கேரள மாநிலத்தின் திருச்சூரில் யானை ஊர்வலத்துடன் நடைபெறும் ஆறாட்டுத் திருவிழாவே தொ.ப.வின் நினைவிற்கு முதலில் வருவதாகக் குறிப்பிடுகின்றார். அந்த அளவிற்கு அத்திருவிழா அங்கு பிரம்மாண்டமாக நடைபெறுகின்றது. நாட்டார் மரபிலும் நவராத்திரி விழாவில் அரக்கனைக் கொன்றழித்துக் கோயிலுக்குத் திரும்புகின்ற தாய்த் தெய்வம் மறுநாள் அருகிலுள்ள நீர்த்துறைக்குத் தனியாக இடுப்பில் குடத்துடன் சென்று ஆறாடி, நீர் எடுத்துக் கொண்டு திரும்புவதை எடுத்துக்காட்டும் தொ.ப. பெருந்தெய்வ மரபில் ஆறாட்டு ஆடம்பரமான செயற்பாடாக இருப்பதையும் தாய்த்தெய்வக் கோயில்களில் அது சினம் தீர்ப்பதற்கான அடையாளமாக இருப்பதையும் ஒப்பிட்டுக் காட்டுகின்றார்.

பிற கூறுகளைப் போலவே இப்பண்பாட்டு விழுமியத்தையும் தன்வயப்படுத்தி நீரையும் புனிதத்தோடு தொடர்புபடுத்திக் கொண்டது வைதிக நெறி. இதனால் இணைவும் ஒதுக்கமும் நீருக்கும் ஏற்பட்டது. பாவங்களைக் கழுவுகின்ற நதியாகக் கங்கை இன்றளவும் போற்றப்படுவது குறிப்பிடத்தக்கது. சமணசமயம் கரைந்து போவதற்கு எத்தனையோ பண்பாட்டுக் காரணங்கள் இருந்தாலும் அதற்குள் திகம்பரர்கள் என்ற பிரிவினர் நீராடுவதைத் தவிர்த்ததையும் ஒரு காரணமாகக் கொள்ளமுடியும் என்கிறார் தொ.ப.

மேற்குறித்த செய்திகளின் வழி இன்று மனித வாழ்க்கையில் அன்றாடம் செய்கின்ற சில செயல்களின் தொடர்ச்சியானது நூற்றாண்டைக் கடந்த பண்பாட்டு அசைவியக்கத்தால் உருவானது என்கிற புரிதலைப் பெறமுடிகின்றது. மேலும் தனிமனித புழங்கு பொருட்களின் தன்மை அவற்றின் பயன்பாடு என்பவை குடும்பத்தின் பழக்கவழக்கங்கள் சார்ந்து நிகழ்கின்றன. இப்பழக்க வழக்கங்களுக்கு அடிப்படையாக நம்பிக்கை இருக்கின்றது. இந்த நம்பிக்கைகளே அக்குடும்பம் இருக்கின்ற சமூகத்தின் அடையாளமாகப் பரிணமிக்கின்றன. இந்த அடையாளமே குறிப்பிட்ட அச்சமூகத்தின் பண்பாடாக மேலெழுகின்றது. தொ.ப.வின் ஆய்வுகள் இத்தன்மையினை வெகுவாக உரையாடலுக்கு உட்படுத்தியிருப்பதனைக் காணமுடிகின்றது

பல நூற்றாண்டுகளின் அசைவியக்கத்தில் மனிதச் சமூகம் தனக்கான வாழ்முறையை வகுத்துக் கொண்டது. காலமும், பண்பாட்டு மோதல்களும், சமூகத்தின் நிலையற்றத்தன்மையும் இவ்வாழ்முறையில் மாற்றங்களை ஏற்படுத்தினாலும் சில மதிப்புகள் காலங்கடந்தும் தொடர்ச்சியினைப் பெற்றிருப்பதனை மேற்கண்ட கருத்துகள் உறுதி செய்கின்றன. பண்பாட்டிற்கு அடிப்படையாக இருப்பவை சடங்குகள்; இச்சடங்குகள் குறித்த தொ.ப.வின் உரையாடல்கள் சமூக வரலாற்றைப் புதிய வழியில் கட்டமைக்க உதவுகின்றன.

> “நவீன கால சடங்குகளை மரபு சார்ந்தவை, நம்பிக்கை சார்ந்தவை என இரண்டு வகையாகப் பகுக்கலாம். பொதுவாக, சடங்குகளின் அடிப்படை நம்பிக்கை சார்ந்ததாகும். இந்த நம்பிக்கையில் பெரும்பாலானவை தொல்பழங்காலத்திலிருந்து வருபவை. சாதி, சமயம் ஆகிய இரண்டின் எல்லைக்கு வெளியே நின்று உயிர்வாழும் சடங்குகளே மிகப் பெரும்பான்மையானவையாகும். பிறப்பு, பூப்பு, திருமணம், புதுமனை, இறப்பு, தொடர்பான சடங்குகள் ஒரு தனிமனிதனை மையமிட்டுக் குடும்ப அசைவுகளோடும் சமூக இயக்கத்தோடும் தங்களை இணைத்துக் கொள்கின்றன. இவையன்றி உள்வட்டத் திருமண அமைப்புடைய குழுக்களின் அசைவாகப் பல சடங்குகள் நிகழ்த்தப்படுகின்றன. தொல்பழைய நம்பிக்கைகள் மட்டுமல்லாமல் சடங்குகளில் அரசியல், வரலாற்றின் துணுக்குகளும் சமூகத் துணுக்குகளும் உட்பொதிந்து காணப்படுவதும் உண்டு.(2014:14)”

என்று சமூக வரலாற்றின் கட்டமைப்பில் தனிமனிதன் சார்ந்து உருப்பெற்ற சடங்குகளின் பங்களிப்பைத் தொ.ப. எடுத்துக்காட்டுகின்றார். மேலும் சடங்கு என்பது மனிதன் கருவிலிருந்த போதே அவன் மீது செயல்படுத்தப்பட்டிருப்பதையும், சொற்களும் எண்களும் எவ்வாறு மந்திரங்களாக உருமாறிச் சடங்குகளுக்குள் இடம்பெற்றிருக்கின்றன என்பதையும் உரையாடலுக்குட்படுத்தியுள்ளார். *(2014:15,16)*

தொல்சமூகத்தில் இத்தகு சடங்குகளைத் தலைமையேற்று நடத்தியவர்கள் குறித்த கவனஈர்ப்பும் இங்கு அவசியம். வைதிகத்தின் பண்பாட்டு மோதல்களுக்கு முன்னர்த் தமிழ்ச்சமூகத்தில் சடங்குகள் சார்ந்த தலைமைப்பொறுப்பை யார் ஏற்றிருந்தார்கள்? என்பது குறித்த தொ.ப.வின் உரையாடல் வரலாற்று முக்கியத்துவம் வாய்ந்தது.

"பார்ப்பனர்களிடம் தங்கள் சடங்கியல் தலைமையினைப் பறிகொடுத்த சாதியாரே பிற்காலத்தில் பிற்படுத்தப்பட்ட, மிகப் பிற்படுத்தப்பட்ட, ஒடுக்கப்பட்ட சாதியத் திரள்கள் ஆனார்கள். மருத்துவர் (முடிதிருத்துவோர்), பறையர், வள்ளுவர், வண்ணார் (மண்ணார்) என வட்டார வாரியாக இவ்வகையில் பல சாதியாரைக் குறிப்பிடலாம். குறிப்பாக எடுத்துக் காட்டுவதானால், சில சாதியார் பார்ப்பனரைப் போன்று தீ வளர்த்துத் திருமணச் சடங்கினைச் செய்கின்றனர். இந்தத் திருமணச் சடங்கின்போது மணமகனுக்கும் மணமகளுக்கும் பார்ப்பனப் புரோகிதர் காப்புக் கயிறு 'கட்டு'கின்றனர். இந்தக் காப்புக் கயிறு 'அறுக்கும்' சடங்கினைப் பெரும்பாலும் பார்ப்பனப் புரோகிதர் செய்வதில்லை. மாலையில் அல்லது மறுநாளில் மருத்துவர், வண்ணார் போன்ற மற்றொரு சாதிக்காரரே மரியாதையுடன் கூடிய காணிக்கை (தட்சணை) பெற்றுக் கொண்டு மணமக்களுக்குக் கட்டப்பட்ட காப்பினை அறுக்கின்றனர். இது ஒரு சமூக வரலாற்றுத் தொல் எச்சமாகும். அதாவது, திருமணம் செய்து கொண்ட சாதியார்களுக்குக் காப்பறுத்த சாதியாரே பார்ப்பன வருகைக்கு முன் புரோகிதராக (குருவாக அல்லது சடங்கியல் தலைவராக) இருந்திருக்கின்றார். (2006:73)"

வைதிகத்தின் ஊடுபரவலுக்கு முன்னர்ச் சடங்குகள் யாவும் இயற்கைநெறியைச் சார்ந்தவையாகவும் அவற்றை நடத்துகின்ற தலைமைப் பொறுப்பினைப் பூர்விக மக்களே பகிர்ந்து கொண்டிருந்தனர் என்பதையும் உணரமுடிகின்றது. வைதிகத்தின் பரவலாக்கத்திற்குப் பிறகு சடங்குகள் மடைமாறியதைப் போல அதனை நிகழ்த்தும் சமூகத்தினரும் மாறினர். பிராமணர்கள் இப்பொறுப்பினை ஏற்றுக் கொண்டனர். அவர்களுக்குத் தகுந்தவாறு சடங்குகளையும் கட்டமைத்தனர்.

வளமை சார்ந்த சடங்குகளைப் போன்றே இறப்புச் சடங்கும் அது சார்ந்த விழுமியங்களும் ஆழமாகத் தொழிற்பட்ட சமூகமாகத் தமிழ்ச்சமூகம் உள்ளது. உலகில் வழங்கும் அனைத்துச் சமயங்களும் இறப்பு, இறப்பு சார் சடங்குகளில் கவனம் கொண்டிருக்கின்றன. இயற்கைநெறியில் வாழ்ந்த மனிதனுக்கு இறப்பு மிகப்பெரிய அதிர்ச்சியையும் புதிர்த்தன்மையையும் தோற்றுவித்தது. எனவே இறந்தவர்கள் மீண்டெழுவார்கள் போன்ற நம்பிக்கையும் அவனுக்குள் இருந்தது. நாகரிக வளர்ச்சியில் இந்த நம்பிக்கை மாறினாலும் இறப்புக் குறித்து இருந்த மதிப்பீடுகள் ஒரு தொடர்ச்சியைப் பெற்றதாகவே இருக்கின்றன. தமிழ்ச்சமூகத்தில் இறப்பு என்பது வேறொரு

உலகத்திற்கான பயணம் என்பது போல நம்பப்பட்டு வந்திருக்கின்றது. எனவே இறப்புச் சடங்குகள் வழிஅனுப்புதலை ஒத்திருக்கின்றன. இப்பின்புலத்தில்,

"இறந்தாரை நீராட்டுதல், அதிலும் சிறப்பாக எண்ணெய் தேய்த்து நீராட்டுதல், புத்தாடை உடுத்தல், வாயில் அரிசியிடுதல், உண்டுமுடித்தவர்கள் போல வாயில் வெற்றிலை இடுதல், நெற்றியில் அல்லது கையில் நாணயத்தை வைத்தல் ஆகிய அனைத்துச் சடங்குகளும் பெரும்பான்மையான சாதியார்களிடம் ஒரே மாதிரியாக அமைந்துள்ளன. இதன்பொருள் இறந்தவர் இல்லாமல் போகவில்லை; அவர் இன்னொரு ஊருக்குப் பயணம் செய்கிறார் என்பதுதான். எனவேதான் இறப்புச் சடங்குகள் ஒரு மனிதனை வழியனுப்பும் சடங்கு போலவே அமைந்துள்ளன. (2004:108)"

எனத் தமிழ்ச்சமூகத்தின் இறப்புச் சடங்குகளைத் தொ.ப. மதிப்பீடு செய்துள்ளார். இறப்பினை அதன் தன்மையோடு ஏற்றுக் கொண்டவர்களாகவும் வாழ்வின் நிலையாமையை மிகச் சரியாக உணர்ந்து கொண்டவர்களாகவும் தமிழ்ச்சமூகத்தினர் இருந்துள்ளமையினை இலக்கியங்களின் வழிப் புரிந்து கொள்ள முடியும். இவ்வாறு மனிதனின் பிறப்புத் தொடங்கி அவனுடைய இறப்பு வரை இன்று எளிதாகக் கடந்து செல்கின்ற ஒவ்வொரு நிகழ்விலும் தொன்மை வாய்ந்த பண்பாட்டுத் தொடர்ச்சி இருப்பதனைத் தொ.ப. தனது உரையாடல்களின் வழிக் கவனப்படுத்தியிருக்கின்றார்.

தெய்வங்களும் சமூக மரபுகளும்

தமிழ்ச்சமூகத்தின் நாட்டார் தெய்வங்கள், சடங்குகள் குறித்து ஏராளமான ஆய்வுகள் நடைபெற்றுள்ளன. பெரும்பான்மையான ஆய்வுகள் நாட்டார் மரபுகளின் தனித்துவத்தைக் கவனப்படுத்தாமல் அவற்றை வகைமைசார்ந்தே அணுகியுள்ளன. பேராசிரியர் தொ.ப.வின் ஆய்வுகள் இத்தன்மையிலிருந்து முற்றிலும் மாறானவை. சடங்குகளும் தெய்வங்களும் மக்களின் அன்றாட வாழ்வியலுடன் இரண்டறக் கலந்துள்ள தன்மையினைத் தொ.ப. உரையாடலுக்கு உட்படுத்தியுள்ளார். நீங்கள் நாத்திகர் என்கிறீர்கள். ஆனால் உங்களது ஆராய்ச்சிகளோ பெரும்பாலும் கோயில்கள் சார்ந்தது? இது எப்படி? என்றொரு கேள்வியும் தொ.ப.வின் இத்தகு ஆய்வுகளை நோக்கி எழுந்துள்ளது. அதற்கு அவர், எனக்குத் தெய்வங்கள் மீது நம்பிக்கை இல்லை. அவற்றை வணங்குகிற மக்கள் மீது கவர்ச்சி இருக்கிறது; அவர்களின் அழகை நான் ரசிக்கிறேன் (2022:89). என்றவாறு பதில் அளித்துள்ளார். எனவே தெய்வங்களையும் சமூக மரபுகளையும் குறித்த தொ.ப.வின் ஆய்வுகள் யாவும் மக்களை மையமிட்டதாகவே அமைகின்றன. நாட்டார் வழிபாட்டு மரபுகள் மீதான ஆய்வுகள் குறித்து அவர் செய்துள்ள பதிவொன்று இங்குக் கவனத்திற்குரியது.

> "Folk Religion, Prescribe Religion ஆகிய ஆங்கிலச் சொற்களுக்கு இணையாகத் தமிழில் நாட்டார் சமயம், தொல்பழஞ்சமயம் ஆகிய சொற்களை ஆய்வாளர்கள் பயன்படுத்தி வருகின்றனர். இத்தொடராக்கத்தில் உள்ள சமயம் என்னும் சொல்லாட்சி பொருத்தமானதாகத் தோன்றவில்லை. சமயம் என்பது நிறுவனம் ஆனது. ஒரு புனித நூல் (குரான், பைபிள், வேதம் போல), புனிதத் தலங்கள் (ரோமாபுரி, மெக்கா, காசி என்பவை போல) குறிப்பிட்ட ஆகம ரீதியான வழிபட்டு முறைகள் (காரணாகமம், காரியாகமம், பாஞ்சராத்திர ஆகமங்கள் போல) என்பன நிறுவன சமயங்களின் இலக்கணமாகும். இந்த இலக்கணத்தோடும் பொருந்திவராத நாட்டார் வழிபாட்டு நெறிகளைச் சமயம் என்ற சொல்லால் குறிப்பது பொருத்தமாகாது. நாட்டார் வழிபாட்டு நெறிகள் அல்லது வழிபடு நெறிகள் என்ற தொடரே பொருத்தமாக அமையும். (2019:22)"

குறிப்பிட்ட சமூகத்தின் விளைபொருளாகவே இத்தன்மைகளைத் தொ.ப. கருதுகிறார். சடங்குகள், கோயில்சார் வழிபாடுகள் ஆகியன குறித்த தொ.ப.வின் உரையாடல்களைக் கீழ்க்காணும் நிலைகளில் பகுத்துக் கொள்ள முடியும்.

- நாட்டார் தெய்வ வழிபாடுகள், சடங்குகள்; குறிப்பாக உயிர்ப்பலி குறித்த அரசியல் பதிவுகள். நாட்டார் தெய்வங்களின் உருவாக்கமும் நம்பிக்கையும். தாய்த் தெய்வ வழிபாட்டின் நீட்சி.
- நாட்டார் தெய்வ வழிபாடும் பெருந்தெய்வ வழிபாடும் ஊடாடும் தன்மை. பெருந்தெய்வ வழிபாட்டில் கரையும் நாட்டார் தெய்வ நம்பிக்கைகள், சடங்குகள்.
- பெருந்தெய்வ நிறுவன உருவாக்கம்; சமயத் தோற்றம், சமயங்களின் அரசியல். பெருந்தெய்வ நிறுவனங்களில் பின்பற்றப்படும் வழிபாட்டு முறைகள் உள்ளிட்டவை.

பொதுவாக நாட்டார் தெய்வ வழிபாடுகள் இயற்கை சார்ந்தவையாக, மக்களின் வாழ்முறையோடு இயைந்து போகக் கூடியவையாக இருப்பதனைத் தொ.ப. தொடர்ச்சியாக உரையாடலுக்கு உட்படுத்தியுள்ளார். இந்த உரையாடல்களைப் பொதுவான தெய்வங்கள், தாய்த்தெய்வங்கள் என்று பகுத்துக் கொள்ளமுடிகின்றது. பெரும்பான்மையான நாட்டார் தெய்வங்கள் குல தெய்வங்களாக இருப்பதையும், பெண் தெய்வவழிபாடு குலதெய்வம் என்பதையும் கடந்து பொதுவெளியில் பரவலாகியிருப்பதையும் கள ஆய்வுகளின் வழித் தொ.ப. எடுத்துக் காட்டியுள்ளார். பொதுவாகத் தெய்வங்களின் தோற்றம் குறித்து,

> "தெய்வங்களின் வடிவமும் குணமும் அவை சார்ந்த சமூகத்தின் தேவைகளையொட்டி அமைந்தவைதாம். கால்நடை வளர்ப்போரின் தெய்வம் மாடுகள், கன்றுகள் சூழ்ந்தபடி கையில் புல்லாங்குழலுடன்தான் இருக்கமுடியும். உழவர்களின் தெய்வம் மழை தருகின்ற இந்திரனாகவோ, கையிலே கலப்பை ஏந்திய பலராமனாகவோதான் இருக்கமுடியும். சுருக்கமாகச் சொன்னால் ஒரு குறிப்பிட்ட இனக்குழு என்னவகையான உற்பத்தி முறையினைச் சார்ந்திருக்கிறதோ அதைப் பொறுத்து அத்தெய்வங்களின் வடிவங்களும் குணங்களும் அத்தெய்வத்தைப் பற்றிய கதைகளும் அமையும். (2004:118)"

என்ற கருத்தினைத் தொ.ப. பதிவு செய்திருப்பதும் குறிப்பிடத்தக்கது. சமூகத் தேவைகள் மாற மாறத் தெய்வங்களின் பண்புகளும் மடைமாற்றம் பெற்றன. இனக்குழு மக்கள் குறுநில மக்களாகச் சமூக மாற்றம் பெறும்போது தெய்வங்களும் மாறின. அவை வெறும் உணர்வு நிலையில் ஆற்றலாக மட்டும் பார்க்கப்பட்ட நிலையிலிருந்து, மரங்களிலும் நீர்நிலைகளிலும் உறைந்திருந்த தன்மையிலிருந்து குரவை, வெறியாட்டு உள்ளிட்ட சடங்குகளிலிருந்து சுட்ட சுண்ணாம்புக் கோட்டங்களுக்குள் குடிபெயர்ந்தன. குறுநில சமூகம் பேரரசின் கீழ் வரும்போது கோட்டங்கள் அதிகார நிறுவனமான கோயில்களாக மாறின. அதுசார்ந்த சடங்குகளும் விதிகளும் வாழ்முறைகளும் உருவாயின. பல நூற்றாண்டுகளின் அசைவியக்கத்தில் இந்த மாற்றங்களைப் புரிந்து கொள்ளவேண்டும்.

பண்டைய காலத்தில் பங்கிடுதல் என்பது இனக்குழுவின் முக்கிய வேர்ப் பண்பாக இருந்திருக்கின்றது. குழுவாக இணைந்து சேகரித்த பண்டங்களைப் பங்கிடும்போது அங்கு நடுவுநிலைமை அவசியமாகின்றது. யாரேனும் இத்தன்மையிலிருந்து தவறினால் அவர்களைத் தண்டிக்கத் தெய்வம் தேவைப்படுகின்றது. தமிழ் இலக்கியங்களில் இத்தெய்வங்களைப் பால்வரை தெய்வம் என்று குறிப்பிட்டுள்ளமையினைத் தொ.ப. எடுத்துக் காட்டுகின்றார். ஆரியர்களின் வேதங்களிலும் ரித (rta) என்னும் பங்கீட்டுத் தெய்வம் மறைந்தது பற்றிய புலம்பல்களைக் காணமுடிகின்றது. கிரேக்கரிடமும் மீர (more) என்ற பெயரில் இப்பங்கீட்டுத் தெய்வம் இருந்துள்ளது. இனக்குழுச் சமூகம் வளர்ச்சியடைந்து அடுத்த கட்டத்தை அடையும்போது தெய்வங்களும் வெறும் கதைகளாக மட்டும் நின்று அடுத்தகட்ட நகர்வினை அடைந்துவிடுகின்றன.

தமிழ்ச்சமூகத்தின் ஆதி தெய்வங்கள் நிலவரை தெய்வங்களாகவே இருந்துள்ளதைத் தொல்காப்பியமும் எடுத்துக்காட்டியுள்ளது. உற்பத்தி, வளமை இவற்றைப் பேணிகாப்பதற்காகவும் மிகுதிப்படுத்துவதற்காகவும் இயற்கையின் மீது மனிதன் கொண்டிருந்த நம்பிக்கை தெய்வங்களை உருவாக்கியது. கிராமப்புறங்களில் கைகளில் ஆயுதங்கள் ஏந்திய நாட்டார் தெய்வங்களையும், வெறும் ஆயுதங்களே தெய்வங்களாக நிலைபெற்றிருப்பதையும் காணமுடியும். மேலும் ஊர் மந்தையிலும் ஊர் எல்லையிலும் அல்லது கண்மாயிலும், இந்தத் தெய்வங்கள் குடியிருக்கும். இதற்குக் காரணம் பயிரைக் காத்தல், கண்மாயிலிருந்து பாய்கின்ற நீரைக் காத்தல், விளைந்த பயிரைப் பகைவரிடமிருந்து காத்தல், அறுவடை செய்த தானியங்களைக் காத்தல், கால்நடைகளைக்காத்தல் எனப் பலதரப்பட்ட காத்தல் கடமைக்காகவே இவை தோற்றம் பெற்றிருப்பதாகத் தொ.ப. பதிவு செய்கிறார். இவற்றைச் சிறுதெய்வங்கள் என்று குறிப்பது பொருள்தன்மையற்றது எனினும் ஆய்வுச்சூழலில் பழகிவிட்ட காரணத்தினால் தானும் அவ்வாறே பயன்படுத்துவதாகவும் தொ.ப. தெளிவுபடுத்துகின்றார்.

(தொ.ப. பயன்படுத்திய பொருண்மையிலேயே இந்நூலிலும் இச்சொல் பயன்படுத்தப்படுகின்றது.) சிறுதெய்வங்களின் வழிபாடு என்பது குறிப்பிட்ட மக்கள் சமூகத்திற்கு மட்டுமானது அன்று. பிராமணரல்லாத எல்லாச் சாதியினரும் சிறுதெய்வ வழிபாட்டினை உடையவர்களாகவே இருக்கின்றனர். நகரமயமாக்கம், இடப்பெயர்வு உள்ளிட்ட மாற்றங்கள் ஏற்பட்டாலும் ஆண்டிற்கு ஒருமுறை சொந்த ஊரையும் குலதெய்வங்களையும் தேடிச் செல்லும் மக்கட் சமூகத்தை இன்றளவும் காணமுடிகின்றது. மேலும் குடும்பத்தில் திருமணம், காதுகுத்து உள்ளிட்ட சடங்குகளில் குலதெய்வங்கள் முக்கிய இடத்தைப் பெற்றிருக்கின்றன. இங்குப் பிறிதொன்றையும் கவனத்தில் கொள்ள

வேண்டும். நிலவுடைமை அமைப்பில் எல்லாச் சாதியாரும் சிறுதெய்வ வழிபாட்டினை உடையவர்களாக இருந்தாலும் புலாலுண்ணாத வேளாளர்களிடம் (சைவப்பிள்ளை) சிறுதெய்வ வழிபாடு குறைவாக இருக்கிறது. சைவ வேளாள மரபினைச் சார்ந்த திருநாவுக்கரசர் "சென்று நாம் சிறுதெய்வம் சேர்வோம் அல்லோம்" (6:98:1) என்று பாடியிருப்பதும் இங்கு இணைத்து நோக்கத்தக்கது. தனது சொந்தக் குலதெய்வமான சாஸ்தா குறித்துத் தொ.ப. செய்திருக்கும் பதிவு வருமாறு,

> "'எங்க சாஸ்தா, சைவசாமி. குதிரை மேல ஏறி, ஊரைச் சுத்தி வந்து காவல் காக்கிற முக்கியமான வேலை சாஸ்தாவுக்கு. கடல் பக்கமா உட்கார்ந்த படியே குடிகளைக் காப்பாத்துவார்ங்கிறது மக்களோட நம்பிக்கை' (2019:16)"

இருப்பிடம், சடங்குகள், பெயர்கள் உள்ளிட்டவற்றிலிருந்து பெருந்தெய்வ மரபிற்கு முற்றிலும் மாறானவையாகவே சிறுதெய்வங்கள் இருக்கின்றன என்பதற்கு மேற்குறித்த கருத்தும் சான்றாகின்றது. தமிழர்களின் வீரவழிபாட்டின் எச்சம்தான் குலதெய்வ வழிபாடாக இருக்கிறது. கால்நடைகளை, கண்மாய் நீரை, பெண்களை, விளைந்த பயிர்களைக் காப்பதற்கு நடந்த சண்டைகளில் உயிர்விட்ட வீரர்கள் தெய்வங்களாக வீரவழிபாட்டில் வணங்கப்படுகின்றனர். இவ்வழிபாடு இரண்டு பிரிவினராலும் நடத்தப்படும். இது குறித்து தொ.ப. செய்துள்ள பதிவு வருமாறு,

> "கொல்லப்பட்ட வீரனைச் சார்ந்த பிரிவினர் அவன் வீரத்தையும், பிற வரங்களையும் வேண்டி வழிபடுவர். கொன்ற பிரிவினர் கொல்லப்பட்ட வீரனின் ஆவியால் தாங்கள் பழிவாங்கப்படக் கூடாது என்பதற்காகச் சமாதானம் (சாந்திச் சடங்குகள்) செய்து வணங்குவர்.(2004:126)"

பொதுவாகப் பெண் தெய்வக் கோயில்கள் பெரும்பான்மை வடக்குநோக்கி இருக்கின்றன. ஆண் தெய்வக் கோயில்கள் கிழக்கு நோக்கி அமைந்திருக்கின்றன. மிகக் குறைவான கோயில்களே பிற திசைகளை நோக்கியவையாக இருக்கின்றன. பகைவர்களிடமிருந்தும், கொள்ளை நோய்களிலிருந்தும், இயற்கை சீற்றங்களிலிருந்தும் மக்கள் தங்களைப் பாதுகாத்துக் கொள்ள இத்தெய்வங்களை நாடுகின்றனர். சடங்குகள் செய்கின்றனர்; ஆண்டிற்கொருமுறை திருவிழாவும் எடுக்கின்றனர். மேலும் 'பிடிமண் கோயில்கள்' என்கிற புதிய பண்பாட்டினைத் தோற்றுவித்ததாகச் சிறுதெய்வ மரபு உள்ளது. ஏதேனும் ஒரு காரணம்பற்றிச் சொந்த ஊரிலிருந்து புலம்பெயர்ந்த மக்கள் தாங்கள் சென்று வாழ்ந்து நிலைகொண்ட இடத்தில் தங்களின் குல தெய்வங்களைத் திருநிலைப்படுத்த பிடிமண் கோயில்களை உருவாக்கினர். அதாவது ஊரிலிருக்கும் குலதெய்வக் கோயிலிலிருந்து ஒருபிடி மண்ணைக் கொண்டுவந்து இப்போதிருக்கும் ஊரில் ஓர் இடத்தினைத் தேர்வு செய்து அம்மண்ணை நிலைநிறுத்திக் கோயில் எழுப்புவது.

மேலும் சாமியாடி, குறி சொல்லுதல் உள்ளிட்டவையும் சிறுதெய்வங்கள் சார்ந்து உருப்பெற்றவையே. சிறு தெய்வங்களுள் பெண் தெய்வங்களின் இருப்பு மேலும் இறுக்கமுடையதாக இருக்கின்றது. பெண்தெய்வங்களின் கதைகள் வன்முறை மிகுந்தவையாக இருக்கின்றன. பகைவரால் கொல்லப்பட்டோர், பாலியல் வன்முறையிலிருந்து பாதுகாத்துக் கொள்ளத் தற்கொலை செய்துகொண்டோர், கணவனோடு உயிர்நீத்தோர் ஆகியோர் பெண்தெய்வங்களாக மாறினர் என்கிறார் தொ.ப.. மேலும் கணவனால் கைவிடப்பட்டோ, ஏதேனும் ஓர் காரணம் பற்றிக் குடும்பத்தினராலேயே கொலை செய்யப்பட்டோ மரணித்த பெண்களும் தெய்வங்களாக மாறுகின்றனர். பெண் தெய்வங்களுக்குரிய சடங்குகளில் சில உக்கிரத்தன்மையுடையதாக இருப்பதையும் தொ.ப. இனங்காட்டுகின்றார். குறிப்பாகச் 'சூலாடு குத்துதல்'; பலி பெறும் தெய்வங்களுக்கு ஆண் விலங்குகளையும், பறவைகளையுமே பலி கொடுப்பது வழக்கம். பெண் விலங்குகள் மறுஉற்பத்திக்கானவை என்பதால் அவை விலக்கப்படுகின்றன. ஆனால் குறிப்பிட்டதொரு பெண் தெய்வத்திற்கு சினையாட்டினைப் பலிகொடுத்து அதன் வயிற்றிலிருக்கும் குட்டியையும் குத்திப் பலிபீடத்தில் வைக்கின்றனர். இதனைச் சூலாடு குத்துதல் என்கின்றனர். தமிழகத்தில் வழக்கத்திலிருக்கும் தாய்த்தெய்வங்கள் குறித்த விரிவான உரையாடலை முன்னெடுத்துள்ள தொ.ப. அவற்றை எட்டு வகைகளாக அடையாளங்காட்டுகிறார். அவை வருமாறு,

- ஊர்ப்பொது தெய்வமாக அமைந்தவை. நான்கு அல்லது எட்டுக் கைகளோடு அமைந்து எல்லாக் கைகளிலும் ஆயுதங்கள் ஏந்தி எருமைத்தலை கொண்ட அரக்கனைக் கொல்பவை. இக்கோயில்கள் பெரும்பாலும் வடக்கு நோக்கியே அமைந்திருக்கும். ஊரின் நடுவிடத்திலோ மந்தையிலோ இவற்றின் இருப்பு இருக்கும்.
- மழைக்காக உருவாக்கப்பட்ட தெய்வமான மாரியம்மன்; முறையான ஊர் வழிபாடு நடைபெறவில்லை என்றால் இத்தெய்வம் கோபமுற்று மழையை நிறுத்தி வெப்பு நோயான கோமாரியைப் பரப்பிவிடும் என்பது கிராமங்களில் மட்டுமல்ல நகரங்களிலும் கூட பரவலாக இருக்கும் நம்பிக்கை.
- இருட்டிலும் தன்னை வழிபடும் மக்களின் கனவிலும் மட்டும் நிற்கும் தெய்வமாக இருப்பது வனப்பேச்சி. இது மக்களை அச்சுறுத்தும் வகையினைச் சார்ந்த தெய்வம்.
- பத்தினியம்மன், தீப்பாய்ஞ்சம்மன் போன்றவை பாலியல் வன்முறையிலிருந்து தம்மைப் பாதுகாத்துக் கொள்ளத் தற்கொலை செய்து கொண்டு பிற்காலத்தில் தெய்வங்களானவை.
- பண்டைய தமிழகத்தில் வழங்கப்பட்டுப் பின்னர் மறைந்து போன காளாமுக, கபாலிக வழிபாட்டோடு தொடர்புடைய சில தாய்த் தெய்வங்கள்;

இத்தெய்வங்களுக்கு வழிபாடுகள் பெரும்பாலும் சடங்குகளாக மட்டுமே அமைகின்றன. அவையும் சுடுகாடுகளில் நடக்கின்றன. மனித எலும்புகளும் இத்தகு சடங்குகளில் இடம்பெறுவது ஆராய்ச்சிக்குரியது என்கிறார் தொ.ப. இச்சடங்குகள் திருவிழாவினைப் போல நடத்தப் பெறுவதும் அதனை மயானக் கொள்ளை அல்லது மயானக் கொல்லை என்று அழைப்பதையும் காணமுடிகின்றது. கோவையில் நடக்கும் மாசானி அம்மன் வழிபாடு இந்த வகையைச் சார்ந்தது.

- தமிழகத்திற்குத் தெலுங்கு மக்களோடு குடிபெயர்ந்து வந்த முத்தியாலம்மன், ரேணுகாதேவி, சீதளாதேவி, எல்லம்மன் ஆகியவை. இவற்றுள் சீதளாதேவி மட்டும் மாரியம்மனின் தெலுங்கு வடிவமாக இருக்கிறது. வண்ணார் வீட்டில் வளர்க்கப்பெறும் முளைப்பாரியோடு வணங்கப்படுகின்ற ரேணுகாதேவியும் மாரியம்மனின் இன்னொரு மாற்று வடிவமாகவே கருதப்படுகின்றது.

- மூத்தாயி, முத்தாச்சி, அரியநாச்சி, அரியாக்கிழவி ஆகிய தெய்வங்கள் அவற்றை வழிபடுகின்ற குடும்பத்தின் நான்கு அல்லது ஐந்து தலைமுறைகளுக்கு முற்பட்டவை. நினைவுகளை மட்டுமே முன்னிறுத்தி வணங்கப்படுபவை. மிகச் சில இடங்களில் அரியாக்கிழவிக்கு மட்டும் குலதெய்வக் கோயில்களில் சிறு சிலை வடிவில் ஓர் இடம் அளிக்கப்படுவது உண்டு.

- தனிப்பட்ட நிலையில், திருநிலைப்படுத்தி வணங்கப்பெறாமல், குடும்பத்தினரால் வணங்கப்படும் பெண்தெய்வங்கள் சில இருக்கின்றன. அவற்றில் ஒன்று கன்னி; பூப்பெய்தும் பருவத்திலோ, பூப்பெய்திய பிறகோ திருமணமாகாமல் இளவயதில் இறந்து போன பெண்கள் கன்னித் தெய்வமாகின்றனர். இவற்றுக்குப் படைக்கப்படும் சிற்றாடை கன்னிச் சிற்றாடை என்று வழங்கப்படுகின்றது.

- கன்னித்தன்மையிலிருந்து திருமணமாகிப் பிரசவத்தின் போதோ அதற்கு பின்னரோ இளவயதில் இறந்து போன பெண்களும் அப்பெண்களின் வழித்தோன்றல்கள், குடும்பத்தினர்களால் தெய்வங்களாக வணங்கப்படுகின்றனர். இவற்றை மாலையம்மன் என்றழைக்கின்றனர்.

இவ்வாறு தாய்த்தெய்வ வழிபாடு என்பது தனிப்பட்ட குடும்பத்திலிருந்து தொடங்கிச் சமூகத்தில் மிக ஆழமாக வேரூன்றியிருப்பது பண்டைய காலத்தில் தலைமையேற்றிருந்த தாய்வழிச் சமூகத்தின் தொடர்ச்சியாகவே இருக்கின்றது. தாய்த்தெய்வங்களின் பெயர்களும் இதனை உறுதி செய்கின்றன. வைதீகச் சார்பின்றித் தனி ஆளுமையை விளக்கும் வகையில் சில தாய்த்தெய்வங்களின் பெயர்களைக் காணமுடிவதாகத் தொ.ப. அடையாளங்காட்டுகின்றார். 'வெயிலுகந்தாள்', 'கருக்கிலமர்ந்தாள்', 'வாள்மேல் நடந்தாள்' ஆகியவை இத்தன்மையில் குறிப்பிடத்தக்கவை.

தமிழகத்தின் தென்பகுதியில் தாய்த் தெய்வங்களுக்கு அம்மன் என்ற பெயரும், வட தமிழ்நாட்டில் ஆயி என்ற பெயரும் வழங்கப் பெறுவதையும் தொ.ப. எடுத்துக்காட்டுகிறார். சான்றாகக் குழுமாயி, பூமாயி, பெரியாயி, சிலம்பாயி ஆகியவற்றைக் குறிப்பிடலாம். குறிப்பிட்ட சில மக்கள்சமூகத்திற்குரிய தெய்வங்கள் நாளடைவில் பொதுவான தெய்வங்களாக மாறியுள்ளன. இதற்குச் சிறந்த சான்றாக பத்ரகாளி வழிபாட்டினைக் கூறமுடியும். இந்த அம்மனைப் பெருமளவு நாடார் சாதியினர் வணங்குவதாகக் குறிப்பிடும் தொ.ப. அதற்கான காரணத்தையும் பொருத்திக் காட்டியுள்ளார். பத்ரம் என்பதற்கு ஓலை என்பது பொருள். எனவே நாடார் என்று இன்றறியப்படும் சமூகமானது பனையினை மூலாதாரமாகக் கொண்ட மக்கட்சமூகமாக இருக்கின்றது. எனவே தொழில் தொடர்புகொண்ட கணத் தெய்வமாக இப்பெண்தெய்வம் தோன்றியிருக்க வேண்டும் என்கிறார். உலகம்மன், உலக நாயகி, லோக நாயகி, லோகாம்பாள் உள்ளிட்ட பெயர்களின் தொடர்ச்சி சோழர்கால பள்ளிபடை கோயில்களோடு தொடர்புடையது என்கிறார் தொ.ப., இப்பெயர்கள் யாவும் மேலோர் மரபு சார்ந்த தெய்வப் பெயர்களாக இருப்பதையும், அரச குடும்பத்தையோ அரசு அதிகாரிகள் குடும்பத்தையோ சேர்ந்த பெண்கள் தெய்வங்களாகும் போது இப்பெயர் மரபு தோன்றியிருக்கக்கூடும் என்றும் அவதானிக்கின்றார். குறிப்பாக, சோழ அரசர்களின் மனைவியர்களின் பெயர்கள் 'அவனி முழுதுடையாள்', 'புவன முழுதுடையாள்', 'உலக முழுதுடையாள்', 'தரணி முழுதுடையாள்', 'மூவுலகுடையாள்', 'திரிபுவன மாதேவி' என்று குறிக்கப்பட்டுள்ளதையும் சான்று காட்டுகின்றார்.

ஒரு தாய்த்தெய்வத்தின் பெயர் எப்படி முந்தைய வரலாற்றோடு ஊடாடுகிறது என்பதனை இயல்பான உரையாடலுக்குள் கொண்டு வந்துள்ளார் தொ.ப. இப்பின்புலத்தில் தமிழகத்தில் சில இடங்களில் வழங்கும் 'பட்டத்தரசி அம்மன்' என்கிற தெய்வத்தையும் புரிந்து கொள்ள முடியும்.

தாய்த்தெய்வங்களுள் சிறுதெய்வமா, பெருந்தெய்வமா என்று உறுதி செய்ய முடியாதபடி சில தெய்வங்கள் உள்ளன. சிறுதெய்வ நெறிக்கும் பெருந்தெய்வ நெறிக்குமான ஊடாட்டமாக இத்தெய்வங்களைக் கருத முடியும். அவற்றுள் ஒன்று 'காமாட்சியம்மன்'; ஆதிசங்கரரின் பின்புலத்தில் காஞ்சி காமகோடி என்ற பெருநிறுவனத்துடன் தொடர்புடைய காமாட்சியம்மன் கோயில் ஒரு பெருந்தெய்வக் கோயிலாக இருக்கிறது. ஆனாலும் தமிழகத்தின் கிராமப்புறங்களில் காமாட்சியம்மன் பிராமணப் பூசையின்றி குருதிப் பலி பெறும் சிறுதெய்வமாகக் காணப்படுவதைத் தொ.ப. களஆய்வின் வழிக் கண்டுள்ளார். பங்காரு காமாட்சியை வணங்குபவர்கள் தெலுங்கர்களாக இருப்பதும் இங்கு இணைத்து நோக்கத்தக்கது. மேலும் காமக்கோட்டங்கள் என்ற பெயரில்

காஞ்சி காமாட்சி கோயில் வகை செய்யப்பட்டிருப்பது குறிப்பிடத்தக்கது. பொதுவாகக் காமக்கோட்டங்கள் பெண்பூசாரிகளால் நிர்வகிக்கப்பட்டும் வழிபாடு செய்யப்பட்டும் வந்திருக்க வேண்டும் என்பதையும் சில சடங்குகளின் வழித் தொ.ப. நிறுவுகின்றார்.(2019:12)

தொழில்சார்ந்து உருவான தெய்வங்களுள் குறிப்பிடத்தக்கது குமரித் தெய்வம்; கன்னியாகுமரியில் உள்ள இத்தெய்வம் சங்காலத்தின் தொடர்ச்சியைக் கொண்டதாக இருக்கவும் வாய்ப்புள்ளது. அகநானூற்றின் 370ஆம் பாடல் குறிப்பிடும் 'கடல்கெழு செல்வி' என்கிற பழைய தாய்த்தெய்வமும் அதன் சடங்கு முறைகளும் இன்று வழக்கத்திலில்லை. இருப்பினும் இந்தக் கடல்கெழு செல்வியே குமரித் தெய்வமாக இருப்பதற்கான முகாந்திரங்கள் உள்ளன. திராவிட மொழிபேசும் மக்களிடத்தில் தாய்த்தெய்வ வழிபாடானது தாய்வழிச் சமூகத்தின் தொடர்ச்சி ஆழமாக வேரூன்றியிருப்பதையே காட்டுகின்றது. எளியமக்கள் எப்போதும் சமயக்காழ்ப்புக் கொண்டவர்களாக இருப்பதில்லை. அவர்கள் அனைத்தையும் இயல்பாக ஏற்று வாழப் பழகியவர்கள். வழிபாட்டிடங்களை இடிப்பதும், மறுப்பதும் அரசதிகாரத்தின் வேலை என்று கூறும் தொ.ப., எளிய மக்களின் வாழ்வியலோடு பிறசமய தெய்வங்கள் கலந்துபோன சில செய்திகளையும் பதிவு செய்திருக்கிறார்.

குறிப்பாக கிறித்தவம்; வீரமாமுனிவர் தமிழகத்தின் பண்பாட்டு வேர்களை மிகச்சரியாகப் புரிந்து கொண்டவர். தாய்த்தெய்வ வழிபாட்டின் வீரியத்தைப் புரிந்து கொண்ட அவர், பெரிய நாயகி என்ற பெயரில் மேரிமாதாவிற்குப் பதினெட்டாம் நூற்றாண்டளவில் திருச்சிமாவட்டம் ஏலாக்குறிச்சியில் கோயில் ஒன்றினைக் கட்டுகிறார். மேலும் அந்த ஊர் தாய்த்தெய்வத்தின் காவலுக்குட்பட்டது என்கிற பொருளில் திருக்காவலூர் என்கிற பெயரினையும் இடுகிறார். அக்கோயில் மீதும் தலத்தின் மீதும் கலம்பகம் ஒன்றையும், அன்னை அழுங்கல் அந்தாதி, பெரிய நாயகி பேரில் பதிகம் ஆகிய பிரபந்தங்களையும் பாடுகின்றார். இது முழுக்க முழுக்க இங்கு நிலையாக வழங்கிவந்த தாய்த்தெய்வ வழிபாட்டின் பிரதிபலிப்பாகவே இருக்கின்றது. இம்முயற்சி வெற்றியும் பெற்றது. கத்தோலிக்கம் தமிழகத்தில் நிலையான இடத்தைப் பெற்றுவிட்டது. முன்னர்க் குறித்தபடி தாய்வழிச்சமூகத்தின் அசைக்கமுடியாத வேராகத் தமிழக மக்களின் நம்பிக்கைகளும் சடங்குகளும் இருப்பதனை இப்பின்புலத்தில் புரிந்து கொள்ளமுடிகின்றது. மேரி மட்டும்மன்றிச் சின்னமாயி, மரித்தியம்மாள் உள்ளிட்ட கிறித்தவப் பெண்களின் கல்லறைகளும் வழிபாட்டிற்கு உரியவையாக இருப்பதனையும் உரையாடலுக்குட்படுத்தியுள்ளார் தொ.ப.(2006:28) சமணப் பெண்தெய்வங்களான அம்பிகா யட்சி, ஜ்வாலா மாலினி ஆகியவை முறையே இசக்கியம்மன், பொன்னியம்மன் என்கிற பெயரால் வழிபடப்பட்டு வருகின்றனர். சமணசமயம் வேரற்றுப் போனாலும்

அம்மதம் உருவாக்கி வைத்திருந்த தாய்த்தெய்வங்களை வைதீகத்திற்கு அடிமைப்படாத எளிய மக்கள் குறிப்பாகப் பெண்கள் வழிபாட்டிற்குரிய தெய்வங்களாக இயல்பாக ஏற்றுக்கொள்வது குறிப்பிடத்தகுந்தது. இதற்கு மற்றுமொரு சான்றாக, நெல்லை மாவட்டத்தின் அருகில் சிங்கிகுளம் ஊரில் உள்ள நியாய பரிபாலனப் பெருமாள் பள்ளி என்பது இன்றளவும் பகவதி அம்மன் கோயிலாகவும் அதிலுள்ள தீர்த்தங்கரர் முனீஸ்வரராகவும் நம்பப்பட்டு மக்களால் வழிபடப்பட்டு வருவதனைக் கள ஆய்வின் வழித் தொ.ப. எடுத்துக்காட்டியுள்ளார்.

இவ்வாறு பல பரிமாணங்களையும், பல விதமான நம்பிக்கைகளையும், சடங்குகளையும் பெற்றிருக்கும் சிறுதெய்வங்கள் இன்றையச் சூழலில் சிறிதுசிறிதாகத் தங்களின் பூர்விக தன்மையை இழந்து வருவதையும் வருத்தத்துடன் பதிவு செய்துள்ளார் தொ.ப.. சிறுதெய்வங்கள் கோயில், கருவறை ஆகியவற்றைப் பெற்றுப் பெருந்தெய்வ வழிபாடான வைதிக மரபிற்குள் கரையத் தொடங்கியுள்ளதையும் சுட்டிக்காட்டுகின்றார். இப்படி தமிழ்ச் சமூகத்தின் சிறுதெய்வ வழிபாட்டு நெறிகள் குறித்து விரிவான உரையாடலை நிகழ்த்தியிருக்கும் தொ.ப., நிறுவனமயப்பட்ட சமயங்கள் குறித்தும் பல சுவாரசியமான ஆய்வுபூர்வமான உரையாடல்களை நிகழ்த்தியுள்ளார். கீழ்க்கண்ட நிலைகளில் அவற்றைத் தொகுத்துக் கொள்ளலாம்.

- சமய உருவாக்கம்; பௌத்த, சமண சமயங்களின் சரிவும்; எஞ்சியிருக்கும் தொடர்ச்சிகளும்.
- சைவ சமயம், சிவ வழிபாட்டின் தொன்மையும் தொடர்ச்சியும், சைவமரபின் எழுச்சி; அரசதிகாரம் - சைவ மதம் குறித்த உரையாடல்கள். நிலவுடைமைச் சமூகத்திற்கும் சைவத்திற்குமான ஊடாட்டம்.
- தமிழ் நாட்டு வைணவம், வைணவத்தின் செயல்பாடுகள்; நாட்டார் மரபில் வைணவத்தின் ஊடுபரவல். கிருஷ்ணன், பலராமன் வழிபாடு குறித்த செய்திகள். இதுவரை கவனத்தில் பெரிதும் வராத தமிழ்நாட்டு வைணவம் பற்றித் தொ.ப. அளித்துள்ள தரவுகளும் அவற்றை அணுகியுள்ள ஆய்வு முறையும்.
- முருகன், அறுபடை வீடுகள் குறித்த ஆய்வு; திருமுருகாற்றுப்படையினைப் பின்புலமாகக் கொண்டு கட்டமைக்கப்பட்டிருக்கும் படைவீடுகளின் எண்ணிக்கை, தன்மை; பிற்காலத்தில் கச்சியப்ப சிவாச்சாரியார், அருணகிரிநாதர் உள்ளிட்டோர் திருமுருகாற்றுப்படையை உள்வாங்கிய முறையில் இருக்கும் முரண்பாடுகள் குறித்த உரையாடல். இத்தொடர்பில் வள்ளி குறித்த கட்டுரைப் பதிவையும் ஒருபுடை தமிழகத்தில் பரவலாக்கம் பெற்ற விநாயகர் வழிபாடு குறித்த உரையாடலையும் இணைத்துக் கொள்ளலாம்.

- பிறி நாடுகளிலிருந்து இந்திய நிலப்பரப்பிற்குக் குறிப்பாகத் தமிழகத்திற்கு வந்த கிறித்தவம், இசுலாம் சமயங்களின் ஊடுபரவல் குறித்த சில செய்திகள்.

சமயம் என்பது நிறுவனப்படுத்தப்பட்ட ஒன்று. இந்தியா குறிப்பாகத் தமிழகத்தில் வழக்கிலிருந்த சமயங்கள் குறித்த ஆய்வுகளை அயல்நாட்டாரே பெருமளவு முன்னெடுத்துள்ளனர். சான்றாக David Dean Shulman எழுதிய The Temples myths என்ற நூலினைக் கூறலாம். தமிழ் அறிஞர்கள் எனும் போது தேவநேயப்பாவாணரின் தமிழர் மதம், கா.சு. பிள்ளையின் தமிழரின் சமயம் ஆகியவை கவனத்திற்குரியவை. தொ.ப. சமயங்களின் அரசியலைக் கவனப்படுத்தியவர். வைதிக சமயத்தின் உருவாக்கம் என்பது பல சமயநெறிகளைத் தன்வயப்படுத்தியே சாத்தியப்பட்டுள்ளது என்பதை அவர் பல சான்றுகளின்வழி நிறுவியுள்ளார்.

இந்திய மரபில் பெருஞ்செல்வாக்குப் பெற்றிருந்த சமண, பௌத்த மதங்கள் தமிழகத்திலும் பெரும்பான்மை வாய்ந்த மதங்களாகவே இருந்துள்ளன. பல நூற்றாண்டுகள் இங்கு வேரூன்றிக் கிளைத்திருக்கின்றன. வைதிகத்தின் எழுச்சியும் சமண, பௌத்த மதங்கள் கொண்டிருந்த சடங்குகளின் இறுக்கமும் அவற்றின் சரிவிற்குக் காரணமாயின. இருப்பினும் சமண, பௌத்த சமயங்கள் தமிழ் மரபிலிருந்து அழிந்து போனவை என்கிற பொதுக் கருத்தினைச் சில தரவுகளின் வழிக் கேள்விக்குட்படுத்தியுள்ளார் தொ.ப. எந்தவொரு பொருளும் அல்லது நிறுவனமும் முற்றுமுழுதாக அழிந்து போவதற்குச் சாத்தியமில்லை. அவற்றின் எச்சங்கள் ஏதேனுமொரு சமூகத்தொடர்ச்சியைக் கொண்டிருக்கும் என்றும் பதிவு செய்கிறார். குறிப்பாகச் சமண, பௌத்த சமயங்களின் தொடர்ச்சியை அவர் கவனப்படுத்தியிருப்பது வியக்கத்தக்கது. சமயங்களின் தொடர்ச்சி தொடர்பான தொ.ப.வின் கருத்து வருமாறு,

> "அழிந்த சமயங்களின் எச்சங்கள் சொல்லாகவும் தொடராகவும் சொலவடைகளாகவும் பழமொழிகளாகவும் தன்னுணர்ச்சியின்றி நம் நினைவில் நிற்கின்றன. சில இடங்களில் நினைவுகளோடு சடங்குகளாகவும் இவை காணப்படுகின்றன. இவற்றை ஒருங்கு தொகுத்துக் காண்பது சமயங்களின் வாழ்வினையும் சரிவினையும் புரிந்து கொள்வதற்கான எடுத்துக்காட்டுகளாகும். (2019:23)"

சமணம், பௌத்தம் இரண்டு மதங்களில் பௌத்தம் மட்டுமே மறைந்துவிட்ட சமயமாக இருக்கிறது என்று கூறுகின்ற தொ.ப. சமணம் தமிழகத்தின் தென்பகுதியில் மட்டுமே மறைந்துவிட்டது என்கிறார். இதன்மூலம் வட தமிழகத்தில் சமணமதத்திற்கான தொடர்ச்சி இருக்கின்றது என்பதைப் புரிந்து கொள்ளமுடிகின்றது. மேலும் வடமாவட்டங்களில் குறிப்பாக, திண்டிவனம், வந்தவாசி,

காஞ்சிபுரம் ஆகிய பகுதிகளில் ஒருலட்சம் தமிழர்கள் சமணர்களாகவே வாழ்வதையும் அங்குச் சமணக் கோயில்கள் இன்றளவும் வழிபாட்டுடன் இருப்பதையும் தொ.ப. பதிவு செய்துள்ளது குறிப்பிடத்தக்கது. பௌத்த, சமண சமயங்களின் தொடர்ச்சி குறித்துத் தொ.ப. பதிவு செய்துள்ள கருத்துக்களைக் கீழ்க்கண்ட நிலைகளில் தொகுத்துக் கொள்ள முடியும்.

- பௌத்த சமண சமயங்களில் வழங்கப்பட்ட சொற்களின் தொடர்ச்சி இன்றளவும் பயன்பாட்டில் இருப்பதற்குப் பௌத்த மரபில் வழங்கிய 'ஆழ்வார்' என்கிற பெயர் குறிப்பிடத்தக்க சான்று. பௌத்த சமயத்தில் ஆழ்வார் என்கிற சொல் ஆசாரியர்களைக் குறிப்பதாக வழங்கப்பட்டிருக்கின்றது. நீலகேசியின் மொக்கலவாதச் சருக்கத்தில் இடம்பெறும் பாடலடியில் 'ஈழம் அடிப்படுத்த தாடையாழ்வார்' என்று பயின்று வந்துள்ளது. காலத்தால் இதுவே முந்தைய பயன்பாடாக இருக்கின்றது. அதே நேரம் திவ்யப் பிரபந்தம் பாடிய பன்னிரு ஆழ்வார்களும் ஆழ்வார்கள் என்ற பெயரில் திவ்யப் பிரபந்தங்களுக்குள் ஒரு இடத்தில் கூட சுட்டப்படவில்லை. சமண சமயத்திலும் நாற்பத்தெட்டு நாட்கள் உண்ணா நோன்பிருந்து உயிர்துறந்தோரை மகாதேவர் என்றழைத்திருக்கின்றனர். பிற்காலத்தில் இப்பெயர் சிவபெருமானுக்கு உரியதாக மாற்றப்பட்டதும் இத்தொடர்பில் இணைத்து நோக்கத்தக்கது.
- பட்டிமன்றம் என்ற உரையாடல் வடிவம் இன்று ஊடகங்களைப் பெருமளவு ஆக்கிரமித்திருக்கின்றது. இவ்வடிவத்தைத் தொடங்கியது சமண, பௌத்த மதங்களே. தங்களின் சமய தத்துவார்த்தத்தை பிற சமயங்களைச் சார்ந்தவர்களோடு விவாதிப்பதற்காகப் பட்டிமண்டபங்களை உருவாக்கினர். அதுவே இன்று பட்டிமன்றம் என்று வழங்குகின்றது. அரசமரம் என்பது இன்று வைதிகத்தின் புனித மரமாகவும் வழிபாட்டிற்குரியதாகவும் இருக்கின்றது. உண்மையில் அரசமரம் பௌத்த மதத்தின் புனிதச் சின்னமாக இருந்துள்ளது. அதனை ஞானத்தின் குறியீடாகப் பௌத்தர்கள் கருதியுள்ளனர். பள்ளிக் கூடம், கல்லூரி உள்ளிட்ட கல்வி நிலையங்களின் தொடக்கமாகவும் சமண, பௌத்த மதங்களே இருந்துள்ளன. இந்தப் பதப் பிரயோகங்களும் சமண, பௌத்தத்திலிருந்து பெறப்பட்டவையே.
- பௌத்தர்களுக்கு உரியதாக இருந்த காவி நிற ஆடை இன்றளவும் வைதீகத்திற்கு உரிய ஆடையாக மாற்றப்பட்டுள்ளது. 'சீவரத்தர்' என்ற சொல் செவ்வாடை அணிந்த பௌத்தர்களைக் குறிக்க பயன்படுத்தப்பட்டிருக்கின்றது. பிற்காலத்தில் 'செங்கல் பொடிக்கூறை வெண்பல் தவத்தவர்' (திருப்பாவை. 14) என ஆண்டாள் தன் பாசுரத்தில் இவ்வாடையினைக் குறிப்பிட்டுள்ளார். இன்றைய அரசியலில் இந்நிறத்தின் வீரியத்தைப் பார்க்கும் போது இதன் தொன்மையும் தொடர்ச்சியும் வியப்பிற்குரியதாக உள்ளது.
- தமிழகத்தில் முருகன், திருமால் கோயில்களில் தலைமுடியை மழிக்கின்ற வேண்டுதல்களும் சடங்குகளும் தொடர்ச்சியாக நடைபெறுவதைக்

காணமுடிகின்றது. இப்படித் தலையை மழித்துக் கொள்கின்ற வழக்கம் ஆகமங்களில் சுட்டப்படாதது. சமண, பௌத்தர்களே இவ்வழக்கத்தினை வைத்திருந்தனர். 'மொட்டமணர்' என்று இவர்களை வசைபாடிய பக்திப் பாடல்களைத் தமிழ்மரபில் காணமுடியும். மேலும் பௌத்த துறவியர் தம் உடைமையாகக் கொள்ளக் கூடிய எட்டுப் பொருட்களில் மழிகத்தியும் இடம்பெற்றுள்ளது.

- அமாவாசை, பௌர்ணமி தினங்களில் கடைப்பிடிக்கப்படும் நோன்புகளும் பௌத்த மரபிற்குரியவையே. காருவா, வெள்ளுவா நாட்களில் ஒருவட்டத்திலுள்ள பௌத்தத் துறவிகள் கூடிச் சங்கம் நடத்தியுள்ளனர். இலங்கைச் சிங்களவர்கள் இதனைப் 'போயாதினம்' என்று அழைக்கின்றனர். அன்று பிச்சைக்கு வரும் பௌத்தத் துறவிகளுக்குப் பெண்கள் உணவிடும் வழக்கம் இருந்துள்ளது. வைதிகத்திற்குள் இவை திதிகளாக மாற்றப்பட்டு முன்னோர்களுக்குரிய நீர்க்கடன் தரும் நாட்களாக ஆக்கப்பட்டிருப்பதும் அன்றையதினம் பிச்சைக் கேட்டு வருபவர்களுக்கு பெண்கள் உணவிடுவதும் பௌத்தத்திலிருந்து வைதிகம் பெற்ற விழுமியமாகவே இருக்கின்றது.

- சடங்கு, வழிபாடு என்பதைக் கடந்து வசைச்சொற்களிலும் சமண, பௌத்த தொடர்ச்சியினை இனங்காண முடிகின்றது. சைவ, வைணவ பக்தி இயக்கத்தின் எழுச்சி என்பது சமண, பௌத்த மதங்களுக்கெதிரான கலகக் குரலாக உருப்பெற்றுள்ளது. சம்பந்தர் தேவாரத்தில் ஒவ்வொரு பதிகத்திலும் எட்டாவது பாடல் சமண பௌத்தர்களைச் சாடுவதாகவே உள்ளது. இந்த வெறுப்புணர்வின் எச்சங்கள் இன்றளவும் வசைச்சொற்களாக வழக்கத்தில் இருக்கின்றன. ஆனால் இவற்றைப் பயன்படுத்துவோருக்கு அச்சொற்களின் பூர்வீகம் குறித்த எந்தப் புரிதலும் இருப்பதில்லை. இதுவே வைதிகத்தின் வெற்றியாக இருக்கின்றது. சான்றாக, அம்மணம், மயிராண்டி, மயிரைப் பிடுங்கு இத்தகைய வசைச்சொற்கள் சமண மதத்தைத் தூற்ற உருவாக்கப்பட்டவை. சமண பௌத்த துறவிகள் தான் தலையில் இருக்கும் முடியினைப் பிடுங்கி எடுக்கின்ற லோசனம் என்ற வழக்கத்தைக் கொண்டிருந்தனர். திகம்பரர்களாக ஆடையின்றித் திரிந்தவர்கள். நிலையற்று, உறுதியற்று மனம்போன போக்கில் திரிபவர்களை ஏழுவழி போகிறவன் என்று வசைபாடுகின்ற வழக்கமும் உள்ளது. இது சமண சித்தாந்தத்தில் பேசப்படுகின்ற சப்த பங்கி என்னும் ஏழு நிலையைப் பகடி செய்வது. சப்த பங்கி என்னும் சமணசித்தாந்தத்தை வெற்றி பெற்ற சைவம் அந்தத் தத்துவார்த்தத்தையே வசைச்சொல்லாக மடைமாற்றியிருப்பது குறிப்பிடத்தக்கது.

இவ்வாறு பல நூற்றாண்டுகள் நிலைபெற்றிருந்து பின்னர் மெதுவாக இல்லாமல் போன சமண, பௌத்த சமயங்களின் பண்பாட்டு வேர்கள் ஏதோ ஒருவகையில் ஒரு தொடர்ச்சியினை இன்றளவும்

கொண்டிருப்பதனைத் தொ.ப. அடையாளங்காட்டுகின்றார். உண்மையில் இவை வியப்பிற்குரிய உரையாடல்களாகவே இருக்கின்றன.

வைதிக சமயங்களான சைவம், வைணவம் ஆகிய இரண்டில் சைவம் தன்னை அரசதிகாரம் சார்ந்த சமயமாக நிலைநிறுத்திக் கொண்டது. பிற்காலச் சோழர்களின் ஆட்சி இதற்குப் பின்புலமாக அமைந்தது. சைவசமயத்தின் இத்தன்மை குறித்து ஏராளமான ஆய்வுகள் வெளிவந்துள்ளன. அவற்றுள் க.கைலாசபதியின் 'பேரரசும் பெருந்தத்துவமும்' என்கிற ஆய்வு குறிப்பிடத்தகுந்த ஒன்று. தொ.ப.வும் சைவ சமயம் குறித்த செய்திகளைக் கவனப்படுத்தியுள்ளார். சைவம் குறித்துத் தொ.ப. உரையாடியுள்ள செய்திகளைக் கீழ்க்கண்ட நிலைகளில் தொகுத்துக் கொள்வோம்.

- கி.பி. ஐந்து மற்றும் ஆறாம் நூற்றாண்டில் சமண, பௌத்த துறவிகளைப் போன்றே பாசுபதம், காளாமுகம், கபாலிகம், மாவிரதிகள் உள்ளிட்ட சைவ சமயத்துறவிகளின் குழுக்கள் தமிழகத்தில் இருந்துள்ளனர். இப்பிரிவினர் குறித்த விரிவான உரையாடலைத் தொ.ப. முன்னெடுத்துள்ளார்.

- சமணத்திற்கு எதிராக வைதிகமார்க்கத்தில் அப்பர் முன்னெடுத்த சைவசமயத்திற்கும் சம்பந்தர் நெறிப்படுத்திய சைவத்திற்குமான வேறுபாடு முக்கியமானது. இவ்விருவரின் கூட்டணியும் கவனத்திற்குரியது. இக்கூட்டணியின் குறுவித்தினைப் (Seedling) புறநானூற்றிலேயே காணமுடிகின்றது. பேரரசு உருவாக்கத்தில் வேதவழிப்பட்ட சம்பந்தரின் நெறியே வெற்றியடைந்தது. திருமறைக்காட்டில் கதவு திறப்பதற்காக நாவுக்கரசர் 'பண்ணினேர் மொழியாள்' என்று தொடங்கிப் பத்துப் பாடல்கள் பாடிய பின்னரே கதவு திறந்தது. ஆனால் சம்பந்தர் ஒருபாடலை பாடியவுடனேயே கதவு மூடிக் கொண்டது என்கிற கதை மரபு ஒன்று உண்டு. இதன்மூலம் சம்பந்தரின் வேதநெறியே இறைவனை விரைவாக அடைவதற்கு வழி என்பது மறைமுகமாக உணர்த்தப்பட்டுள்ளதையும் புரிந்துகொள்ள முடிகின்றது.

- நிலப்பிரபுத்துவத்திற்கும் சைவத்திற்குமான நெருங்கிய உறவுநிலை. இந்த உறவுநிலையால் சமூகத்தில் பல மாற்றங்கள் நிகழ்ந்தன. குறிப்பாகப் பரத்தைமை நிறுவனமயமாக்கப்பட்டதோடு கோயில்சார்ந்து நிலைநிறுத்தப்பட்டது. தாய்வழிச் சமூகத்தின் அனைத்து எச்சங்களும் மறைக்கப்பட்டுத் தந்தைவழிச் சமூக அமைப்பு மேலெழுந்தது. அதிகாரத்தின் பெருவடிவமாக அரசும் குறுவடிவமாகக் குடும்பமும் ஏற்றுக் கொள்ளப்பட்டன. குடும்ப அமைப்புகளும் அதுசார்ந்த விழுமியங்களும் தெய்வங்களுக்கும் உரியதாகின. குடும்பத் தலைவனின் பாலியல் நுகர்விற்குப் பரத்தைமை ஒழுக்கமும் அரசனின் நுகர்வுக்கு வேளமும் நிறுவனங்களாக அமைந்தன. இதன் அடுத்தகட்ட நகர்வில் பரத்தைமை இறைவனுக்கும் உரித்தான ஒழுக்கமாக மாறியது. இதற்கான சான்றினை வாய்மொழி வழக்காறுகளில் காணமுடிகின்றது.

மா.இராசமாணிக்கனாரின் பல்லவர் வரலாறு, இரா.நாகசாமி, டேவிட் லாரன்சன் ஆகியோரின் ஆய்வுகளைக் கவனத்தில் கொண்டு இந்திய மரபில் உருவான சைவசமயம் குறித்துச் சில பதிவுகளைத் தொ.ப. செய்துள்ளார். பாசுபதம் என்பது ஹரப்பா, சிந்துசமவெளி நாகரிகத்தின் வழிப் பெறப்பட்ட பசுபதி வழிபாட்டின் தொடர்ச்சியாக இருக்க வாய்ப்புள்ளது. மேலும் காள என்ற சொல் கருப்பினைக் குறிக்கின்றது. திருமேனிகளின் முகத்தில் கருப்புப் பொடிபூசிப் பின்னர் நீராட்டு நிகழ்த்திய செய்திகளை மேற்குறித்த அறிஞர்கள் பதிவு செய்துள்ளமையையும் எடுத்துக் காட்டுகின்ற தொ.ப. ஆகம நூல்களில் இதுகுறித்த செய்திகள் ஏதும் இடம்பெறவில்லை என்பதையும் சுட்டிக்காட்டுகின்றார். எனவே பாசுபதம், காளமுகம் என்பவை தொல்பழமை வாய்ந்த வழிபாட்டு மரபாக இருந்திருக்கின்றன.

அவ்வாறே காளம் என்பது சுடுகாட்டுத் தலத்தினைக் குறிப்பது. தமிழ்ச்சமூகத்தில் சைவ சமயகுரவர்களுக்குக் காலத்தால் முந்தைய காரைக்காலம்மையார் வழிபட்டது சுடலையாடியான சிவபெருமானையே என்பதையும் அவர் பாடிய திருவாலங்காட்டு மூத்த திருப்பதிகத்தில் உள்ள திருவாலங்காடு என்பது சுடுகாட்டுத் தலம் என்பதையும் இத்தொடர்பில் இணைத்து நோக்கமுடியும். இன்று வடநாட்டில் பெரும்புகழ் பெற்றிருக்கும் காசி என்கிற ருத்ரபூமி அணையாத சுடுகாடு என்பது இவ்வழிபாட்டின் தொன்மையையும் தொடர்ச்சியியையும் காட்டுகின்றது. ஆனால் இத்தகு வழிபாடுகள் ஆகமத்தில் இடம்பெறாத தன்மையும் சிந்தித்தற்குரியது. மேலும் மாவிரதிகள் என்பவர்கள் சிவனைப் போலவே தம்மை அலங்கரித்துக் கொண்டு கபால மாலையைக் கழுத்தில் போட்டுக்கொண்டு திரிந்தவர்கள். நெற்றியில் பாவனை நெற்றிக்கண் வரைந்த கொண்டு காட்சியளிப்பவர்கள். இந்தக் கோலத்தினை அப்பர் வித்தகக் கோலம் என்று பதிவு செய்திருக்கிறார். குழந்தைகள் கண்டால் அச்சப்படுகின்ற இத்தோற்றம் இன்றளவும் 'மூணுகண்ணு பூச்சாண்டி வருகிறான்' என்கிற மரபார்ந்த சொலவடையில் வாழ்ந்து கொண்டிருக்கின்றது.

பாசுபதர், காபாலிகர், காளாமுகர், மாவிரதிகள் ஆகிய பெயர்வழக்குகள் எதுவுமே தமிழ்ப்பெயராக இல்லை என்பதும் குறிப்பிடத்தக்கது. இருப்பினும் இவை தமிழகத்தில் ஊடுருவியிருக்கின்றன. இப்படிச் சுடுகாட்டுடனும் சிந்துசமவெளி நாகரிகத்துடனும் உறவும் தொடர்ச்சியும் கொண்டிருந்த சிவ வழிபாடு சைவம் என்ற சித்தாந்தமாக மாறிய போது அது நிறுவனமயமாகியது. சைவத்திற்குரிய இருவகையான நிறுவனங்களைத் தொ.ப அடையாளங் காட்டுகின்றார். ஒன்று காசுமீரத்தில் ஸ்ரீகண்டர் என்பவரால் உருவாக்கப்பட்ட நெறி. இது பசுபதி வழிபாட்டிலிருந்து தொடர்ந்து வருகின்ற பாசுபதத்தை

அடிப்படையாகக் கொண்டது. இன்னொன்று ஸ்ரீகண்டரின் மாணவர் லகுலீசரால் உருவாக்கப்பட்டது. இது காளாமுகர் நெறி. கி.மு.மூன்றாம் நூற்றாண்டளவில் ஆந்திர, கருநாடகப் பகுதியில் செல்வாக்குப் பெற்றது. பாசுபாத நெறி முன்னெடுத்த குறிப்பிடத்தக்க தத்துவம் சோம சித்தாந்தம் என்கிறார் தொ.ப.

சமணமும், பௌத்தமும் பெண்ணைத் துறந்து துறவியாக வேண்டிய கடமையை வலியுறுத்த பாசுபத நெறி பெண்ணிற்குச் சம உரிமை அளித்து மாதொரு பாகனாக இறைவனை முன்னிறுத்தியது. இதன் தொடர்ச்சியைப் பக்தி இயக்க காலத்தில் தோன்றிய பதிகங்களில் காணமுடிகின்றது. பொதுவாகச் சிவபெருமானின் வீரதீரச் செயல்களாகச் சைவ இலக்கியங்கள் பதிவு செய்துள்ள அனைத்தும் பகையழிப்பு முயற்சிகளே என்று பதிவு செய்யும் தொ.ப. அவற்றுக்கு முன்னோடியான நிகழ்வாகத் தாருகாவனத்து ரிஷிகளின் கர்வத்தினை அழித்த கதைமரபினையும் சிற்பச் சான்றுகளையும் விரிவாக விளக்கியுள்ளார். எனவே தமிழகத்தில் பக்தி இயக்க காலத்திற்கு முன்னரே சமண, பௌத்த மதங்களின் சமகாலத்திலேயே அவற்றை எதிர்க்கின்ற பண்பாட்டு முயற்சிகள் சில நடைபெற்றிருப்பது தெரியவருகின்றது.

இங்குப் பிறிதொரு செய்தியையும் நினைத்துப் பார்க்க வேண்டும். சமணமும் நிர்வாணத்தை ஆதரித்தது. திக்கையே ஆடையாகக் கொண்ட திகம்பரர்கள் ஊருக்கு வெளியில் வாழ்ந்துள்ளார்கள். ஆனால் அந்த நிர்வாணம் முற்றும் துறந்த நிலையினை உணர்த்துவதாக நிர்வாணத்தைப் பெருமைபடுத்துவதாக இருந்திருக்கின்றது. பாசுபதம் முன்னெடுத்த நிர்வாணத்தின் நோக்கம் (இச்சையையும் பற்றையும் ஏற்படுத்துதல், அச்சம் தருதல்) இதிலிருந்து மாறுபட்டது என்பதனைப் புரிந்து கொள்ள முடிகின்றது. இதனைத் தொ.ப., 'நிர்வாணத்தைப் பெருமைப்படுத்திய துறவு நெறியினை, அச்சம் தரும் ஆயுதம் ஏந்திய நிர்வாணக் கோலத்தில் சைவம் விரட்டியடித்தது என்பதே வரலாற்று உண்மையாகும்' என்று பதிவு செய்கிறார் (2019:13). பிட்சாடனர் உருவத்தில் சிவபெருமான் கையிலேந்தியுள்ள கபாலம் பிரம்ம கபாலம். செருக்குக் கொண்ட பிரம்மனின் ஐந்தாவது தலை; என்பது புராணச் செய்தி. பாசுபத நெறி என்பது நரபலி, உள்ளிட்ட சடங்குகளைச் செய்த நெறி. பிட்சாடனர் போலப் பைரவரும் இந்நெறிக்குரிய தெய்வமாக இருப்பதும் குறிப்பிடத்தக்கது. சிறுத்தொண்ட நாயனார் கதையில் பிள்ளைக்கறி கேட்ட சிவபெருமான் பைரவர் வேடம் புனைந்து வந்ததும் இத்தொடர்பில் நினையத்தக்கது.

பல்லவப் பேரரசின் சரிவோடு இந்தப் பாசுபதர்களும் தமிழ்ச்சமூகத்திலிருந்து விலகிவிட்டனர். லகுலீசம் வழிவந்த, ஆடையணிந்த, மிதவாத, புலால் உணவை விலக்கிய நெறியாளர்கள்

இங்குப் பரவினர். இவர்கள் துறவிகளாகவும் இருந்தனர். கோயில்களும் மடங்களும் இவர்களின் பொறுப்பில் இருந்தன. அரசாங்கத்தின் தத்துவப் பின்புலமாகவும் இயங்கினர்.

சம்பந்தர், நாவுக்கரசர் காலத்தில் இருந்த சைவர்கள் இந்த லகுலீச நெறியினரே. இவர்கள் காலத்தில்தான் சுடுகாட்டுத் தலங்கள் கோயில்களாக மடைமாற்றம் பெற்றன. பின்னர்ப் பக்தி இயக்கத்தின் அரசியலில் லகுலீசம் தன்னை முற்றிலும் கரைத்துக் கொண்டது. தமிழ்ச்சமூகத்தில் சைவம் வேரூன்றிய வரலாற்றினை மேற்குறித்த தரவுகளின் வழி ஓரளவு புரிந்து கொள்ள முடியும்.

சமூக மாற்றமும் பேரரசுகளின் உருவாக்கமும் ஒற்றை அரசின் தத்துவார்த்தப் பின்புலமாக வேதத்தை நிலைநிறுத்தின. வேதம் பிறப்பு சார்ந்த அதிகாரத்திற்கு முக்கியத்துவம் கொடுத்தது. இதன் துணைவினையாகப் பிறப்பு சார்ந்த ஒதுக்கமும் நடைபெற்றது. இந்த வேதநெறி அக்கினியை வணங்கியது; வேள்வியில் விலங்குகளைப் பலியிட்டது; மந்திரங்களை உருவாக்கியது; புனிதங்களைக் கட்டமைத்தது. ஆனால் கோயில்களிலிருந்து விலகி நின்றது. இந்த வேதமரபில் வந்த சம்பந்தர் மட்டும் சமகால அரசியலையும் சூழலையும் கவனத்தில் கொண்டு கோயிலுக்குள் நுழைந்தார்.

இப்பின்புலத்தில் சம்பந்தர் முன்னெடுத்த வேதநெறி சார்ந்த சைவமரபிற்கும் அப்பர் முன்னெடுத்த (நிலம்சார்ந்த) சைவ மரபிற்குமான வேறுபாட்டினைத் தொ.ப. கவனப்படுத்துகின்றார். அப்பர் சம்பந்தரைப் பாடிப்பரவியதும் போற்றியதும் நிலவுடைமை சார்ந்த வேளாளருக்கும் (கிழார்) பார்ப்பனருக்குமான சமாதான உறவினைப் பிரதிபலிப்பதாகவே தொ.ப. இனங்காண்கிறார். இந்த உறவு நிலை இவ்விருவருக்கும் சில நூற்றாண்டுகள் முன்பிருந்தே சமூகத்தில் நிலவியதைப் பூஞ்சாற்றுப் பார்ப்பான் கௌணியன் விண்ணந்தாயனை ஆவூர் மூலங்கிழார் பாடிய பாடலைக் கொண்டு நிறுவுகின்றார். இப்பாடல் முழுமையாகக் கிடைக்கவில்லை. கிடைத்திருக்கும் பாடலடிகள் சமண, பௌத்த மரபினரை வெல்வதற்கு நீர்போல நெய்வார்த்து யாகம் செய்த நிலையைக் காட்டுகின்றது. இப்படிப் பக்தி இயக்கத்தின் எழுச்சிக்கு முன்பிருந்த வைதிகமானது சமண, பௌத்த எதிர்ப்பினைச் சமூக செயல்பாடாக முன்னெடுக்காமல் யாகம் செய்து அவர்களை விரட்டுவது உள்ளிட்ட செயல்களில் ஈடுபட்டது. இதன் தொடர்ச்சியில் சத்ருசம்ஹார யாகம் போன்ற யாகங்களைப் புரிந்து கொள்ள முடியும்.

ஒருபுறம் வேதநெறிப்படி சம்பந்தர் சைவத்தை நெறிப்படுத்த பிறிதொரு புறம் வேளாண் மரபில் தோன்றிய நாவுக்கரசர் குடும்ப அமைப்பு, உறவுநிலை, அனைத்து மரபினருக்குமான ஏற்றதாழ்வற்ற நிலை என உடைமைசார்ந்த கருத்தியலை முன்னெடுக்கிறார்.

இருப்பினும் சம்பந்தரின் வேள்விநெறியே வெற்றிபெறுகின்றது. அரசுசார்ந்த தத்துவப்பின்புலமாக மாறுகிறது. ஆனால் நாவுக்கரசரின் கொள்கைகள் இறைவன் குறித்த விழுமியங்களுள் மாற்றத்தைக் கொண்டுவந்தன. என்னதான் நாவுக்கரசர் கோத்திரப் பெருமையினைக் கண்டித்துச் சனநாயகக் குரல் எழுப்பினாலும் அது அரசனையும் வேதப் பார்ப்பனரையும் சமமாகக் கணிக்கப்பட்ட காலச்சூழலில் தோற்றே போனது. இருப்பினும் நிலவுடைமைச் சமூகத்திற்கான விழுமியங்களை இறைவனும் பெற்றுக் கொண்டது நாவுக்கரசரின் பாடல்கள் மூலமே. சமண பௌத்த நெறிகளின் துறவுக்கொள்கைக்கு எதிராகச் சைவம் குடும்ப உறவுகளை முன்னிலைப்படுத்தியது. அதிலும் குடும்பத்தின் தலைவனாக ஆண் கட்டமைக்கப்பட்டான். குடும்ப உறவுகள் யாவும் அவனுக்குக் கட்டுப்பட்டவையாகவும், அவனை நினைத்து ஏங்குபவையாகவும், அவனுக்குப் பணிந்து நடப்பவையாகவும் உருவகிக்கப்பட்டன. இத்தகு உறவுகளை இறைவனுக்கும் ஏற்றிக் காட்டியது நாவுக்கரசரின் பாடல்களே. வேளாண் மரபில் நிலம் என்பது உடைமைக்குரியது. நிலவுடைமையின் கருத்தாக்கத்தில்தான் இறைவனை உடையார் என்று அடையாளப்படுத்தினர்.

இறுதியில் நிலவுடைமைச் சமூகத்தின் அனைத்து விழுமியங்களும் இறைவனுக்கும் உரித்தாகின. உபரிஉற்பத்தியினால் செல்வம் மிகுந்த திணையாக மருதத்திணை இருந்ததாலேயே பரத்தைமை சார்ந்த ஊடல் என்பது சங்ககாலத்தில் மருதத்திணைக்கான உரிப்பொருளாகக் கட்டமைக்கப்பட்டது. இதன் தொடர்ச்சியே பிற்காலத்தில் நிலவுடைமை சமூகத்திலும் நிலைநிறுத்தப்பட்டது. ஆனால் சங்க காலத்தின் கலைக்குழாத்தினர் வைதிகத்தின் பண்பாட்டு மோதல்களினாலும், அதன் விளைவாக ஏற்பட்ட சமூக மாற்றத்தினாலும் பரத்தைமை என்கிற நிறுவனத்திற்குள் கரைக்கப்பட்டனர். மேலும் நிலவுடைமை, அதிகாரத்தின் குறியீடான கோயில்சார்ந்த நிறுவனமாகப் பரத்தைமை மடைமாறியது. மக்களின் வாய்மொழி வழக்காறான பாடல்களும், புராணங்களும் இறைவனுக்குரிய ஒழுக்கமாகப் பரத்தைமையையும் பதிவுசெய்தன. மதுரையில் வழங்குகின்ற நாட்டார் வழக்காற்றுப் பாடலொன்றை அடிப்படையாகக் கொண்ட தொ.ப.வின் கருத்து வருமாறு,

> "நிலமானிய முறையின் அனைத்து மனித மதிப்பீடுகளும் கடவுளுக்கும் சேர்க்கப்பட்டன. கடவுள் சிறந்த நீதிபதியானார்; சிறந்த மருத்துவன் ஆனார்; சிறந்த பாட்டுப்புலவர் ஆனார்; இசைவாணர் ஆனார். ஆடல் வல்லான் ஆனார்; நிலக்கிழார் ஆனார்; செல்வத் திரட்சியால் பரத்தைவீடு தேடிச் செல்பவராகவும் ஆனார். சைவ மதத்தின் நில உடைமைச் சார்பு சொக்கரை இப்படியொரு தோற்றங்கொள்ள வைத்ததில் வியப்பில்லை. (2006:36)"

பொதுவாகக் கோயில் என்ற 'வெளி' பங்கிடப்படும்போது பார்ப்பனர், வேளாளர் ஆகியோரோடு பரத்தையரும் இசைகாரர் ஆகிய ஆண்களும் அந்த வெளிக்குள் இருத்தப்பட்டனர். முற்காலத்தில் உருவாக்கப்பட்டிருந்த கோயில்களின் அமைப்பும் சடங்கியல் தலைமையும் பேரரசுகளின் காலத்தில் மாற்றப்பட்டன; பறிக்கப்பட்டன. தீட்டு என்கிற கருத்தாக்கம் கட்டமைக்கப்பட்டது. கோயிலுக்குள் செல்வதற்கும் வணங்குவதற்குமான உரிமை கட்டுப்படுத்தப்பட்டது. இந்நிலை பண்பாடு சார்ந்த மிகப்பெரிய மாற்றமாக இருப்பதனைக் குறிப்பிடும் தொ.ப. இதனையே சமயங்களின் அரசியலாகவும் இனங்காட்டுகின்றார்.

இப்படியொரு பாரிய மாற்றத்தினைத் தமிழ்ச்சமூகம் பெற்றதற்கு வைதிக சமயங்களின் எழுச்சி அடிப்படையாக அமைந்ததனை மேற்குறித்த உரையாடல்களின்வழிப் புரிந்து கொள்ள முடியும். சைவ மரபின் பின்புலத்தினையும் அரசியலையும் விரிவாகப் பேசியுள்ள அதே நேரத்தில் வைணவத்தின் செயற்பாடுகளையும் தொ.ப. மதிப்பிட்டுள்ளார்.

அரசு சாரா நிறுவனமாக இருந்தாலும் சைவத்தின் பரவலாக்கத்திற்குச் சமமாகவும் எதிர்வினை ஆற்றியும் வந்திருக்கும் வைணவம் குறித்து இவர் அளித்துள்ள தரவுகள் வரலாற்று முக்கியத்துவம் வாய்ந்தவை. சைவத்தை நிலவுடைமைச் சமூகத்தின் தத்துவார்த்தப் பின்புலமாக அடையாளப்படுத்தும் தொ.ப. வைணவத்தைக் கால்நடை வளர்ப்புச் சமூகமான முல்லைநிலப் பின்புலத்தில் வாசிக்கிறார்; மதிப்பிடுகிறார். தமிழக நாட்டார் மரபிற்குள் வைணவத்தின் ஊடுபரவலைச் சான்றுகளுடன் விவாதிக்கிறார். தமிழகத்தில் வைணவ சமயம் தொழிற்பட்ட முறைமைகள் குறித்த தொ.ப.வின் உரையாடல்களைக் கீழ்க்கண்ட நிலைகளில் தொகுத்துக் கொள்வோம்.

- 1979இல் தொ.ப. மூன்று வேறுபட்ட வைணவக் கோயில்களில் கள ஆய்வினை மேற்கொண்டு அங்கு நடைபெறுகின்ற சடங்குகள் குறித்த தரவுகளைச் சேகரித்திருக்கிறார்; மூன்று கோயில்களின் சடங்குகளும் பல்வேறு சாதியினரை உள்ளடக்கியிருக்கின்றன. இது ஒரு குறிப்பிடத்தக்க பண்பாட்டு நிகழ்வு; தமிழகத்தில் வேதநெறிக்கு மாற்றுமரபாக வைணவம் தொழிற்பட்டிருந்தமையினை இந்நிகழ்வினூடாகத் தொ.ப. மதிப்பிடுகின்றார். சைவத்தைக் காட்டிலும் நாட்டார் மரபுகளில் மிகுந்த செல்வாக்கு பெற்றதாக வைணவம் இருப்பது குறிப்பிடத்தக்கது.

- தமிழ்நாட்டில் வாலியோன் (பலராமன்) வழிபாடு இருந்து மறைந்த செய்திகள்; நிலவுடைமை சார்ந்து வேளாளர்களைக் (கிழார்கள்) கைக்கொண்ட சைவத்தினைப் போலவே உழுதொழில் சார்ந்த வேளாளர்களைத் (பண்ணைக் கூலிகள்) தன்வயப்படுத்த வைணவம் பலராம வழிபாட்டினைக் கட்டமைத்தது. பலராமனின் ஆயுதம் கலப்பை என்பது இத்தொடர்பில் கவனத்திற்குரியது.

1979இல் தொ.ப. மேற்கொண்ட கள ஆய்வில் கிடைத்த தகவல்களை நிகழ்வு 1, நிகழ்வு 2, நிகழ்வு 3 என வரிசைபடுத்திக் கொள்ளலாம்.

நிகழ்வு 1

தஞ்சை மாவட்டத்தின் திருக்கண்ணபுரம் சவுரிராஜப் பெருமாள் மாசி மாத மக நட்சத்திரம் வருகின்ற நாளில் காரைக்காலை அடுத்த திருமலைராயன் பட்டினத்திற்குக் கடலாடச் செல்வது ஒரு சடங்காக நடைபெற்று வருகின்றது. சுமார் 70கி.மீ. இடைவெளி இவ்விரண்டு ஊர்களுக்கும் இடையில் இருக்கின்றது. திருமலைராயன் பட்டினத்தை அடுத்த கடற்கரையில் பட்டினஞ்சேரி என்கிற மீனவச் சிற்றூரினைச் சார்ந்த மீனவர்கள் திருமலைராயன் பட்டினத்தின் மேற்கு எல்லையில் பல்லக்கில் வருகின்ற பெருமாளை எதிர்கொள்கின்றனர். அவர்கள் கொண்டு வந்திருக்கின்ற நெற்கதிர்களால் அலங்கரிங்கப்பட்ட பவளக்காய்ச் சப்பரத்தில் பெருமாளை அமர்த்திக் கொண்டு அவரை மாப்பிள்ளை என்று உறவு கொண்டாடுகிறார்கள். அவர்களுடைய ஊர் எல்லையைச் சப்பரம் தொட்டதும் மாப்பிள்ளைக்குச் செய்ய வேண்டிய மாலை, பட்டு சார்த்தும் மரியாதைகளைச் செய்கின்றனர். ஊர்மக்கள் சப்பரத்தைத் தோளில் தாங்கிக் குலுக்கி மகிழ்கின்றனர். இந்தச் சடங்கிற்குப் பிறகே பெருமாள் கடலாடுகிறார். கடலில் இருந்து வந்ததும் மீனவ வலையால் வேயப்பட்ட கூரைக்குள் அமைந்த பந்தலுக்குள் நிலைநிறுத்தப்படுகிறார். இந்நிகழ்வு நடைபெறுகின்ற மூன்று நாட்களும் அவ்வூர் மீனவர்கள் கடலுக்கு மீன்பிடிக்கச் செல்வதில்லை; புலாலும் உண்பதில்லை. ஆனால் சிறார்கள் உட்பட அனைவரும் மது அருந்துகின்றனர்.

நிகழ்வு 2

மதுரை அழகர் கோயிலின் சித்திரைத் திருவிழாவில் அழகர் வைகை ஆற்றில் இறங்கும் வைபவம் நடைபெறுகின்றது. இதில் அழகர் பவனி வரும்போது தாழ்த்தப்பட்ட, பிற்படுத்தப்பட்ட சாதியினர் தோலால் செய்யப்பட்ட பைகளில் எடுத்துவரும் நீரை இறைவனின் திருமேனிமீது பீய்ச்சி அடிக்கின்றனர். மேலும் சில ஒடுக்கப்பட்ட சாதியினர் மிகப்பெரிய திரியினை வைத்துக் கொண்டு சாமியாடுகின்றனர்; சாட்டையால் அடித்துக் கொள்கின்றனர். பவனி வரும் அழகருக்கு அர்ச்சனை உள்ளிட்ட சடங்குகளைச் செய்வது பிராமணரல்லாத சாதியினர் என்பதும் குறிப்பிடத்தக்கது. 1979இல் நடத்திய கள ஆய்வின்படி சித்திரைத் திருவிழாவில் 34% இடையர், 20% பள்ளர் பறையர், 16% சேர்வை, 3% சந்தனக் குறவர், 3% சக்கிலியர் பங்கு கொள்கின்றனர் எனச் சாதிவாரியான புள்ளி விவரம் ஒன்றினையும் அளித்துள்ளார் தொ.ப.

நிகழ்வு 3

கோவை மாவட்டம் காரமடை ரங்கநாதர் கோயிலில் மாசிமாதம் வருகின்ற பௌர்ணமியில் தேரோட்டத் திருவிழா நடைபெறுகின்றது. இத்திருவிழாவில் இருளர், படகர் ஆகிய மலைசார் பழங்குடிகள், போயர், மாதாரி, தாசபளஞ்சிக செட்டியார் ஆகிய சமூகத்தினர் கலந்து கொள்கின்றனர். அழகர் கோயிலைப் போலவே திரி எடுத்துச் சாமியாடுகின்றனர். ஆட்டுத் தோற் பைகளில் தெப்பக் குளத்திலிருந்து நீரை முகந்து கோயில் திருச்சுற்றில் விடுகின்றனர். இது நேர்த்திக்கடனாகவும் இருக்கின்றது. நெற்றியில் நாமம் அணிந்து கொண்டு துளசி மாலையும் அணிந்து கொண்டு கையில் பிரம்பு ஏந்தி பறை, மேள வாத்தியங்களுடன் சாமியாடுகின்றனர். இப்படிச் சாமியாடி வருபவர்களின் வாயில் கவாளம் என்றழைக்கப்படும் பழங்களைப் பிசைந்து சர்க்கரை சேர்த்து செய்யப்பட்ட உருண்டை போடப்படுகின்றது.

மேற்கண்ட மூன்று நிகழ்வுகளின் செய்திகளையும் களஆய்வின் வழிப் பதிவு செய்துள்ளார் தொ.ப. இச்செய்திகளைப் பார்க்கும் போது கிடைக்கின்ற புரிதல்களைக் கீழ்க்கண்ட நிலைகளில் பகுத்துக் கொள்ள முடிகின்றது.

- தஞ்சை, மதுரை இரண்டு இடங்களிலும் கடல், வைகை என நீர்சார்ந்த சடங்குகள் நடைபெறுகின்றன. (கடலாடுதல், வைகையில் இறங்குதல்) அதற்கான காரணங்கள் தொன்மக் கதைகளாக வடிவங்கொண்டுள்ளன. கோவை மாட்டத்தில் அதற்கான முகாந்திரம் இல்லாத காரணத்தினால் தெப்பக் குளத்திலிருந்து நீர் முகந்து திருச்சுற்றில் விடப்படுகின்றது. இப்படி நீர் சார்ந்து இந்தச் சடங்குகள் செய்யப்படுவதற்குக் காரணமாக வளமையினையும் திருமால் பாற்கடலில் பள்ளி கொண்டிருப்பதாக உருவகிக்கப்பட்டுள்ள தன்மையையும் கொள்ளமுடியும். தஞ்சை, கோவை இரண்டு மாவட்டங்களிலும் இச்சடங்குகள் மாசிமாதத்தில் நடைபெறுகின்றன. மேலும் இந்தச் சடங்குகள் யாவும் கோயிலுக்கு வெளியில் நடைபெறுபவை என்பதைக் கவனத்தில் கொள்ள வேண்டும்.
- பட்டினஞ்சேரியைச் சேர்ந்தவர்கள் பரதவர்கள்; மதுரையில் பலவகைப்பட்ட சமூகத்தினர்; கோவையில் பழங்குடிகள் இப்படி அனைத்துச் சமூகத்தினருக்கும் உரிய மரபாக வைணவம் மடைமாற்றம் அடைந்துள்ளது குறிப்பிடத்தக்கது. வேத நெறியை (தீட்டு, வருணாசிரமம், சனாதனம் என அனைத்தும் இதற்குள் அடங்கும்) முழுவதும் ஏற்றுக்கொண்ட வைதிக சமயமான வைணவத்திற்கும் சாதிய சமரசத்திற்குமான உறவு நிலை குறித்த கேள்வி எழுகின்றது.
- பட்டினஞ்சேரியில் திருமாலை மாப்பிள்ளை என்கிறார்கள். ஒருபுடை மதுரை அழகரையும் அவ்வாறான உறவு நிலையோடு (மதுரையைச்

சாராதவர்கள்) வாய்மொழியாக வழங்குகிறார்கள். (மதுரையில் மீனாட்சியின் அண்ணன்). இவ்வளவு நெருக்கமான உறவு நிலையில் நிறுவனப்படுத்தப்பட்ட பெருஞ்சமயக் கடவுள் இருப்பது வியப்பிற்குரியது.

இப்பின்புலத்தில் தமிழகத்தில் வைணவம் செயல்பட்ட அரசியலை இனங்காண வேண்டியுள்ளது. சைவம் நிலவுடைமையையும் அரசப் பின்புலத்தையும் கொண்டு செழுமையாகத் தன்னை தகவமைத்துக் கொண்டது. இந்த வாய்ப்பு வைணவத்திற்கு இல்லை. எனவே அடிமட்டத்து மக்களையும் ஒடுக்கப்பட்டவரையும் தன்பால் இழுத்துத் தன்னை நிலைநிறுத்திக் கொள்ள முயன்றது. அதில் வெற்றியும் பெற்றது என்பதை மேற்குறித்த நிகழ்வுகளின் வழிப் புரிந்து கொள்ள முடியும். சைவத்தில் நாவுக்கரசர் இப்படியொரு கருத்து நிலைப்பாட்டில் இருந்துள்ளார். பெரும்பான்மையான சைவம் வேதநெறியை உட்செரித்ததால் அதற்குள் நாவுக்கரசரின் குரல் கரைந்து போனது. ஆனால் வைணவம் இத்தன்மையில் உறுதியாக இருந்தது. சாதிய சமரசத்திலும் சமூகப் பொதுமையிலும் தனிப்பெரும் ஆளுமையாக இராமாநுசர் உருப்பெற்றார்.

நிலக்கிழார்கள் சைவத்தில் இணைந்துவிட, பண்ணைக்கூலிகளைத் தன்வயப்படுத்த வைணவம் வாலியோன் வழிபாட்டினை முன்னிறுத்தியது. இந்த முயற்சியையும் சங்க காலத்திலிருந்தே அடையாளங் காணமுடிகின்றது. வாலியோன் என்னும் பெயர் பலராமனைக் குறிப்பது. பலராமனின் ஆயுதமாகக் கலப்பை உள்ளது குறிப்பிடத்தக்கது. தமிழ் நாட்டில் இன்று இந்திர வழிபாடும் இல்லை பலராம வழிபாடும் இல்லை என்று கூறும் தொ.ப. பலராம வழிபாட்டிற்கு இலக்கியச் சான்றுகளைக் கடந்து மாமல்லபுரத்தில் கிருஷ்ண மண்டபத்தில் கிருஷ்ணன், பலராமன், நப்பின்னை ஆகிய மூவரும் இணைந்து நிற்கும் சிற்பம் ஒன்று இருப்பதைச் சான்றாகக் காட்டுகின்றார். இந்தச் சிற்பத்தின் காலம் கி.பி. ஏழாம் நூற்றாண்டு என்று கணிக்கப்பட்டுள்ளது. இந்நூற்றாண்டிற்கு முந்தைய காப்பியமான சிலப்பதிகாரத்தின் ஆய்ச்சியர் குரவையில் கிருஷ்ணன், பலராமன், நப்பின்னை ஆகியோரைக் காட்சிப்படுத்தும் சடங்கு நடைபெற்ற குறிப்பு காணப்படுவது இங்கு இணைத்து நோக்குதற்குரியது. முல்லை நிலத்திலும் பலராம வழிபாடு இருந்துள்ளமையினை உணரமுடிகின்றது.

ஆழ்வார்களின் பாடல்கள் அனைத்துச் சமூகத்தினருக்குமான இடத்தினைத் தருகின்றன. எளிமையும் ஏழ்மையும் மிகுந்த அடித்தள மக்களின் வாழ்வைப் பாசுரங்கள் பாடின. இப்படி இலக்கிய, சிற்பச் சான்றுகளைக் கொண்டு பார்க்கும்போது வைணவம் தன்னைப் பரவலாக்க, நிலைநிறுத்திக் கொள்ள வேத நெறிப்பட்ட கொள்கைகளைக் கொஞ்சம் தளர்த்திக் கொண்டதை உணரமுடிகின்றது. தமிழர்களின்

சடங்குசார் வழிபாடுகளையும் நம்பிக்கைகளையும் மொழியுணர்வையும் மிகச் சரியாகக் கணித்த வைணவர்கள் இவை அனைத்திலும் ஊடுருவ முயன்றுள்ளனர். திவ்யப் பிரபந்த உரைகாரர்களான வியாக்கியானக்காரர்களும் இதற்கு விதிவிலக்கில்லை. அவர்களும் சாதிய சமரசத்தையும் தமிழ்மொழியின் சிறப்பினையும் ஏற்றுக் கொண்டவர்களாகவே தங்களைக் காட்டிக் கொண்டனர். தமிழைச் *'செந்திறத்த தமிழோசை என்பதனால் ஆகஸ்தியமும் அநாதி'* என்று புகழ்ந்து கொண்டே அவர்கள் மணிப்பிரவாளத்தை நடைமுறைப்படுத்தினர். இந்த முரண்பாட்டு அரசியலும் கவனத்திற்குரியது.

இப்பின்புலத்தில் நாட்டார் வழக்காற்றில் வைணவம் ஆழமாகவே தன்னை இருத்திக் கொண்டதைப் புரிந்து கொள்ளமுடிகின்றது. நாட்டார் வழக்காற்றுப் பாடல்களில் மீனாட்சியின் அண்ணனாகப் பெருமாள், சீர் செய்து மீனாட்சிக்கும் சொக்கருக்குமான பிணக்கினைத் தீர்த்து வைத்த நிலையைக் காணமுடிகின்றது. அண்ணன் - தங்கை என்கிற உறவுமுறையின் அழுத்தம் திராவிடப் பண்பாட்டில் முக்கிய இடத்தைப் பெறுவது. இராமாநுசர் ஆண்டாளுக்கு அண்ணனாகிய முறையையும் இத்தொடர்பில் இணைத்துக் கொள்ளமுடியும். இப்படி உறவுமுறை வைத்துப் பாடுகின்ற அழைக்கின்ற ஒரு வெகுசன மரபில் வைணவம் எளிதாகத் தன்னைத் தகவமைத்துக்கொண்டதும் இறைவனை எளியவனாக்கித் தந்ததும் அதன் பரவலாக்கத்தைச் சாத்தியப்படுத்தின. தொ.ப.வின் கருத்தினூடாகவே வைணவத்தின் மாற்று மரபைப் புரிந்து கொள்வோம்.

> "பூனை தன் குட்டியைத் தன் பொறுப்பாகக் கவ்விச் செல்வதைப் போல இறைவன் தானே பொறுப்பேற்று அடியவர்களைக் காப்பாற்றுவான் என்று 'மார்ச்சால நியாயம்' பேசினர். இவ்வகையான போக்கினால் தமிழ்நாட்டில் வைணவத்தின் ஒருபிரிவினர் பிரிந்து சென்றபோதும் தம்முடைய நெறியைத் 'தென்கலை' என்று பெருமையுடன் அழைத்துக் கொண்டனர். இன்னும் விளக்கமாகச் சொல்வதானால் இந்தியத் தத்துவ மரபு வேதமரபு வேதஞானமாகவே காட்டப்படுகிறது. தமிழ்ச் சமய வரலாற்றைக் கூர்ந்து நோக்குவோர் இக்கருத்தை ஏற்கவியலாது. தமிழ்நாட்டு வைணவமே அடித்தள மக்களின் மரபுகளை வேதமரபுக்கு மாற்று மரபாகக் கொண்டு வரலாற்றுப் போக்கில் தன்னைத் தற்காத்துக் கொண்டது. (2006:89)"

அடுத்ததாக முருகனின் அறுபடை வீடு குறித்தும் அதில் ஒன்றாகக் கருதப்படும் பழமுதிர் சோலை என்கிற இடத்தினைப் பற்றிய தொ.ப.வின் ஆய்வு பல புதிய செய்திகளைத் தருவதாக இருக்கின்றது. அழகர் கோயில் உள்ள மலையில் 'பழமுதிர்சோலை' என்ற பெயரில் வழங்கப்படுகிற முருகன் கோயில் இன்றும் வழிபாட்டிற்குரியதாக இருந்து வருகின்றது. முருகனுக்குரிய அறுபடை வீடுகளுள் இந்தப்

பழமுதிர்சோலையையும் ஒன்றாக அடையாளப்படுத்துகின்றனர். அறுபடை வீடு என்கிற கருத்தாக்கம், பழமுதிர்சோலை என்பது முருகனுக்குரிய வழிபாட்டுத் தலமா உள்ளிட்ட கேள்விகளை எழுப்பி, அதற்கான விடைகளையும் சான்றாதாரங்களுடன் தொ.ப. நிறுவியுள்ளார். அழகர் கோயில் ஆய்வின் பிற்சேர்க்கையாக இருக்கும் 'ஆறுபடை வீடுகளும் பழமுதிர்சோலையும்' என்கிற ஆய்வுப் பதிவானது தனித்த நிலையில் நூலாக்கம் செய்கின்ற அளவிற்குத் தரவுகளை உள்ளடக்கியது என்றால் அது மிகையல்ல.

பத்துப்பாட்டில் முதலாவதாக வைத்துத் தொகுக்கப்பட்டிருப்பது திருமுருகாற்றுப்படை. திருமுருகாற்றுப்படை பக்தி இலக்கியக் காலத்தினைச் சார்ந்தது என்று தகுந்த ஆதாரங்களுடன் நிறுவியவர் பேராசிரியர். ச. வையாபுரிப்பிள்ளை. இன்று முருகனுக்குரிய அறுபடை வீடுகள் என்கிற தொன்மக்கதையினைத் திருமுருகாற்றுப்படையினை ஆதாரமாகக் கொண்டே கட்டமைத்துள்ளனர். இவ்வீடுகளுள் அழகர் மலையில் இருக்கும் பழமுதிர்சோலை ஒன்று எனவும், குன்றுதோறாடல் எனப் பிறிதொரு வீட்டையும் நக்கீரர் குறித்திருப்பதாகவும் இன்றுவரை நம்பப்பட்டு வருகின்றது. சங்ககாலத்தில் வெறியாடல் சடங்குடன் தொடர்புபடுத்தப்பட்ட வேலன் என்னும் நிலவரை தெய்வம்; வைதிகத்தின் பண்பாட்டு மோதலினால் கந்தனாக, முருகனாக மாறிய வரலாற்றினை ஆய்வுலகம் அறியும்.

கமில்சுவலெபிலின் *The Smile of Muruga* என்கிற ஆய்வு இத்தன்மை குறித்து விரிவாகவே பதிவு செய்துள்ளது. இந்த மடைமாற்றத்திற்கு முதன்மைச் சான்றாக இருப்பது பரிபாடல். முருகனின் அறுபடை வீடுகள் குறித்தும் பழமுதிர் சோலை குறித்தும் தொ.ப. முன்னெடுத்திருக்கும் உரையாடல் வரலாற்று முக்கியத்துவம் வாய்ந்தது. தகுந்த ஆதாரங்களோடு, மயிலை சீனி வேங்கடசாமி, இராசமாணிக்கனார் உள்ளிட்டோரின் ஆய்வுப் பதிவுகளை முன்வைத்தும் மேலும் சில புறச்சான்றுகளைத் தொகுத்தும் பழமுதிர் சோலை குறித்த தர்க்கபூர்வமான மறுப்பினைத் தொ.ப. முன்வைத்துள்ளார். கீழ்க்கண்ட நிலையில் அக்கருத்துக்களைத் தொகுத்துக் கொள்வோம்.

- திருமுருகாற்றுப்படையில் எங்கும் ஆறு வீடுகள் என்கிற எண்ணிக்கை சார்ந்த பதிவுகள் இடம்பெறவில்லை. திருப்பரங்குன்றத்தைப் பாடிய பல புலவர்கள் அதே மதுரையில் இருக்கும் பழமுதிர் சோலையைக் குறிப்பிடவில்லை. அவ்வாறே பழமுதிர் சோலை என்று நினைக்கத்தகுத்த இடத்தினைப் பாடியிருந்தாலும் நூபுர கங்கையினை யாரும் குறிப்பிடவில்லை. இது விடுபடலாக இருப்பதற்கும் சாத்தியமில்லை.
- படைவீடு என்பது போர்க்கள வீரர்கள் தங்கும் இடத்தைக் குறிப்பது. முருகன் போரிட்டதாகக் கூறப்படும் இடம் திருச்செந்தூர். ஏனைய

இடங்கள் படைவீடுகளாக இருப்பதற்கு வாய்ப்பு இல்லை. எனவே படைவீடு என்பதன் பொருள் வேறு என்பதைப் புரிந்து கொள்ள முடிகின்றது. “படைவீடு என்ற சொல் போர்வீரர்படை தங்கியிருக்கும் இடத்தைக் குறிப்பதாகும். இதனைப் பாடிவீடு என்று குறிப்பிடுவதும் உண்டு. நெல்லை மாவட்டத்தில் தாமிரவருணி ஆற்றங்கரையில் உள்ள ‘மணற்படை வீடு’ என்னும் ஊர் பாண்டியர் படை தங்கியிருந்த இடமாகும். தஞ்சை மாவட்டத்தில் குடந்தைக்கருகில் ஆரியப்படையூர் பம்பைப் படையூர் என்ற இரண்டு ஊர்கள் உள்ளன. இவற்றுக்கருகில் உள்ள பழையாறு எனப்படும் பழையாறை பிற்காலச் சோழர்களின் இரண்டாம் தலைநகராக இருந்தது. எனவே இவ்விரண்டு படையூர்களும் சோழர்களின் படைகள் தங்கியிருந்த படைவீடுகளாகும்”.(2022:226) என்கிற தொ.ப.வின் கருத்து நோக்குதற்குரியது.

- கி.பி. பதினைந்தாம் நூற்றாண்டு வரையிலான இலக்கியங்களில் நக்கீரர் குறிப்பிடுகின்ற திருப்பரங்குன்றம், திருச்சீரலைவாய், திருவேரகம், திருஆவிநன்குடி ஆகிய நான்கு இடங்களைப் பற்றிய குறிப்புகள் கிடைக்கின்றன. ஆனால் பழமுதிர்சோலை, குன்றுதோறாடல் பற்றிய குறிப்புகளைக் காணமுடியவில்லை. கந்தபுராணத்தில் வருகின்ற குன்றுதோ றாடிய குமரற் போற்றுவோம்/ பழமுதிர் சோலையம் பகவற் போற்றுவோம்” என்று வருகின்ற பாடலடிகளில் குன்றுதோறாடலையும், பழமுதிர்சோலையையும் தனித்தனி திருப்பதிகளாகக் கருதி எழுதப்பட்டிருக்கின்றன. இதனையே அருணகிரிநாதரும் தன்னுடைய பாடல்களில் பின்பற்றிப் பாடியுள்ளார். எனவே கந்த புராண ஆசிரியருக்கும், அருணகிரிநாதருக்கும் திருமுருகாற்றுப்படையின் பாடலடிகளைப் புரிந்து கொள்வதில் இருந்த முரண்பாடு அறுபடை வீடுகளுக்கு அடிப்படையாகிவிட்டது. ஆற்றப்படுத்துதல் என்னும் தொழிற்பெயர் அறுபடை என்ற எண்ணுப் பெயராக மாறிவிட்டது.

வரலாற்றுத் தரவுகள் இவ்வாறு இருக்க பழமுதிர்சோலை குறித்த சமூகநிகழ்வு ஒன்று குறிப்பிடத்தக்கதாக இருக்கின்றது. அழகர் மலையில் இருக்கும் பழமுதிர்சோலையினை முருகனின் கோயிலாகக் கருதுவதில் வைணவர்களுக்கு ஏற்பட்ட அதிருப்தியினால் அக்கோயிலுக்கு எதிராக அவர்கள் வழக்கு தொடர்ந்திருக்கின்றனர். இந்நிகழ்வு குறித்த தொ.ப.வின் பதிவு வருமாறு,

“முருகன் கோயில் கட்டப்பட்ட இவ்விடம் பழமுதிர் சோலை எனவும் பெயரிடப் பெற்றது. இது தொடர்பாக வைணவ சமயத்தார் தொடர்ந்த வழக்கில் 1967இல் சென்னை உயர்நீதி மன்றம் இவ்வாறு தீர்ப்பளித்தது

இம்மண்டபம் வழக்கிற்கு முன்னிருந்தவாறு சோலைமலை மண்டபம் அல்லது புளிக்குமிச்சான் மேடு அல்லது சாம்பல்புதூர் மண்டபம் என்றே அழைக்கப்பட வேண்டும். பழமுதிர்சோலை முதலிய பிற பெயர்களால்

அழைக்கப்படக்கூடாது. மேலும் இம்மண்டபம் அழக்கோயிலின் சொத்தே என்றும் தீர்ப்பளிக்கப்பட்டது.(That the mantapam shall be known and called as solaimalai mantapam or Pulikkumichan Medu or Sambalputhur Mantapam. (Ex.A.3.Page22) and not by any mew name such as Pazhamuthiru Solai - Kallazagar case. In the High court of Judicature at Madras, Second appeal 1839 of 1962. Judgement dated 23.10.1967)(2022:230)"

இப்படி நீதிமன்றம் வரை சென்று கிடைத்த தீர்ப்புக் குறித்தோ இந்த முருகன் கோயிலின் இருப்புக் குறித்தோ எந்தவித வரலாற்றுப்புரிதலும் வெகுசனமக்களுக்குத் தெரியவில்லை என்பதைச் சமகாலச்சூழலைக் கொண்டு புரிந்து கொள்ள முடிகின்றது. அவ்வாறே இக்கோயிலுக்கு ஒருமைல் கிழக்கே மலையிலுள்ள ஒரு குகை நக்கீரர் குகை எனவும் ஒருபூதத்தால் இங்குச் சிறைவைக்கப்பட்ட நக்கீரரை முருகன் மீட்டான் என்றும் செவிவழிச் செய்தியாக வழங்கப்பட்டு வருவதாகப் பழமுதிர் சோலை என்னும் பெயரிலமைந்த கி.பழனியப்பன் எழுதிய நூலில் குறிப்பிடப்பட்டுள்ளது. இக்கருத்தினையும் தொ.ப. ஆதாரபூர்வமாக மறுக்கிறார். அழகர்மலைக் கல்வெட்டுக்கள் எனப்புகழ் பெற்ற தமிழி கல்வெட்டுகள் உடைய இக்குகை சமணத்துறவிகளின் இருப்பிடமாக இருந்துள்ளதை வரலாற்றறிஞர்கள் கண்டுகாட்டியுள்ளனர். பிற சமணக் குகைகளைப்போலவே இக்குகையிலும் கற்படுகைகள் உள்ளன. சமணத்துறவி ஒருவரின் புடைப்புச் சிற்பமும் அதன்கீழ் 'அச்சணந்தி செயல்' என்ற சிறிய வட்டெழுத்துக் கல்வெட்டும் உள்ளன. எழுத்தமைதி கொண்டு இவ்வட்டெழுத்துக் கல்வெட்டின் காலம் கி.பி. 8 அல்லது 9ஆம் நூற்றாண்டாக இருக்கலாம் எனப் பி.பி.தேசாய் எடுத்துக்காட்டியுள்ளதையும் தொ.ப. சுட்டுகின்றார்.

இவ்வாறு நிறுவனவயப்பட்ட கடவுளர்களின் தலங்கள் குறித்தும் சடங்குகள் குறித்தும் தொ.ப. முன்னெடுத்துள்ள ஆய்வுப் பதிவுகள் வரலாற்றுச் சிறப்பு மிக்கவையாக இருக்கின்றன. இத்தொடர்பில் மேலும் பல ஆய்வுகள் நிகழ்த்த வேண்டியிருப்பதையும் இனங்காட்டுகின்றன. இவை மட்டுமன்றி இன்னும் வழக்கிலுள்ள சில தொன்ம வடிவங்களைத் தொ.ப. அணுகியுள்ள முறை குறிப்பிடத்தகுந்தது. முருகனோடு தொடர்புடைய வள்ளி குறித்த ஆய்வுப் பதிவு இந்நிலையில் கருதத்தக்கது.

வள்ளி என்கிற பெயர் வரலாற்றினை ஆராய்கின்ற தொ.ப. வெப்ப மண்டலத்தில் வளரும் கொடிகளில் ஒன்றாக வள்ளியை குறிப்பிடுகிறார். மலையடிவாரங்களில் பெரும்பாலும் விளைகின்ற இக்கொடியின் கிழங்கு எளியவர்களின் உணவாக இருக்கின்றது. மேலும் இலக்கண, இலக்கியங்களில் வள்ளி என்பதன் பயன்படுத்தம் தொடர்பாகத் தொ.ப. பதிவு செய்துள்ள கருத்து வருமாறு,

> வள்ளி என்பதனை ஒரு வழிபாட்டு முறைமையாகத் தொல்காப்பியர் குறிப்பிடுகிறார். 'கொடிநிலை கந்தழிவள்ளி என்ற, வடுநீங்கு சிறப்பின் முதலன மூன்றும்' என்பது தொல்காப்பியம், கூத்துவகையில் ஒன்றுக்கும் வள்ளிக்கூத்து என்ற பெயர்வழங்கி வந்திருக்கின்றது.' முருகு புணர்ந்து இயன்ற வள்ளிபோல' (நற்றிணை-82) என்பது சங்க இலக்கியத்தின் புகழ்பெற்ற வரிகளில் ஒன்று. வள்ளி முருகனைப் புணரவில்லை. முருகினையே புணர்ந்துள்ளாள்.(2006:38)

வேலன் எவ்வாறு ஆற்றல் நிலையிலிருந்து பின்னர்த் தெய்வமாக மாறி கடவுளாக நிலைபெற்றானோ அவ்வாறே வள்ளியும் மடைமாற்றம் அடைந்துள்ளதைத் தொ.ப. உரையாடலுக்குட்படுத்துகின்றார். தமிழகத்தில் வழங்கும் நாட்டார் பாடல்களில் காதல் இணையராகப் பேசப்படுபவர்களில் வள்ளியும் வேலனும் பெற்றுள்ள இடம் தனித்துச் சுட்டத்தக்கது. வள்ளி திருமணம் என்கிற கூத்து புகழ்பெற்ற கூத்தாகவும் பின்னர்ப் புகழ்பெற்ற நாடக ஆளுமைகளால் சபா நாடகமாக நடிக்கப்பட்டதும் இத்தொடர்பில் இணைத்து நோக்கத்தக்கது.

முருகன் - வள்ளி இந்தத் தொடர்பில் விநாயகர் வழிபாடு குறித்த தொ.ப.வின் கருத்துகளும் கவனத்திற்குரியவாகின்றன. பிள்ளையார், விநாயகர், கரிமுகன், ஆனைமுகன், கணபதி என்று பல்வேறு பெயர்களால் வழங்கப்படுகின்ற யானையின் முகத்தைப் பெற்ற இந்தக் கடவுள் கி.பி. ஆறாம் நூற்றாண்டளவிலேயே தமிழகத்தில் அறிமுகமாகியுள்ளார். எல்லாக் கடவுளர்களுக்கும் முன்னதாக வணங்க வேண்டிய கடவுள் என்கிற நம்பிக்கை இவர்சார்ந்து உருவாகியுள்ளது. வழிபாடு என்பதைக் கடந்து மக்களின் வாழ்க்கையிலும் கலந்தவராக இக்கடவுள் இருக்கின்றார். பிள்ளையார் சுழிபோட்டுத் தொடங்குவது, கணபதி ஹோமம் நடத்துவது, விநாயகர் சதுர்த்தி ஊர்வலம் எனப் பண்பாட்டு மோதல்களினூடாக மிகவும் காத்திரமான இடத்தினைப் பெற்ற கடவுளாகவும் இவர் இருக்கிறார். இந்தக் கணபதியின் வரலாற்றினைத் தரவுகளினூடாகத் தொ.ப. ஆராய்கிறார். தேசி விநாயகர், தாவள விநாயகர் ஆகிய பெயர்வழக்குகளைக் கவனத்தில் கொள்ளும் போது இவர் வந்து போகின்ற வணிகர்களின் கடவுளாக உருப்பெற்றிருக்கலாம் என்கிற அவதானிப்பை முன்வைக்கிறார். பொதுவாக வாதாபி நகரத்திலிருந்து நரசிம்ம பல்லவனின் படைத்தலைவரான சிறுத்தொண்டர் மூலமாகவே தமிழ்நாட்டிற்குக் கணபதி வழிபாடு வந்ததாக ஆய்வாளர்கள் கருதுகின்றனர். ஆனால் தொ.ப. இந்தக் கருத்தோடு சற்று மாறுபடுகிறார்.

தேவாரப் பாடல்களில் கணபதி பற்றிய குறிப்புகளை எடுத்துக் காட்டும் தொ.ப., பாண்டியர் குடைவரை, கட்டடக் கோயில்களில் கணபதி பரிவார தெய்வமாக இடம்பெற்றிருப்பதையும் சுட்டுகிறார். முதலாம் இராசராசன் கட்டிய தஞ்சைப் பெரியகோயிலில் பரிவார

தேவதைகளில் ஒன்றாகக் கணபதியும் இருக்கிறார். காலத்தால் முந்தைய விநாயகர் உருவமாகத் தமிழ்நாட்டில் அறியப்படுவது பிள்ளையார் பட்டியில் உள்ள குடைவரைக் கோயில் புடைப்புச் சிற்பமான கணபதியே. மனிதச் சாயலைவிட யானையின் சாயலே இச்சிலையில் மிகுதியாகத் தோற்றமளிக்கின்றது. இச்சிற்பத்தின் காலமாகக் கி.பி. ஆறாம் நூற்றாண்டினை அறிஞர்கள் குறித்துள்ளனர். காலத்தால் முந்தையதாக இருக்கும் இந்த விநாயகரின் பெயர் தேசி விநாயகர் என்பது.

இதனைக் கருத்தில் கொண்டே தேசி என்கிற சொல்லின் தொன்மையையும் பயன்பாட்டினையும் பொருளையும் தொ.ப. கவனப்படுத்துகின்றார். இச்சொல் வியாபாரம் செய்கின்ற வணிகர்களையே குறித்துள்ளது. அவ்வாறே தாவளம் என்பது வணிகர்கள் பயணம் செய்கின்ற நெடுவழியில் அமைக்கப்பட்டிருக்கும் சத்திரங்களைக் குறிப்பது. விநாயகருக்குத் தாவள விநாயகர் என்கிற பெயரும் உண்டு. மேலும் விநாயகர்சதுர்த்தியினை அனைத்துத் தரப்பு மக்களும் கொண்டாடினாலும் புனா, பம்பாய் ஆகிய மேற்கு இந்திய நகரங்களில்தான் பிரம்மாண்டமாகக் கொண்டாடப்படுகின்றது. தமிழகத்தைப் பொறுத்தவரை செட்டியார்கள் இவ்வழிபாட்டில் தீவிரம் காட்டுவதைக் காணமுடிகின்றது. இப்படி நடப்பியலையும் பெயர் வழங்கும் முறைமையையும் கவனத்தில் கொண்டே விநாயகர் வழிபாடு வணிகர்களின் மூலமாகவே தமிழ்நாட்டில் பரவியிருக்க வேண்டும் என்கிறார் தொ.ப. விநாயகர் வழிபாடு குறித்து மேலாய்வு செய்ய வேண்டியிருப்பதனை இக்கருத்துகள் உறுதிப்படுத்துகின்றன.

வைதிக சமயங்களின் அரசியலைக் கவனப்படுத்திய தொ.ப. பிற நாடுகளிலிருந்து வந்த கிறித்தவ, இசுலாம் சமயங்களின் ஊடுபரவல் குறித்தும் சில செய்திகளைப் பதிவு செய்துள்ளார். கிறித்தவத்தைப் பொறுத்தவரை அதன் பரவல் என்பது மிகப்பெரிய பாய்ச்சலைத் தமிழ்ச்சமூகத்தில் நிகழ்த்தியுள்ளது. கல்வி பரவலாக்கப்பட்டது; ஒடுக்கப்பட்ட தாழ்த்தப்பட்ட மக்கள் பெருவாரியாகக் கிறித்தவத்தில் இணைந்தனர். இதுபோன்ற செய்திகள் அனைவரும் அறிந்ததே. ஆனால் இங்கிருந்த சாதியக் கட்டுமானத்தைக் கிறித்தவம் எப்படி எதிர்கொண்டது? என்கிற வினாவினை எழுப்பித் தமிழகத்தில் கிறித்தவத்தின் நிலைப்பாடு குறித்த உரையாடலைத் தொ.ப. காத்திரமாகவே நிகழ்த்தியுள்ளார். மதமாற்றம் என்பது பெரிய அளவிலான எதிர்வினையை வெகுமக்களிடம் ஏற்படுத்துவதில்லை. அவர்கள் அதனை இயல்பாகவே ஏற்றுக் கொள்கின்றனர். ஆனால் சாதியப் பாகுபாடு வேரூன்றிய சமூகமாகத் தமிழ்ச்சமூகம் இருக்கின்றது. சாதி என்பது மனிதனின் அடையாளமாகவும் அதே சமயம் வன்முறை

கருவியாகவும் இருப்பதாகத் தொ.ப. கருதுகிறார். கிறித்தவமும் தமிழகத்தின் சாதியக் கட்டுமான அரசியலில் கொஞ்சம் கரையத்தான் செய்தது. மதமாற்றம் நிகழ்ந்தாலும் வேளாளருக்கான கிறித்தவம், ஒடுக்கப்பட்டவருக்கான கிறித்தவம் எனத் தன்னை நெகிழவைத்துக் கொண்டது. இத்தன்மையினை வரலாற்று ஆவணங்களைக் கொண்டு தொ.ப. ஆய்வுக்குட்படுத்தியுள்ளார்.

ஆனால் இசுலாம் இந்த நெருக்கடியிலிருந்து தப்பித்துக் கொண்டது. பொதுவாக இந்து சமூக வரலாற்று ஆசிரியர்கள் மாலிகாபூரின் படையெடுப்போடுதான் இசுலாமின் தமிழக வருகையைத் தொடங்குவர்; காரணம் இசுலாம் வாளோடு வந்த மதம் என்கிற பொதுப்புத்தியினைப் பதிய வைப்பதற்கான முயற்சி. ஆனால் அதற்கு முன்னரே இசுலாமியர்கள் தமிழகத்தில் ஊடுருவியுள்ளதைத் தொ.ப. எடுத்துக் காட்டுகின்றார். அஞ்சுவண்ணம், துலுக்க நாச்சியார், இசுலாமிய பாணர்கள் என இசுலாமியர்கள் குறித்த சில கட்டுரைப் பதிவுகளையும் தொ.ப. செய்துள்ளார். இசுலாத்தைப் பொறுத்தவரை மாலிகாபூரின் படையெடுப்பு மதமாற்றத்திற்கோ அரசதிகாரத்திற்கோ நடந்தது அல்ல; அது ஒரு கொள்ளை முயற்சி. முகமதியர்களின் ஆட்சிக் காலத்தில் இந்தியாவின் பிறபகுதிகளைப் போல தமிழகத்திலும் இசுலாம் ஊடுருவியது. அப்போது சமூகத்தில் ஏற்பட்ட சித்தர்களின் கலகக்குரல் இசுலாத்திற்குள் கரைந்து போனது; இசுலாம் ஒடுக்கப்பட்டவர்களுக்கு சாதிய அடிப்படையிலான விடுதலையை வழங்கியது என்கிறார் தொ.ப. குறிப்பாக அவர்களைப் பரம்பரைத் தொழிலிலிருந்து மடைமாற்றியது. சிறுவகை உலோகங்கள், தோல் சார்ந்த தொழிலில் ஈடுபடுத்தியது. இதனால் நிலவுடைமைச் சமூகத்தின் அனைத்து மதிப்பீடுகளிலிருந்தும் ஒடுக்கப்பட்டவர்களை வெளியேற்றியது. இது ஒரு முக்கிய சமூக நிகழ்வு. இப்படி மதமாற்றம்நிகழ்ந்து கொண்டிருந்த வேளையில் வைதிகம் தன்னை இருத்திக் கொள்ள மேலும் சில நெகிழ்வுகளை உட்செரித்துக் கொண்டதோடு சாதியக் கட்டுப்பாடுகளை வருணாசிரமத்தைக் கொண்டு மேலும் கூர்தீட்டிவிட்டதையும் தொ.ப. கவனப்படுத்துகின்றார். முன்னர்க் குறித்தபடி மதங்களின் தோற்றம், சமயங்களின் பரவலாக்கத்தோடு அவற்றின் அரசியல் பின்புலத்தைத் தொ.ப. அளவிற்கு உரையாடலாக முன்னெடுத்த சமூக ஆளுமையினைக் காண்பது அரிது.

அழகர் கோயில்

தமிழகத்தில் வைணவத்தின் பரவலாக்கம் மற்றும் வைதிக மரபிற்கு மாற்று மரபாகத் தன்னை வைணவம் தகவமைத்துக் கொண்ட தன்மை, நாட்டார் மரபில் வைணவம் பெற்ற செல்வாக்கு ஆகியவை சென்ற பகுதியில் விரிவாகப் பேசப்பட்டுள்ளன. பேராசிரியர் தொ.ப.வின் அழகர் கோயில் ஆய்வும் அத்தன்மையினை விளக்குவதாக இருக்கின்றது. ஆய்வாளர்கள், அறிஞர்கள் பலராலும் தொ.ப.வின் ஆய்வுகளுள் மிகச்சிறந்த ஆய்வாக அடையாளங்காட்டப்பட்டது இந்த அழகர் கோயில் ஆய்வு. தனது முனைவர்ப் பட்டத்திற்காகத் தொ.ப. இந்த ஆய்வினை அந்நாளைய மதுரை பல்கலைக்கழகத்தில் மேற்கொண்டார். இதன் சிறப்பினை உணர்ந்த பல்கலைக்கழகம் 1989யில் இதனை நூலாக வெளியிட்டுச் சிறப்பித்தது. 2021இல் செண்பகா பதிப்பகமும் 2022இல் ஆண்டில் நியூ செஞ்சுரி புத்தக நிறுவனம் அழகர் கோயில் ஆய்வினை வெளியிட்டுள்ளது குறிப்பிடத்தக்கது.

மதுரையின் குறிப்பிடத்தக்க அடையாளங்களுள் அழகர் கோயில் ஒன்று. இக்கோயிலில் நடைபெறும் சித்திரைத் திருவிழாவினைப் பார்க்கும்போது அதில் பல சமூகத்தினர் பங்கு கொள்வதை உணரமுடிகின்றது. மேலும் கள்ளர் இனத்தவர்போல வேடம் புனைந்து திருமால் கள்ளழகராக உலா வருகின்றார். இது சாதிய சமரசத்தினை முன்னிறுத்துவதாகப் பார்க்கப்படுகின்றது. அதே நேரத்தில் அழகர் வைகையில் இறங்கும் நிகழ்வு மீனாட்சியின் திருமணத்தோடு தொடர்புபடுத்தப்பட்டுச் சைவ, வைணவ இணைவின் பிரதிபலிப்பாக இருக்கிறது. அழகர் துலுக்க நாச்சியார் இல்லத்தில் ஒரு நாள் தங்குவதாகவும் நம்பிக்கை நிலவுகின்றது. இது இசுலாப்பிற்கும் வைதிகத்திற்குமான சமரசத்தைக் காட்டுகின்றது. ஒரு வெகுசன மனநிலையில் சித்திரைத் திருவிழா காலங்காலமாக இவ்வாறே புரிந்து கொள்ளப்பட்டு வந்துள்ளது. இப்படிப் பலநிலைப்பட்ட பண்பாட்டுக் கூறுகளைக் கொண்ட இத்திருவிழாவின் உண்மை வரலாற்றினை இனங்காண்பதாகத் தொ.ப.வின் அழகர் கோயில் ஆய்வு இருக்கின்றது.

இன்று திருமாலுக்குரியதாக அடையாளப்படுத்தப்பட்டிருக்கும் அழகர் கோயிலின் பூர்வீக வரலாறு முதற்கொண்டு, கோயிலின் அமைப்பு, அமைந்திருக்கும் இடம், சுற்றியிருக்கும் நீர்நிலைகள், கோயில் பூசை முறைகள், சடங்குகள், தொடர்புடைய மக்கள் என அழகர் கோயில் ஆய்வு ஒரு சமூகப் பண்பாட்டு ஆய்வாகப் பரிணமித்துள்ளது. பொதுவாகக் கோயில் குறித்த ஆய்வுகளைத்

தலபுராணங்களின் வழிக் கட்டமைக்கும் தமிழ் ஆய்வுச்சூழலில் அழகர் கோயில் ஆய்வு தனித்தது; வேறுபட்டது; முழுமையானது என்றே கூறமுடியும். தொ.பவின் அழகர் கோயில் ஆய்வு பதினோரு இயல்களாகப் பிரிக்கப்பட்டுள்ளது. அவற்றுள் பேசப்பட்டுள்ள செய்திகளை வாசிப்பு வசதி கருதி கீழ்க்கண்ட நிலைகளில் தொகுத்துக் கொள்வோம்.

- அழகர் கோயிலின் கட்டட அமைப்பு, தோற்றம், இலக்கியங்களில் இடம்பெற்றுள்ள அழகர் கோயிலைக் குறித்த பதிவுகள். இம்மூன்று பகுதிகளும் அழகர் கோயில் என்கிற நிறுவனம் தமிழ்ச் சமூகத்தில் எவ்வாறு கால் கொண்டு நிலைபெற்றுள்ளது என்பதனைப் புரிந்து கொள்ள உதவுகின்றன.
- ஆண்டாரும் சமயத்தாரும் ஆகிய கோயில் நிர்வாகிகள்; கோயிற் பணியாளர்கள்; அழகர் கோயிலுக்கும் பல்வேறு சாதியக் குழுக்களுக்குமான உறவுநிலை; குறிப்பாக அழகர் ஏற்கின்ற கள்ளர் வேடம் குறித்த சமூகவியல் வாசிப்பு. இதன் தொடர்ச்சியில் பதினெட்டாம் படிக் கருப்பு என்கிற நாட்டார் தெய்வத்திற்கும் அழகர் என்னும் பெருந்தெய்வத்திற்குமான ஊடாட்டம்.
- திருவிழாக்களும், சித்திரைத் திருவிழாவின் பழமரபுக் கதைகளும்; அழகர் கோயில் திருமாலின் கோயிலாக உள்ளது. பொதுவாக வைணவக் கோயில்களில் நடைபெறும் பூசைகளும் விழாக்களும் இக்கோயிலிலும் நடைபெறுகின்றன. (ஆகம நெறிக்கு உட்பட்டவை). இவற்றைச் சமூகம் சாராத திருவிழாக்களாகத் தொ.ப. அடையாளங்காண்கிறார். அழகர் கோயிலுக்கென்று சிறப்பாக நடைபெறும் திருவிழாக்கள்; இவை பெரும்பான்மை கோயிலுக்குள் இல்லாமல் கோயில் சார்ந்த விழாக்களாக நடைபெறும். இதில் அனைத்துச் சமூகத்தினரும் பங்கு கொள்வர். அத்தகு விழாக்களைச் சமூகம் சார்ந்த திருவிழாக்கள் என்றும் தொ.ப. பகுத்துக்காட்டுகின்றார். ஆண்டிற்கு ஒருமுறை நடைபெறும் சித்திரைத் திருவிழா குறித்த செய்திகள். சித்திரைத் திருவிழா குறித்து முதன் முதல் ஆய்வு செய்த அட்சனின் ஆய்வு முடிவுகளைக் கைக்கொண்டு தொ.ப. முன்னெடுத்திருக்கும் கள ஆய்வு.
- அழகர் கோயிலும் நாட்டார் கலைவடிவங்களும்; அழகர் கோயில் குறித்த வர்ணிப்புப் பாடல்கள், சித்திரைத் திருவிழாவில் நடைபெறும் நாட்டார் சடங்குகள், நிகழ்கலைகள் உள்ளிட்ட செய்திகள். இவை முன்னர்க் குறித்தபடி ஒரு நிறுவனமயப்பட்ட பெருந்தெய்வத்திற்கும் நாட்டார் மரபிற்குமான உறவுநிலையினைப் புரிந்து கொள்ள உதவுபவை.

இவ்வாய்வின் தொடக்கம் அழகர் கோயிலின் கட்டட அமைப்பு குறித்தது. வேத, ஆகம முறைப்படி அமைந்த கோயில்களையும்

அவ்வாறு அமையாத கோயில்களைக் குறித்தும் தொ.ப. சில கட்டுரைகளில் விவாதித்துள்ளார். ஆகம விதிக்குப் புறம்பாக (தீட்டு) வடிவமைக்கப்பட்டிருக்கும் குடைவரைக் கோயில்கள் ஆழ்வார்களாலோ நாயன்மார்களாலோ பாடப்பெற்றதில்லை; அதே சமயம் கற்கட்டுமானக் கோயில்கள் பாடப்பெற்றுள்ளன. அழகர்கோயில் கற்கட்டுமானம் கொண்டது. ஆழ்வார்கள் அறுவர் அழகர் கோயிலைப் பாடியுள்ளார்கள். ஆழ்வார்களின் சிறப்பான கவனிப்பைப் பெற்ற அழகர்கோயிலின் அமைப்பு எவ்வாறு உள்ளது என்பதை விரிவாக விளக்கியுள்ளார் தொ.ப.

அழகர்கோயிலின் தோற்றம் குறித்துக் கல்வெட்டுச் சான்றுகளோ இலக்கியச் சான்றுகளோ கிடைக்காத நிலையில், அறிஞர் மயிலை. சீனி.வேங்கடசாமியின் ஆய்வினை விவாதத்திற்கு எடுத்துக்கொள்கிறார் தொ.ப.. முற்காலத்தில் அழகர் கோவில் பௌத்தக் கோயிலாக இருந்தது என்று மயிலை சீனி. வேங்கடசாமி சில தரவுகளின் அடிப்படையில் ஒரு கருத்தினைப் பதிவு செய்துள்ளார். அவருடைய கருத்தில் தொ.ப.வும் உடன்படுகிறார். சமணக் கோயில்கள் சைவக்கோயில்களாகவும் பௌத்தக் கோயில்கள் வைணவக் கோயில்களாகவும் மாற்றப்பட்ட நிகழ்வுகள் வரலாறு முழுவதும் விரவிக் கிடப்பதனையும் உரையாடலுக்கு உட்படுத்தியுள்ளார். குறிப்பாகப் பௌத்தர்களின் அல்லது புறச்சமயத்தார்களின் இடத்தைக் கைப்பற்றும்போது அங்கே நரசிம்மரை பிரதிஷ்டை செய்வது வைணவத்தின் வழக்கம் என்கிறார் மயிலை சீனி வேங்கடசாமி. இத்தன்மை அழகர் கோயிலில் இருப்பதைக் கண்டுகாட்டிப் பொருத்துகிறார் தொ.ப.

இலக்கியங்களில் அழகர்கோயில் குறித்த பதிவுகளைப் பார்க்கும்போது பரிபாடல், சிலப்பதிகாரம், ஆழ்வார் பாசுரங்கள், அந்தாதி, அலங்கார மாலை, அம்மானை, கலம்பகம், குறவஞ்சி, தசாவதார வர்ணிப்பு, தூது, பிள்ளைத்தமிழ், ஆகிய இலக்கியங்கள் கூறும் செய்திகளை அழகர் கோயிலோடு தொடர்புபடுத்தி விரிவாக உரையாடலுக்கு உட்படுத்துகிறார். இப்பதிவுகளை இரண்டு நிலைகளில் புரிந்து கொள்ள முடிகின்றது.

- ஆழ்வார்களின் பாடல்கள் புறச்சமயத்திற்கு எதிராக வேரூன்றியவராக அழகரைக் காட்டுகின்றன. அழகர் கோயில் இருந்த நிலப்பகுதியில் வாழ்ந்த புறச்சமயத்தார் யாராக இருக்கக் கூடும்? என்கிற தேடலையும் இப்பாடல்கள் உருவாக்கிவிடுகின்றன. இறுதியில் அவர்கள் சமண, பௌத்தர்களாக இருப்பதற்கே வாய்ப்புள்ளது என்கிற தீர்வினையும் எட்டமுடிகின்றது.

- ப்ரபந்த இலக்கியங்கள் பாட்டியல் இலக்கணத்தின்படி பாடப்பட்டவையாக இருக்கின்றன. அவற்றுள் சமூகக் கருத்தியல்கள் ஏதும் பிரதிபலிக்கவில்லை. அழகர் கோயிலையும் அழகரையும் பாடுகின்ற இவை சித்திரைத் திருவிழா குறித்த பதிவுகளைத் தரவில்லை. அழகரின் உலா பாடப்படுகின்றது. மண்டூக முனிவரின் சாபம் தீர்க்கின்ற நிகழ்வும் பதிவு செய்யப்பட்டுள்ளது. ஆனால் பெருந்திரளான மக்கட்சமூகம் சாதிய பாகுபாடுகளைக் கடந்து கலந்து கொள்கின்ற விழாவினைக் குறித்த குறிப்போ திருமால் கள்ளர் வேடம் புனைவது பற்றிய தரவோ இவற்றுள் இடம்பெறவில்லை. இது திட்டமிட்ட ஒதுக்கமாக இருக்கவும் வாய்ப்புள்ளது.

கோயில் நிர்வாகிகள் குறித்த செய்திகள் அழகர் கோயில் நிர்வகிக்கப்படும் முறைமையை உணர்த்துபவையாக உள்ளன. கோயில் என்கிற நிறுவனத்தை நிர்வகிக்கின்ற அதிகாரக்குழுக்கள் பற்றித் தொ.ப. விரிவாகவே பதிவு செய்துள்ளார். ஆண்டார் என்பவர் பிராமணச் சமூகத்தினைச் சார்ந்தவர்; அவருக்கு உதவுகின்ற பதினெட்டு சமயத்தார்கள் பிராமணரல்லாதவர்கள். வைணவ கோயில்களுக்கென்று ஆகமங்கள் விதித்துள்ள பணிகளை முறைதவறாமல் செய்ய வேண்டியது இந்த ஆண்டாரின் பொறுப்பு. அவை என்னென்ன என்பது குறித்த தொ.ப.வின் பதிவு வருமாறு,

> “கோயிலில் நாள்தோறும் அருச்சகருக்குப் பவித்திரம் கொடுத்தல், இறைவனுக்குப் புரிநூல் கொடுத்தல், ஒவ்வொரு பூசைக்கும் பஞ்சாங்கம் கணித்துச் சொல்லுதல், கோயிலைப் புண்ணிய வசனம் (ஆகமவிதிப்படி தூய்மை) செய்தல் ஆகியவை மேற்குறித்த இரண்டு நிருவாகத்தாருக்குமுரிய பணியாகும். இவை தவிர நாள் வழிபாட்டிலும் திருவிழாக்களிலும் திருப்பாவை, நித்யானு சந்தானம், சூக்தாதி உபநிஷத்து, திருமஞ்சனஸ்லோகம், அலங்காரஸ்லோகம், திருமஞ்சனகவி, புஷ்பாஞ்சலி, வேதவிண்ணப்பம், இதிகாச புராணம், ஸ்தலபுராணம் முதலியவற்றை உரிய நேரங்களில் படிப்பதும் இவர்களின் பணியாகும். (2022:58-59)”

பிராமணரல்லாத சமயத்தார்கள் நாட்டார் மக்களை வைணவ அடியாராக்கி ஆண்டாரிடம் சமய முத்திரை பெறச் செய்கின்ற பணியினைச் செய்பவர்கள்.

தொ.ப. களஆய்வு செய்த காலத்திலேயே (1977-1979) இந்த ஆண்டார், சமயத்தார் நிருவாக முறை சிதைந்துவிட்டதாகப் பதிவு செய்கிறார். எனவே இப்போது இந்த நடைமுறைகள் குறித்துப் பெரிதான விளக்கங்கள் ஏதும் கிடைக்க வாய்ப்பில்லை. இருப்பினும் அழகர் கோயில் மதுரையில் மிகப்பெரிய வைணவ நிறுவனமாகத் தொழிற்பட்டிருப்பதை ஆண்டார் - சமயத்தார் ஆகிய நிர்வாக, அதிகாரப் படிநிலைகளின் மூலம் அறிந்து கொள்ள

முடிகின்றது. கோயிலுக்குள் செயற்படும் பணியாளர்கள் மொத்தம் பதினான்கு பிரிவுகளில் உள்ளனர். அவர்கள் அர்ச்சகர், ஜீயர் ஸ்ரீ காரியம், ஆண்டார், சன்னிதி பரிசாரகம், சன்னிதி பட்டர்கள் (வேத விண்ணப்பம் செய்வோர்), திருப்பணி செய்வார், நாச்சியார் பரிகர்மம் (மடைப்பள்ளிப் பணி), சன்னிதி பண்டாரி (பூமாலை கட்டுவோர்), கணக்கு, சன்னிதி ஸ்தானாதிபதி, திருவிளையாட்டான், கொத்தன், (அலங்காரக் கொத்தன், அண்ணாவிக் கொத்தன்), சின்னமேளம், பெரியமேளம், ஸ்ரீ பாதம் தாங்கிகள் (4 கரையார்) ஆகியோர்கள் ஆவர். இவற்றுள் சில பணிப்பிரிவுகள் காலப்போக்கில் மறைந்துவிட்டதாகவும் தொ. ப. பதிவு செய்துள்ளார்.

இவர்களுள் பெரும்பான்மையானோர் பிராமண சமூகத்தைச் சார்ந்தவர்கள். பிறர் பிராமணர்களுக்கு ஈடான சமூக அந்தஸ்தினைப் பெற்றவர்கள். சிலர் பரம்பரை பரம்பரையாக இப்பணியில் இருப்பவர்கள். ஒவ்வொரு பிரிவிற்கும் ஒரு பழமரபுக் கதையினைக் காணமுடிகின்றது. கொத்தன், சின்னமேளம், பெரியமேளம், ஸ்ரீபாதம் தாங்கிகள் மட்டும் இடைநிலைச் சாதியினர்.

கோயிலின் அன்றாடப் பணிகளைச் செய்பவர்களும் பலதிறப்பட்ட சமூகத்தினரைச் சார்ந்தவர்களாக இருக்கின்றனர். இது குறிப்பிடத்தகுந்த சமூகவியல் வாசிப்பு. இந்த அணுகுமுறையில் தமிழ்நாட்டில் உள்ள பிற கோயில்களையும் ஆய்வு செய்தால் தமிழ்ச்சமூகத்தின் சாதியக் கட்டுமானத்திற்கும் கோயில்களுக்குமான உறவினை அடையாளப்படுத்த முடியும். கோயில் நிர்வாகிகள் குறித்த கருத்துப் பதிவுகளில் குறிப்பிடத்தக்க செய்தியொன்று உள்ளது. பொதுவாகக் கணிகையர் மரபினையும் தேவதாசி முறையினையும் சைவக் கோயில்கள் சார்ந்தே அடையாளப்படுத்துகின்ற சூழலில் அழகர் கோயிலில் சின்னமேளத்துடன் இணைந்த தாசி நடனம் நிகழ்ந்ததற்கான குறிப்புகள் கிடைத்துள்ளன. பத்தொன்பதாம் நூற்றாண்டின் இடைக்காலம் வரை இந்நிகழ்வு நடந்து வந்திருப்பதற்கான சான்றினைத் தொ. ப. பதிவு செய்கிறார். (2022:194)"

இப்படிப் பல்வேறு இனக் குழுக்களுக்கு இடந்தருகின்ற அழகர்கோயிலுக்கும் சமூகத்திற்குமான தொடர்பினையும் தொ. ப. விரிவாகவே உரையாடலுக்கு உட்படுத்தியுள்ளார். அவை வரலாற்று முக்கியத்துவம் வாய்ந்தவையாக இருக்கின்றன. பொதுவாகக் கோயில் திருவிழா அல்லது தேரோட்டத்தில் பொதுமக்கள் அனைவரும் கலந்து கொள்வது இயல்பானது. இதற்குக் குறிப்பிட்ட காரணங்களோ உறவுகளோ தேவைப்படுவதில்லை. ஆனால் அழகர்கோயில் சித்திரைத் திருவிழாவில் குறிப்பிட்ட சில சமூகத்தினர் பெருமளவு கலந்து கொள்வதற்கும், திருவிழாவின் பணிகளைப் பங்கிட்டுக் கொள்வதற்குமான பின்புலம்

வலுவாகக் கட்டமைக்கப்பட்டிருக்கின்றது. குறிப்பிட்ட சில சமூகங்கள் கோயிலோடு நேரடி உறவு கொண்டிருக்கின்றன. வைணவ ஈடுபாடு என்பதைக் கடந்து சில சமூகக் காரணங்களும் இவ்வுறவு நிலைக்குள் ஊடாடுவதனைத் தொ.ப. அடையாளங்காட்டுகின்றார். இந்த உறவு அழகர் கோயிலின் பிறிதொரு பரிணாமத்தை வெளிப்படுத்துகின்றது.

கோயிலும் கள்ளரும் என்ற பகுதியில் கள்ளர்களுடனான அழகர் கோயிலின் உறவுநிலையினை அகச்சான்று, புறச்சான்றுகளின்வழித் தொ.ப. நிறுவியுள்ளார். இக்கோயிலின் மூலவர் கள்ளழகர் என்றே அழைக்கப்படுகின்றார். சித்திரைத் திருவிழாவில் அவர் மேலநாட்டுக் கள்ளர் வேடம் பூண்டு பவனி வருகின்றார். தல்லாகுளத்தில் அவ்வேடத்தினைக் களைந்துவிட்டுப் பெருந்தெய்வக் கோலம் கொண்டு ஆண்டாளின் மாலையையும் பெற்றுக் கொள்கின்றார். இந்த நிகழ்வுகளுக்கான பின்புலத்தை ஆழ்வார்களின் பாசுரங்களையும் அழகர் வர்ணிப்புப் பாடல்களையும் கொண்டு ஆராய்கிறார். மேலும் கீழ்த்திசைச் சுவடிகள் நூலகத்தில் கிடைத்த 'கள்ளர் ஜாதி விளக்கம்', ராபர்ட் சுவல் தொகுத்த தென்னிந்தியச் சாசனங்கள், 1803இல் எழுதப்பட்ட தொழில் சுதந்திர அட்டவணை, 1700களில் மார்ட்டின் அடிகள் என்கிற கிறித்தவப் பாதிரியார் எழுதிய கடிதங்கள், வழக்கில் இருக்கும் மதுரை வீரன் கதை ஆகிய வரலாற்றியல் தரவுகளைக் கொண்டு அழகர் கோயிலுக்கும் கள்ளருக்குமான உறவுநிலையினை நிறுவியுள்ளார். தொ.ப. முன்வைக்கும் கள்ளர் - அழகர் உறவு குறித்த கருத்துநிலைகளைக் கீழ்க்கண்டவாறு தொகுத்துக் கொள்வோம்.

- கோயிலில் உள்ள பிராமணப் பணியாளர்கள் அழகர் கள்ளர் வேடம் புனைவதற்கான காரணமாக ஆழ்வார் பாசுரங்களில் பாடப்பட்டிருக்கும் கருத்துகளை (திருமால் கிருஷ்ண அவதாரத்தில் செய்த லீலைகளில் திருட்டு, பொய் கூறுதல்) எடுத்துக்காட்டுகின்றனர். அவருடைய வேடத்தைப் பாசுரங்களின் வழியே புரிந்து கொள்ள வேண்டும் என்பது அவர்களின் கருத்தாக இருக்கின்றது. இதனைக் கடந்து இவ்வேடத்தின் நுட்பத்தையோ சமூகக் காரணங்களையோ அவர்கள் அறிந்திருக்கவில்லை. இக்கருத்து ஆழ்வார் பாசுரங்களுக்கு உயர்வுதரும் நோக்கில் இருக்கின்றதே தவிர உண்மையான காரணமாக இருப்பதற்கில்லை.

- சித்திரைத் திருவிழாவில் பாடப்படும் அழகர் வர்ணிப்புப் பாடல்கள் கள்ளர்கள் ஒரு சமயம், அழகரை வழிமறித்த கதையினைப் பாடுகின்றன. இச்சம்பவம் நாட்டார் கதைகளிலும் உள்ளது. அழகரின் ஆற்றலுக்கு முன்னர் கள்ளர்கள் பணிந்ததையும் அவர்களுடைய மன்னிப்பை ஏற்றுக் கொள்ளும் விதமாக அழகர் கள்ளர் வேடத்தில் அருள்பாலித்ததாகவும் பாடப்படுகின்றது. இப்பாடலின் வழிப் பெறப்படும் செய்தி ஒன்று;

அது அழகர் கோயிலுக்கும் கள்ளர்களுக்கும் இடையே வழிமறித்த சம்பவம் என்றோ நடந்திருக்கின்றது என்பதே.

- இன்றளவும் சித்திரைத் திருவிழாவில் ஒரு நிகழ்ச்சி சடங்காக நடத்தப்படுகின்றது. மதுரையில் திருவிழா நிகழ்ச்சிகள் முடிந்து அழகர் தன் கோயிலுக்குத் திரும்பும் வழியில் தல்லாகுளத்தின் சாலையில் கள்ளர் சாதியினர் சிலர் பெருஞ்சத்தத்துடன் பல்லக்கை எதிர்கொண்டு மறித்து பல்லக்கின் கெம்புகளை 'வாக்கலை' எனும்ஈட்டி போன்ற கருவியால் குத்திக்கொண்டு இரண்டு மூன்று முறை பல்லக்கினைச் சுற்றிவருகின்றனர். இச்சடங்கு ஓரிரு நிமிடங்களில் முடிந்து விடுகின்றது. இச்சடங்கு முன்னர்க்குறித்த வழிமறித்த நிகழ்வின் தொடர்ச்சியாக இருக்கலாம் என தொ.ப. அவதானிக்கின்றார். ஆனால் இது கள்ளர்களை அமைதிப்படுத்துவதற்கான முயற்சியாக இருப்பதற்குரிய சாத்தியக்கூறுகளே மிகுதியாக உள்ளன. இந்நிகழ்வுகளை அடிப்படையாக வைத்து மேலும் சில தரவுகளைப் பொருத்தி ஆராய வேண்டியுள்ளது.

- முதற்கட்டமாகக் கள்ளர்கள் யார் என்கிற கேள்விக்கான விடைதேடும் போது அழகர் கோயில் இருக்கும் இடத்திற்கு அணுக்கமாக இருந்தவர்கள் தேவர், அம்பலம் என்ற இருவகைப் பிரிவு கள்ளர்களே. இவ்விரு பிரிவினருக்கிடையே மணஉறவு கிடையாது. அந்த அளவிற்கு அவை தனித்து இயக்கங் கொண்டிருக்கின்றன. அவற்றுள் அம்பலம் என்றழைக்கப்படுகின்ற மேலநாட்டுக் கள்ளரின் வேடத்தையே அழகர் புனைந்து கொள்கிறார். அதற்குச் சான்று அவர் ஏந்தியிருக்கும் ஆயுதமான வளரி. மேலும் இந்தக் கள்ளர்களிடையே பதினெட்டாம்படிக் கருப்பு வழிபாடும் அழகரின் வழிபாடும் இருக்கின்றது. நாட்டுக் கள்ளர்களாகிய தேவர்களிடத்தில் இவ்வழிபாடு இல்லை.

- கள்ளர்களின் சமூக நிலையினைப் பார்க்கும் போது நாயக்கர்களின் பிற்காலத்திலும் விசயரெங்க சொக்கநாதன் காலத்திலும் கள்ளர்கள் வலிமையான பிரிவினராக இருந்த தகவல்களை ஆவணங்களின் வழிப் பெறமுடிகின்றது. இவர்கள் மக்களை அச்சுறுத்திக் கொள்ளையிடும் கூட்டத்தினராகவும் இருந்துள்ளனர். அழகர் மலையினைச் சுற்றியுள்ள விவசாய நிலங்களில் உழவுத் தொழில் நடத்த முடியாத அளவிற்குக் கள்ளர்கள் இடையூறு செய்த விவரங்களும் கிடைக்கின்றன. திருச்சியில் இருந்த விசயரெங்க சொக்கநாதன் கள்ளர்களை ஒடுக்குவதற்கே மதுரை வீரனை அனுப்பி வைத்ததாக மதுரைவீரன் கதையில் கூறப்படுகின்றது.

- கொள்ளை, வழிப்பறி என குற்றம் சார்ந்த நடவடிக்கைகளிலிருந்து விடுபடவும், சமூகத்தில் தங்களுக்கென்ற அடையாளத்தைப் பெறுவதற்கான முயற்சியுமாக அழகர் ஊர்வலத்தின் போது வழிமறிப்பு நடந்திருக்கலாம் என்றும் கருத இடமுள்ளது. நாட்டுக்கள்ளர்கள் ஆண்டாரின் சமயத்தார் பதினெண்மரில் ஒருபகுதியினராக இருக்கின்றனர்.

இப்படிச் சில நூற்றாண்டுகளாகக் கிடைக்கின்ற ஆவணங்களையும் தரவுகளையும் வைத்துக்கொண்டு நாட்டார் கதை, பாடல்களையும் ஒப்பிட்டு, சடங்குகளையும் ஆராய்ந்து பார்க்கும் போது ஓரளவிற்கு அழகருக்கும் கள்ளர்களுக்குமான உறவினைப் புரிந்து கொள்ள முடிகின்றது. நம்பிக்கை என்பதைக் கடந்து உண்மையில் நடந்த ஒரு சமூக நிகழ்வாக இருக்கலாம் என்ற அவதானிப்பையும் பெறமுடிகின்றது. யாருடைய காலத்தில் இப்படி ஒரு நிகழ்வு நடந்திருக்கும் என்பதனையும் ஒரு யூகமாகத் தொ.ப. பதிவு செய்துள்ளார். அது வரலாற்றோடு பொருந்துவதாகவே இருக்கின்றது. அழகர் கோயிலோடு நெருக்கமான உறவில் கள்ளர்கள் இருந்தாலும் இவர்கள் வைணவத்தில் ஈடுபாடு கொண்டவர்களாக இல்லை. தங்களை முத்திரையிட்டு அடியார்களாக மாற்றிக் கொள்ளவும் இல்லை. 1979இல் செய்த களஆய்வின் படி அழகரைவிட பதினெட்டாம்படிக் கருப்பசாமியே இவர்களுக்கு நெருக்கமான, வழிபாட்டிற்கு உரிய தெய்வமாக இருப்பது தெரியவந்துள்ளது. எனவே அழகர் கள்ளர் வேடம் போடுவது அச்சமூகத்தினருக்கான சமூக அங்கீகாரத்தினை வழங்குவதற்கான முயற்சியாகவே இருப்பதனை அறிந்து கொள்ள முடிகின்றது. கள்ளர்களின் வழிபாட்டிற்குரிய பதினெட்டாம்படிக் கருப்பசாமியின் தோற்றம் குறித்தும் தொ.ப. விரிவாகவே ஆய்வு செய்துள்ளார்.

பதினெட்டாம்படிக் கருப்பசாமியின் தோற்றம் குறித்து வர்ணிப்புப் பாடல்கள் சில செய்திகளைத் தருகின்றன. கதை வழக்குகளினூடாகவே கருப்பசாமியின் வரலாறு குறித்து அறியமுடிகின்றது. மலையாள நாட்டிலிருந்து வந்த மந்திர, தந்திரங்கள் அறிந்த லாடர்கள் அழகர்கோயிலில் குடிகொண்டுள்ள இறைவனின் 'களை'யைத் திருட முயற்சிக்கின்றனர். இத்திருட்டு முயற்சியினைப் பட்டரின் கனவில் திருமால் தோன்றி கூறிவிடுகிறார். லாடர்கள் மந்திர மையினை நெற்றியில் இட்டுக் கொண்டு யார் கண்களுக்கும்தெரியாதவாறு மறைந்து விடுவர். இந்த உத்தியினைப் பயன்படுத்தியே அழகர் கோயிலின் கருவறைக்குள்ளும் நுழைகின்றனர். ஆனால் திருமால் ஏற்கெனவே எச்சரித்திருந்ததால் பட்டர் சுடுசோற்றினை ஆவி பறக்க திருமாலுக்குப் படையலிட்டுவிட்டுக் கருவறைக் கதவினைச் மூடிவிடுகின்றார். அந்த ஆவியில் லாடர்களின் மையானது கரைந்து போக அவர்கள் தயாராக நின்ற நாட்டார்களிடம் பிடிபடுகின்றனர். பதினெட்டுப்பேரையும் தலையைச் சீவிக் கொன்று தலைவாசலில் புதைத்து விடுகின்றனர். அந்தப் பதினெட்டுப் பேரோடு வந்த கருப்பசாமி தன்னை விட்டுவிடுமாறு கெஞ்சியதாகவும் தலைவாசலில் இருந்து காலத்திற்கும் காவல் காக்கிறேன் என்று

கேட்டுக் கொண்டதாகவும் அதற்கிணங்க இன்றளவும் காவல் காத்து வருவதாகவும் வாய்மொழி வழக்காற்றுக் கதைகள் கூறுகின்றன.

ஒருசில சம்பவங்களில் சிறு மாறுதல்கள் இருந்தாலும் பதினெட்டாம்படிக் கருப்பசாமிக்குக் கூறப்படும் கதையின் பொருண்மையில் மாற்றம் இல்லை. தலைவாசலில் இருக்கின்ற கதவுகளே கருப்பசாமியாகக் கருதி வழிபடப்படுகின்றன. இங்குக் கருப்பசாமிக்கு உருவம் இல்லை. கதைப்பாடல்களில் வரும் மிகை நிகழ்வுகளைத் தவிர்த்துவிட்டு அவை தருகின்ற தரவுகளை மட்டும் கொண்டு கருப்பசாமி குறித்த ஆய்வினைத் தொ.ப. முன்னெடுக்கின்றார். மேலும் பொதுவாகக் கருப்பசாமியின் தோற்றம் குறித்து வழங்கி வருகின்ற கதைப்பாடல்கள், வர்ணிப்புப் பாடல்களின் செய்திகள், அழகர் கோயிலில் உறைந்திருக்கும் கருப்பசாமி குறித்த வடமொழி சுலோகம், ஸ்ரீ கள்ளழகர் கோயில் வரலாறு ஆகியவற்றைக் கொண்டும் மதிப்பிட்டுள்ளார்.

இச்செய்திகளுள் குறிப்பிடத்தக்க நிகழ்வு என்னவென்றால் கதைப்பாடலின் படி இறந்த பதினெட்டு லாடர்களும் இறப்பதற்கு முன் திருமாலுக்கு அணிவித்த மாலை, படைத்த உணவு, நூபுர கங்கையின் தீர்த்தம் ஆகியவற்றைத் தங்களுக்குத் தினமும் வழங்கவேண்டும் என்று கேட்டுள்ளனர். அதன்படியே திருமாலும் உடன்பட்டு அத்துடன் வருகின்ற உயிர்ப்பலிகளை ஏற்று வாழ்ந்து கொள் எனக் கருப்பசாமிக்குக் கட்டளையிட்டுள்ளதாகக் கூறப்பட்டுள்ளது. இன்றளவும் இரவுநேரத்தில் திருமாலுக்குச் சாத்தப்பட்ட துளசிமாலை, படைக்கப்பட்ட உணவு, நூபுரகங்கையின் தீர்த்தத்தோடு கோயிலின் பிராமணப் பணியாளர் கருப்பசாமியிடம் வந்து பூசை செய்துவிட்டுச் செல்கின்றார். இரத்தபலி பெறுகின்ற நாட்டார் தெய்வத்திற்குப் பிராமணர்கள் பூசை செய்கின்ற நிகழ்வு இக்கோயிலில் மட்டுமே நிகழ்கின்றது. இச்செயலும் ஆய்வாளர்களின் கவனத்தை ஈர்ப்பதாக உள்ளது. மேலும் நாட்டார் தெய்வத்திற்கும் நிறுவனப்படுத்தப்பட்ட தெய்வத்திற்குமான உறவு நிலை குறித்து பியூகஸ் மற்றும் சி.இராசகோபாலச்சாரியாரின் கருத்துகளைத் தொ.ப. எடுத்துக்காட்டி விளக்கியுள்ளார் (2022:216). இப்படி வைணவச் சார்போடு இருக்கின்ற, இரத்த பலி பெறுகின்ற கருப்பசாமி கள்ளர்களின் வழிபாட்டில் முக்கிய இடத்தைப் பெற்றிருப்பது குறிப்பிடத்தக்கது.

மேலும் பள்ளர் - பறையர், வலையர், இடையர் உள்ளிட்ட சமூகத்தினர் அழகர் கோயிலோடு கொண்ட உறவு குறித்தும் தனித்தனியாக விளக்கியுள்ளார் தொ.ப. கள்ளர் சமூகம் மட்டுமே வைணவ ஈடுபாட்டைத் தவிர்த்துச் சமூகக் காரணங்களால்

அழகர் கோயிலோடு தொடர்பு கொண்டிருக்கின்றது. பிற சமூகங்கள் வைணவ ஈடுபாட்டின் அடிப்படையிலேயே உறவு கொண்டிருக்கின்றன. குறிப்பாகப் பள்ளர் - பறையர் ஆகிய உழு தொழிலாளர்கள் இந்திர வழிபாட்டிலிருந்து பலராம வழிபாட்டின் வழியாகத் திருமால் நெறிக்குள் அழைத்து வரப்பட்டிருக்கின்றனர். வலையர்களின் உறவிற்கான காரணத்தை வர்ணிப்புப் பாடலின் வழி மட்டுமே அறியமுடிகின்றது. வலையர்களின் உட்பிரிவிற்குள் அழகர் கோயிலைச்சுற்றி வசிப்பவர்கள் வன்னிய வலையர்கள். இவர்கள் கிழங்கு தோண்டும் போது அழகர் கோயிலின் மூலவர் வெளிப்பட்டதாக வர்ணிப்புப் பாடலில் செய்தி உள்ளது. இதை நிறுவுவதற்கான சான்றுகள் ஏதும் கிடைக்கவில்லை.

இடையர்களுக்கும் இக்கோயிலுக்குமான உறவு என்பது திணைநிலைக்காலம் தொட்டு ஆயர்களுக்கும் திருமாலுக்குமான உறவாகவே நீட்சி பெற்றிருக்கின்றது. இருப்பினும் இடையர்கள் அனைவரும் வைணவர்களாக இருக்கவில்லை என்பதையும் கல்வெட்டுச் சான்றுகளின் வழித் தொ.ப. நிறுவுகின்றார். உண்மையில் கோயில்களுக்கும் இடையர்களுக்குமான உறவு என்பது தொழில்சார்ந்ததாகவே இருந்துள்ளது. கோயில்களுக்கு உரித்தான கால்நடை பராமரிப்பு; கோயில்களில் ஏற்றப்படும் நந்தா விளக்கிற்கு நெய் அளித்தல் உள்ளிட்ட கடமைகள் இடையர்களைக் கோயில்களோடு உறவு கொள்ள வைத்தன. மேலும் சிலப்பதிகாரத்தில் இடையர்கள் பூங்கண் இயக்கிக்குப் பால்மடை கொடுத்த செய்தியும் பதிவாகியுள்ளது. எனவே இடையர்கள் நாட்டார்தெய்வ வழிபாட்டினையும் கொண்டவர்களாக இருந்துள்ளனர்.

அழகர் கோயிலுக்கும் இடையர்களுக்குமான உறவு நிலையை மேற்கண்ட சமூகப் பின்புலத்தின் வழிப் புரிந்து கொள்ள முடியும். இருப்பினும் சில தனிப்பட்ட சமூகக் காரணங்களும் இருப்பதைத் தொ.ப. கண்டுகாட்டியுள்ளார். ஆண்டார் - சமயத்தார்நிர்வாக அமைப்பில் மூன்று பிரிவினர் இடையர் இனத்தைச் சார்ந்தவர்களாக இருந்திருக்கின்றனர். சாம்பக்குளம் நல்லான் தாதன் சமயம், கட்டனூர்ச் சமயம், பிள்ளையார் பாளையம் சமயம் ஆகியவை. முன்னர்க் குறித்தபடி இவர்களின் பணி ஒடுக்கப்பட்ட மக்களை அடியார்களாக்கி முத்திரை பெறச் செய்வது. ஒவ்வொரு சமயத்தாருக்கும் ஒரு குறிப்பிட்ட எல்லை வரையிலும் சமய ஆட்சி உண்டு. இவர்களுள் சாம்பக்குளம் நல்லான் தாதனுக்கு மிகுதியான பரப்பு எல்லையாக இருந்திருக்கின்றது. இவ்வமைப்பு முறையின் செயல்பாடும் பிற்காலத்தில் இவ்வமைப்பு சிதைந்து போனமை குறித்தும் தொ.ப. பதிவு செய்துள்ளார். (2022:91)

பொதுவாகச் சித்திரை திருவிழாவிற்குப் பத்து நாட்களுக்கு முன்னர் நல்லான் தாதனுடைய வீட்டில் கம்ப சேவை என்னும் பூசையொன்று நடைபெறும்; இதில் சாதியப்பாகுபாடின்றி அனைத்து அடியார்களும் உணவு உண்பர். இந்தச் சடங்கு மட்டும் இன்றளவும் நடைபெற்று வருவதைத் தொ.ப. சுட்டிக்காட்டுகின்றார். இப்படிச் சமயத்தாராக மட்டுமன்றி மாடுகொண்டு வருபவர்கள், திரி எடுத்து ஆடுபவர்கள்; துருத்தி நீர் தெளிப்பவர்கள் என முதுகுளத்தூர், இராமநாதபுரம், பரமக்குடி உள்ளிட்ட ஊர்களிலிருந்து இடையர்கள் வருகின்றனர்.

இப்படி ஒவ்வொரு சமூகத்திற்கும் அழகர் கோயிலுக்குமான உறவுகள் வேறுபட்ட நிலையில் இருக்க அழகர் கோயிலின் சித்திரைத்திருவிழா குறித்த வெகுசனக் கருத்தியல் எப்படி சைவ நிறுவனமான மீனாட்சியம்மன் கோயிலோடு உறவு கொண்டது? என்கிற கேள்வியும் எழுகின்றது. இந்த இணைவு எந்த நூற்றாண்டளவில் தொடங்கி வழிவழியாக நடைப்பெற்று வருகின்றது என்கிற இணைக்கேள்வியும் எழுவது தவிர்க்க இயலாதது. மேலும் துலுக்க நாச்சியார் வீட்டில் அழகர் தங்குகிறார் என்ற தகவல் ஒருபுறம் இசுலாத்திற்கும் வைணவத்திற்குமான நல்லுறவைச் சுட்டுவதாகவும் இருக்கின்றது. இவை அனைத்தையும் ஆதாரங்களுடன் விளக்கும் விதமாகச் சித்திரைத் திருவிழாவும் பழமரபுக் கதையும் என்கிற பகுதி அமைந்துள்ளது. அழகர் கோயிலின் சித்திரைத் திருவிழா குறித்த சமூகவியல் ஆய்வினை முதலில் மேற்கொண்டவர் டென்னிஸ் அட்சன். இவருடைய ஆய்வினை மையமிட்டதாகவும் இப்பகுதி கட்டமைக்கப்பட்டிருக்கின்றது. வழக்கிலுள்ள பழமரபுக் கதை குறித்த பல்வேறு கருத்துகளை விவாதித்துள்ள தொ.ப. இறுதியில் அட்சனின் ஆய்வின் வழிப் பெறப்பட்ட நான்கு முடிவுகளைத் தொகுத்து அவற்றின் ஏற்பினையும் ஏற்பின்மையையும் மதிப்பிட்டுள்ளார். அட்சனின் முடிவுகளையும் தொ.ப.வின் மதிப்பீடுகளையும் கீழ்க்கண்ட நிலைகளில் தொகுத்துக் கொள்வோம்.

- பாண்டிய நாட்டில் நீண்ட காலமாகச் சைவ வைணவப் போராட்டம் நடந்து வந்துள்ளது. மதுரை நகரம் சைவத்தோடு நெருங்கிய தொடர்புடையது. இருப்பினும் வைணவர்கள் பெரும்பான்மை சைவர் நிறைந்த அல்லது வைணவரல்லாத சமூகத்தில் வேகமும் தற்காப்புணர்வும் பொருந்திய சிறுபான்மையினராக இக்கதையின் வழி உருவகப்படுத்தப்பட்டனர் என்கிற அட்சனின் கருத்தினைத் தொ.ப. ஏற்றுக் கொள்கிறார். இச்செய்தி ஸ்ரீ கள்ளழகர் கோயில் வரலாற்றில் இடம்பெற்றிருப்பதையும் எடுத்துக் காட்டுகின்றார்.

- திருமலை நாயக்கரே மீனாட்சி அம்மன் திருக்கல்யாண வைபவத்தையும் அழகரின் வைபவத்தையும் இணைத்திருக்க வேண்டும். அவர்காலத்தில் புதிதாகச் செய்யப்பட்ட தேர்களை இழுக்க ஆட்களைச் சேர்க்கவும், கால்நடைச் சந்தைகளை நடத்தவும், மக்கள் தம்முட் கலந்துறவாடவும் மிகப்பெரிய திருவிழாவாக இதனைக் கட்டமைத்திருக்கின்றார். மேலும் திருவிழாக்களை மாற்றக்கூடத்தனக்கு அதிகாரமிருப்பதைக் காட்டவும் இவ்வாய்ப்பைப் பயன்படுத்தியிருக்கலாம் என்கிறார் அட்சன். இக்கருத்துகளையும் தொ.ப. ஏற்றுக் கொள்கின்றார். இதற்கு முக்கியச் சான்றாக மீனாட்சி திருமண ஊர்வலம் சித்திரை வீதியில் வலம் வராமல் மாசிவீதியிலேயே வருவதையும் மாசியில் நடக்கவேண்டிய மீனாட்சித் திருக்கல்யாணம் சித்திரை மாதத்திற்கு மாற்றப்பட்டிருப்பதையும் எடுத்துக் காட்டுகின்றார்.

- அழகருக்கும் கள்ளருக்குமிடையேயான உறவு திருமலை நாயக்கர் காலத்திலோ அதற்கு முன்னரோ ஏற்பட்டிருந்தால் அந்தச் சுமுக உறவினை உருவகப்படுத்த இத்திருவிழாவினை அவர் பயன்படுத்தியிருக்கலாம். கள்ளர்களின் தனித்தன்மையை எடுத்துக் காட்டும் அழகர் திருவிழாவினை மதுரையின் தனித்தன்மையை எடுத்துக்காட்டும் மீனாட்சி திருக்கல்யாணத்துடன் இணைத்திருக்கலாம் என்கிறார் அட்சன். மேலும் கள்ளர்கள் வழிமறிக்கும் சடங்கினையும் திருமலை நாயக்கர் கள்ளர்களை அரசியலில் வென்றபின்னர் கொண்ட நல்லுறவினைப் பிரதிபலிப்பதாக இருக்கலாம் என்றும் கூறுகிறார். இக்கருத்தோடு தொ.ப. முரண்படுகின்றார். இக்கருத்தினை அட்சன் ஊகத்தின் மூலமாகவே முன்வைக்கின்றார். வரலாற்றுச் சான்றுகளைப் பார்க்கும் போது விசயரெங்க சொக்கநாதன் காலம்வரை (1706-1717) கள்ளர்கள் வலிமையுடனே கலகம் செய்திருப்பதைக் கதைப் பாடல்களும் மார்ட்டின் அடிகளார் எழுதிய கடிதங்களும் காட்டுகின்றன. ஒருவேளை திருமலை நாயக்கர் காலத்திலேயே கள்ளர்களோடு நல்லுறவு ஏற்பட்டிருந்தால் பிற்காலத்தில் அவர்கள் விசயரெங்க சொக்கநாதனோடு முரண்பட்டிருக்க வாய்ப்பில்லை. எனவே இக்கருத்தினைத் தொ.ப. தரவுகளின் வழி மறுத்துள்ளார்.

- விசயநகரப்பேரரசிலிருந்து முதலில் பிரிந்து தனித்த அரசாக மாறியது திருமலை நாயக்கரின் அரசே. எனவே பண்டைய பாண்டிய நாட்டின் பெருமையை நிலைநாட்டும் விதமாக இத்திருவிழாவினைத் திருமலை நாயக்கர் முன்னெடுத்திருக்கலாம். மேலும் தர்மம் தழைக்க மன்னர்கள் இதுபோன்ற திருவிழாக்களை நடத்துவது இயல்பு என்கிறார் அட்சன். தொ.பவும் இக்கருத்துடன் உடன்படுகின்றார். நாயக்கர்களுக்கு மொழியால் இம்மண்ணிற்கு அன்னியர்கள் என்கிற உறுத்தல் இருக்க வாய்ப்புள்ளதாக இவர் கருதுகின்றார். இதுபோன்ற செயற்பாடுகளால்

> தங்களை இம்மண்ணிற்குரியவர்களாகக் காட்டிக்கொள்ள அவர்கள் முயன்றிருக்கலாம். மேலும் அழகர் கிள்ளை விடுதூதில் திருமாலின் தேவியர்க்குத் தெலுங்கு மொழி தெரியாது எனவும் அழகருக்குத் தெரியும் என்பது போலவும் குறிப்பு ஒன்று வருவதனை எடுத்துக்காட்டும் தொ.ப. அழகர் தெலுங்கர்க்கும் தமிழர்க்கும் பொதுவானவர் என்கிற கருத்துநிலை வழங்கியிருப்பதையும் சுட்டி அட்சனின் கருத்தினை ஏற்றுக் கொள்கிறார்.

மேற்குறித்த செய்திகளின் அடிப்படையில் மூன்று வகையான போராட்டங்கள் இத்திருவிழாவின் பின்புலமாக இருப்பதையும் அட்சன் அடையாளங்காட்டுகின்றார்.

- அரசியல் ரீதியாகக் கள்ளர்களுக்கும் மதுரை நாயக்க மன்னர்களுக்கும் இடையிலான போராட்டம்.
- சமூகவியல் ரீதியாகத் தாழ்ந்த சாதியினரான கிராமப்புற மக்கள் அவர்தம் வழிபாட்டு நெறிகள் ஆகியவற்றுக்கும் பெரும்பாலும் உயர்சாதியினரான நகரமக்கள், அவர்தம் வழிபாட்டு நெறிகள் ஆகியவற்றுக்கும் இடையே நடந்த போராட்டம்.
- வரலாற்று ரீதியாகச் சைவ - வைணவ மதங்களுக்கிடையேயான போராட்டம்.

இவற்றுள் முதற்கட்டப் போராட்டம் குறித்து வலுவான சான்றுகள் கிடைப்பதனால் அட்சனின் இம்முடிவு ஏற்றுக் கொள்ளப்பட்டதாகவே இருக்கின்றது. நாயக்க மன்னர்களின் காலத்தில் தொடங்கிய இப்போராட்டம் விசயரெங்க சொக்கநாதன் காலத்தில் ஒரு சமரசத்திற்கு வந்திருக்க வேண்டும். அடுத்ததாக இத்திருவிழா ஊர்வலத்தில் பெருந்திரளாகக் கலந்து கொள்பவர்கள் ஒடுக்கப்பட்ட சமூகத்தினராக இருப்பதை அட்சன் எடுத்துக்காட்டுகின்றார். அழகர் மீனாட்சிதிருமணத்தில் பங்கு கொள்ளாமல் திரும்புதல் என்கிற கதைக்குப் பின்புலமாகத் தாழ்ந்த சாதியினரான கிராமப்புற மக்களுக்கும் (வைணவ அடியார்கள்) நகரத்தினரான உயர்சாதியினருக்கும் (சைவம் சார்ந்தவர்கள்) இடையிலான போராட்டத்தைக் கருதுகிறார். இத்தொடர்பில் பல கேள்விகளைத் தொ.ப. முன்வைக்கின்றார்.

தல்லாகுளத்தில் ஒரு கருப்பசாமி கோயில் உள்ளது. அக்கோயில் உருவாக காரணமாக, அழகர் ஊர்வலம் செல்லும் போது பாண்டி முனி வழிமறித்தது எனவும் அழகர் உடனே கருப்பசாமியை நினைக்க கருப்பசாமி பாண்டிமுனியை அடித்து விரட்டிவிட்டு அங்கேயே தங்கிவிட்டது எனவும் கள ஆய்வில் தகவலாளி ஒருவர் சொன்ன கதையினை எடுத்துக் காட்டுகிறார். இக்கதையின் மூலம் கிடைக்கின்ற

ஒரே தரவு தல்லாகுளத்தில் அழகர் ஊர்வலம் வழிமறிக்கப்பட்டது என்பதே. எதற்காக இங்கே ஊர்வலம் வழிமறிக்கப்பட்டது என்கிற கேள்வி எழுகின்றது. மேலும் தல்லாகுளத்தில் கருப்ப சாமி கோயிலை ஒட்டியும் அழகர் கோயிலில் பதினெட்டாம் படிக் கருப்பசாமியின் இடத்தை ஒட்டியும் ஜெயவீர அனுமார் சந்நிதி ஒன்று உள்ளது. அந்த அனுமாரின் இடையில் கத்தியும் இருக்கின்றது. ஜெயவீர அனுமாரின் தேவை என்ன? இது அடுத்த கேள்வி. அழகர் ஊர்வத்தில் திரியெடுத்து ஆடுபவர்களும் சாட்டையால் அடித்துக் கொண்டு ஆடுபவர்களும் நாட்டார் தெய்வ வழிபாட்டினராகக் காட்சிதருகின்றனர். ஆனால் துருத்தி நீர் தெளிப்போரின் ஆடை ஒரு போர்வீரனை ஒத்துள்ளது. இறைவனை வணங்க வரும் அடியவருக்குப் போர்வீரனின் தோற்றம் ஏன் தேவைப்படுகின்றது? மேலும் அழகர் மதுரைக்குள் ஏன் வருவதில்லை என்கிற மிகமுக்கியமான கேள்வியும் இத்தொடர்பில் எழுகின்றது. இதற்குக் களஆய்வில் கிடைத்த பதில் அழகருக்கும் மீனாட்சிக்கும் எல்லை வகுக்கப்பட்டுவிட்டது. மதுரை மீனாட்சியாகிய தங்கையின் பூமி என்பதாக இருக்கின்றது. இப்படியொரு எல்லைப்பகுப்பு உண்மையில் இருந்திருக்குமா? இவை அனைத்திற்கும் ஊகத்தின் அடிப்படையிலேயே பதில் கூற வேண்டியிருக்கின்றது. இக்கேள்விகளுக்கான விடையாகத் தொ.ப. கூறியுள்ள கருத்து வருமாறு,

> “அழகர் ஊர்வலம் மதுரையைச் சேர்ந்த உயர்சாதியினரால் பெரும்பாலும் சைவர்களால் தல்லா குளத்தில் மறிக்கப்பட்டிருக்கலாம். பிராமணப் பூசனைபெறும் பெருந்தெய்வமான (bramanical deity) அழகர் தாழ்ந்த சாதிக்காரர்களான கள்ளர்களைப் போல வேடம் புனைந்து வந்தது. இம்மறிப்புக்கு வலுவான காரணமாயிருக்கலாம். மோதல்களுக்குப் பிறகேற்பட்ட உடன்பாட்டில் அழகர் ஊர்வலம் மதுரை நகருக்குள் வருவது தடுக்கப்பட்டு மதுரையை ஒட்டிய வையையாற்றுப் பகுதியிலும், வண்டியூரிலும் அழகரின் கள்ளர் வேடம் தடைசெய்யப்பட்டிருக்கலாம். (2022:148)”

எனவே சித்திரைத் திருவிழா சாதிய சமரசத்திற்கு இடமளித்த அதே நேரத்தில் தவிர்க்கவே முடியாத சூழலால் சாதிய முரண்பாட்டிற்கும் வழிவகுத்திருக்கின்றது. பெரும்பான்மையினரின் முடிவுகளையே சமூகமும் ஏற்றிருக்கின்றது. இந்தக் கதைமரபுகளும் ஆவணங்களும் தருகின்ற செய்திகளின் மூலம் இதனை உறுதி செய்ய முடிகின்றது.

இலக்கிய ஆய்வுகள்

தொ.பரமசிவன் தமிழ்ப்பேராசிரியராக இருந்தவர்; மாணவர்களுக்குத் தமிழ் இலக்கியம் பயிற்றுவித்ததோடு ஆய்வு நெறியாளராகவும் வழி நடத்தியிருக்கிறார்; தமிழ் இலக்கியத்தில் பரந்து பட்ட வாசிப்பும் புரிதலும் அவருக்கு இருந்தன. தமிழ் இலக்கியம் சார்ந்த அவருடைய பதிவுகளை வாசிக்கும் போது இதனை உணரமுடியும். இதுவரை அறிஞர்களோ ஆய்வாளர்களோ கவனப்படுத்தாத சில வெளிகளை இலக்கியம் சார்ந்து விவாதத்திற்கு உட்படுத்தியுள்ளார். சங்க இலக்கியம், திருக்குறள், சிலப்பதிகாரம், ஆழ்வார் பாடல்கள் எனப் பண்டைய தமிழ் இலக்கியங்களோடு பாரதி, பாரதிதாசன் தொடங்கிப் புதுமைப்பித்தன், சிற்பியோடு சமகாலத்திய இனவரைவியல் புனைவுகளும் தொ.ப.வின் வாசிப்பிற்குள் இடம்பெற்றுள்ளன. இலக்கிய ஆய்வாளர்கள் பொதுவாகக் கைக்கொள்ளுகின்ற ஆய்வு முறைமையிலிருந்து மாறுபட்டதாகவும் இலக்கியங்களின் பின்புலத்தையும் அரசியல் வினைகளையும் கவனப்படுத்துவதாகவும் தொ.ப.வின் பதிவுகள் அமைந்துள்ளன. மேலும் 'இலக்கிய ஆய்வுகள்' குறித்த கவனஈர்ப்பினையும் இவர் செய்துள்ளார். இலக்கிய வாசிப்பின் வழி உருவான ஆளுமைகளையும் அடையாளப்படுத்தியுள்ளார். சில ஆய்வாளர்களின் ஆய்வுப் போக்கினையும், ஆய்வு அரசியலையும் மதிப்பிட்டுள்ளார். தொ.ப.வின் இலக்கிய வாசிப்பினைக் கீழ்க்கண்ட நிலைகளில் பகுத்துக்கொள்ள முடியும்.

- இலக்கியத்தின் காலம், சமூகப் பின்புலம், இலக்கிய ஆய்வில் கவனப்படுத்தப்பட வேண்டிய வெளி குறித்த உரையாடல்கள். குறிப்பாகச் சங்க இலக்கியம் சார்ந்து இவர் செய்துள்ள மூன்று கட்டுரைப்பதிவுகள்; திருக்குறளின் சமூகப் பரவல் குறித்த பதிவுகள்; இலக்கியத்திற்கும் சமூகத்திற்குமான உறவில் நாலாயிரத் திவ்யபிரபந்தப் பாடல்களைத் தொ.ப. வாசித்திருக்கும் முறைமையும் கவனத்திற்குரியது. இதன் தொடர்ச்சியில் ஆழ்வார் பாடல்களும் கண்ணன் பாட்டும் என்ற பதிவையும் இணைத்துக் கொள்ளலாம்.

- களஆய்வின் முக்கியத்துவம் குறித்த கருத்துகள்; இலக்கிய வாசிப்பினை அடுத்தகட்ட நகர்விற்குக் கொண்டு செல்வதற்குக் களஆய்வும் அதுசார்ந்த அறிவும் அவசியம். இலக்கியத்தினையும் அதுவழங்கிய சமூகத்தின் அசைவுகளையும் களஆய்வின் வழியே கண்டடையமுடியும். அவ்வாறே பண்பாட்டு மானிடவியல் நோக்கில் இலக்கியத்தினை

அணுகவேண்டிய அவசியம் குறித்தும் தொ.ப. செய்துள்ள பதிவுகள் குறிப்பிடத்தகுந்தவை.

- தமிழ்ச்சூழலில் பாரதியார், பாரதிதாசன் ஆகியோர் கவிதைகளின் வழி வெளிப்படும் அரசியல் நிலைப்பாடு குறித்த பதிவுகள்; சமூகத்தில் மாற்றம் ஏற்படுத்திய பெரியாரையும் கவிதை மரபில் புதுமைகளைப் புகுத்திய பாரதியையும் ஒப்பிட்டு இவர் செய்துள்ள பதிவு இதுவரை ஆய்வுச் சூழலில் முன்னெடுக்கப்படாத ஒன்று. இந்த வரிசையில் மேலும் பல ஆளுமைகளை வாசிப்பதற்கு முன்னோடியாக இக்கட்டுரைப் பதிவு உள்ளது.

- புனைகதைகளை அவை உருப்பெற்ற நிலத்தின் வழி வாசித்தல். சான்றாகப் புதுமைப்பித்தனின் திருநெல்வேலி சார்ந்த கதைகளைத் தொ.ப. வாசித்திருக்கும் முறை. 'படைப்பிலக்கியங்களும் பண்பாட்டு வெளிப்பாடும்' என்கிற கட்டுரைப்பதிவு கவனப்படுத்தும் செய்திகள்.

- இலக்கிய வாசிப்பின்வழி உருப்பெற்ற ஆளுமைகளின் அரசியலை இனங்காணும் பதிவுகள். கா.சு.பிள்ளையின் பங்களிப்பையும் தெ.பொ. மீனாட்சி சுந்தரனாரின் இலக்கிய வாசிப்பையும் தொ.ப. அணுகியுள்ள முறை கவனத்திற்குரியது. இவ்வரிசையில் தமிழ் நாட்டுக் கோசாம்பி என்று தொ.ப. அடையாளப்படுத்துகின்ற வானமாமலை, நம்பமுடியாத புலமையாளரான சி.சு.மணி குறித்த பதிவுகளையும் இணைத்துக் கொள்ளலாம்.

- இறுதியாக இலக்கிய நயங்களையும் புலமைத்துவத்தையும் சார்ந்து எழுதப்பட்ட சில எளிய கட்டுரைகளும் தமிழியல் துறைகளான இதழியல், அகராதிக்கலை குறித்த பதிவுகளும்.

தமிழ்மொழிக்குச் செம்மொழி அங்கீகாரம் கிடைப்பதற்கு அடிப்படையாக அமைந்தவை பாட்டும் தொகையுமான சங்க இலக்கியங்கள்; சங்கப் பாடல்கள் தோன்றிய காலந்தொட்டு இன்றுவரை பல்வேறு விதமான வாசிப்புகளில் ஊடாடியுள்ளன. தொ.ப. சங்க இலக்கியம் என்கிற தொகுப்பில் இடம்பெற்றுள்ள பனுவல்களின் கால அடுக்குக் குறித்துச் சில பதிவுகளைச் செய்துள்ளார். சங்க இலக்கியப் பாடல்கள் யாவும் ஒரே காலகட்டத்தில் பாடப்பட்டவையோ தொகுக்கப்பட்டவையோ அல்ல. அவை திட்டமிட்ட தேர்ந்தெடுப்புகள்; மேலும் தமிழ்ப்புலவர்களின் மூலப்படைப்பு எது மொழிபெயர்ப்புப் பாடல்கள் எவை என்பன போன்ற ஐயங்களும் சங்கப் பாடல்களைக் குறித்து இருப்பதனைக் கவனப்படுத்துகின்றார். சங்கப் பாடல்களின் வழி அன்றைய சமுதாயத்தின் இயங்குமரபை முழுமையாக அறியமுடியாது. ஆனால் நிச்சயமாகச் சில அவதானிப்புகளைப் பெறமுடியும் என்கிற அடிப்படையில் இதுவரை சங்கப் பாடல்களுக்கு

வழங்கப்பட்டிருந்த கால அளவினை மறுவாசிப்புக்குத் தொ.ப. உட்படுத்துகின்றார். 'காலம்' என்பதற்கு அவர் அளித்துள்ள விளக்கம் இலக்கிய ஆய்வாளர்கள் கவனத்திற்கொள்ள வேண்டிய ஒன்று.

> "ஒரு காலம் என்பது, சமூகத்தில் அதுவரை நிலைபெற்ற கருத்துக்கள் செல்வாக்கிழந்து புதிய கருத்துகள் தோன்றி வளர்கின்ற கால அளவைக் குறிக்கும் என்று கொள்ளலாம். இந்த அளவீட்டின்படி சங்க இலக்கியம் என்பது பலகால அடுக்குகளை உடையதாகக் காணப்படுகிறது. (2008:9)"

'சங்க காலம் - ஒரு மறுமதிப்பீடு' என்கிற கட்டுரைப் பதிவில் சங்கப் பாடல்களின் வழிப் பெறப்படுகின்ற சங்க காலத்தினை நான்கு கட்டமாகப் பிரித்துச் சான்றுகளுடன் விளக்கியுள்ளார். பாண்நாகரிகத்தின் வீழ்ச்சியில் தொடங்கி, வேளாளர்கள், வணிகர்களின் எழுச்சியில் தொழிற்பட்டுச் சமண, பௌத்தக் கருத்தியல்களை ஏற்று இறுதியில் வைதிகத்தில் கரைந்த நான்குவகை காலகட்டத்தைச் சார்ந்த பாடல்கள் சங்க இலக்கியத் தொகுதிக்குள் இருக்கின்றன.

சங்கப் பாடல்கள் குறித்து ஆய்வு செய்பவர்கள் இக்காலப் பகுப்பினையும் கவனத்தில் கொள்ள வேண்டும். சங்கப் பாடல்களை ஒரே காலத்தைச் சார்ந்தவை என்றும் அவை காட்டும் சமூகம் ஒன்று என்றும் நிலைப்படுத்தப்பட்ட வாய்பாட்டு முறையில் அணுகினால் தேவையற்ற குழப்பமே ஏற்படும் என்கிறார் தொ.ப.. தமிழ்ச்சூழலில் செவ்விலக்கியங்கள் குறித்த ஆய்வுகள் பெருகி வருகின்ற நிலையில் இக்கருத்தினை ஆய்வாளர்கள் கவனத்தில் கொள்ள வேண்டியது அவசியம்.

சங்க காலம் குறித்த மறுமதிப்பீட்டினைச் செய்துள்ள தொ.ப. சங்கப் பாடல்களில் பதிவாகியுள்ள சாதி அமைப்பின் மூலப்படிவங்களைக் குறித்தும் ஆய்வு செய்துள்ளார். முந்தைய பகுதிகளில் குறித்தபடி சாதி என்பது மனிதனின் வலிமையான அடையாளமாக இருக்கின்ற அதே நேரத்தில் வன்முறைக்கான கருவியாகவும் இருக்கிறது என்பது தொ.ப.வின் கருத்து. சங்க காலத்தில் சாதிப்படிநிலைகள் எவ்வாறு இருந்தன? தொழில், பிறப்பு இரண்டில் எதுசார்ந்து சாதி தொழிற்பட்டிருக்கின்றது என்பது போன்ற வினாக்களை எழுப்பி விடைதேடும் முயற்சியில் தொ.ப ஈடுபட்டுள்ளார்.

சாதி, குலம் ஆகிய இரண்டு சொற்களைத் தவிர்த்துக் குடி, கணம் என்னும் இரண்டு சொற்களும் சங்கப் பாடல்களில் மக்கள் கூட்டத்தினைக் குறிக்கப் பயன்படுத்தப்பட்டிருப்பதாகத் தொ.ப. எடுத்துக்காட்டுகின்றார். 'குடி' என்பது ஒரு குடும்பத்தைக் குறிப்பதாகவும் (ஒருவர் தோற்பினும் தோற்பது நுங்குடியே,

புறம்.45, ஒருகுடிப் பிறந்த பல்லோர் புறம்.183), பெரிய மக்கள் திரளினைக் குறிப்பதாகவும் (குடி பழி தூற்றும் புறம்.) இரண்டு பொருள்களில் பயன்படுத்தப்பட்டு வந்துள்ளது. 'கணம்' என்ற சொல் உப்பு வணிகத்துக்காக அலைந்து திரியும் மக்கள் தொகுதியை (உமணர் பதிபோகு நெடுநெறிக் கணநிரை வாழ்க்கை அகம்.390., நிலையா வாழ்க்கைக் கணங்கொள் உமணர் நற்.138) மட்டும் குறிக்க வழங்கப்பட்டிருக்கின்றது. குடி என்ற சொல்லின் உருவாக்கம், பொருண்மை குறித்து மேலும் பல அறிஞர்கள் ஆராய்ந்துள்ளனர். ஆனால் 'கணம்' என்ற சொல்லின் பொருளைக் கவனப்படுத்தியவராகத் தொ.ப. ஒருவரே இருக்கிறார்.

சங்க இலக்கியப் பரப்பு முழுவதையும் கவனத்தில் கொள்ளும் போது அவற்றுள் பழமை சான்ற பனுவல்களான குறுந்தொகை, நற்றிணை, அகநானூறு, புறநானூறு ஆகிய நான்கு தொகை நூல்களை மட்டுமே ஆழமாக நோக்க வேண்டிய தேவையுள்ளதாகத் தொ.ப. கருதுகின்றார். காலப்பழமையில் முன்னிலைப்பட்ட இப்பனுவல்களின் பாடல்களை அடிப்படையாகக் கொண்டு சாதியின் மூல அமைப்புப் படிவம் தொழில் சார்ந்ததா? பிறப்புச் சார்ந்ததா? என்கிற வினாவினை எழுப்பி விடைகாண முயன்றிருக்கின்றார். இது குறித்த செய்திகளைக் கீழ்க்காணும் நிலைகளில் தொகுத்துக் கொள்வோம்.

- சங்க காலம் தொடங்கி இன்று வரை பொருண்மை மாறாமல் வழங்கப்படுகின்ற சொற்கள் பரதவர், பார்ப்பனர் ஆகியவை. சங்க இலக்கியம் குறிப்பிடும் 'வேலன்மார்' அதே பெயரில் இன்றும் வடமலபாரில் முருகப் பூசாரிமார்களாக, தனிச்சாதியினராக வாழ்ந்து வருவதைப் பி.எல்.சாமி களஆய்வின் வழி எடுத்துக் காட்டியிருக்கிறார்.

- உழவர், மரங்கொல்கானவர், குன்றக் குரவர், மறவர், இடையர் ஆகிய சொற்கள் சங்கப் பாடல்களில் தொழிலைக் காட்டும் சொற்களாகவே பயன்படுத்தப்பட்டிருக்கின்றன. ஆவியர், ஓவியர், கள்வர், மழவர் ஆகிய பெயர்கள் தொல்குடிகளைச் சுட்டிய பெயர்களாகக் காணப்படினும் இவை கரைந்து போன இனக்குழுக்களின் தொல்லெச்சமாக இருப்பதாகவே தொ.ப. கருதுகின்றார்.

- ஒளியர் (பல்லொளியர் பணிபு ஒடுங்க) எனப்படும் தொல்குடிப்பெயர் கி.பி. எட்டாம் நூற்றாண்டில் மாமல்லபுரம் கல்வெட்டில் 'ஒளிநாகன்' என மாற்றுவடிவம் பெற்றுள்ளது. அதற்குப் பிறகு அச்சொல்லின் பயன்பாட்டினைக் காணமுடியவில்லை.

- மட்கலங்கள் செய்யும் தொழிலாளர் வேட்கோ என்ற பெயரில் சுட்டப்பட்டுள்ளனர். வேள் என்பது மண்ணைக் குறிப்பது. ஆனால் கோ என்பது பொதுவாகத் தலைமைத் தன்மையினைச் சுட்டும்

பொருளிலேயே வழங்கப்பட்டிருக்கின்றது. (இளங்கோ, கடுங்கோ, பூரிக்கோ, ஆவிக்கோ, விச்சிக்கோ) எனவே மட்கலம் செய்யும் தொழிலாளர்கள் சமூகத்தலைமையினை ஏற்றிருந்த செய்தி விடுவிக்க வேண்டிய வரலாற்றுப் புதிராக இருப்பதாகத் தொ.ப. இனங்காட்டுகின்றார். இதன் தொடர்ச்சியில் இராசராசனின் ஆனைமங்கலச் செப்பேட்டில் 'வேட்கோவன்' என்ற குடிப்பெயரோடு ஐந்து பேர் கையெழுத்திட்டுள்ள சான்றினையும் இணைத்துக் கொள்கிறார். மேலும் பிற்காலக் கல்வெட்டுகளில் வேட்கோ என்ற பெயரோடு கலமிடும் குசவன் என்ற பெயரும் காணப்படுவதைக் குறிப்பிடும் தொ.ப. இக்காலத்தில் இவர்கள் வேளார் என்றழைக்கப்படுவதையும் சிற்றூர்களில் பூசாரித் தொழில் செய்துவருவதையும் இணைத்துக் காட்டுகின்றார். இச்செய்திகளின் பின்புலத்தில் மட்பாண்டத் தொழிலாளர்களின் தொல் வரலாற்றை ஆராய வேண்டிய தேவையுள்ளது.

- சங்கப் பாடல்களைப் பொறுத்தவரை தனிக்கவனம் செலுத்த வேண்டிய குடிகளாகப் புலையன், புலைத்தி ஆகியோர் இருக்கின்றனர். ஏனைய குடிகள் பெரும்பாலும் தொழிலோடு தொடர்புபடுத்தப்பட்டவர்களாகவே இருக்கின்றனர். ஆனால் புலையன் மட்டும் 'இழிபிறப்பாளன்' என்றே கருதப்பட்டிருப்பதைப் பல சங்கப் பாடல்களில் இடம் பெற்றுள்ள குறிப்புகளின் வழித் தொ.ப. எடுத்துக்காட்டுகின்றார். (புறம்.259, 289, 311, 360, 363; நற்.77, 90, 347; அகம்.387) ஆனால் இந்த ஒரு சான்றினை மட்டும் வைத்துக் கொண்டு பிறப்புவழிப்பட்ட சாதியக் கட்டுமானங்கள் சங்க காலத்தில் இருந்ததாகக் கொள்ளமுடியாது என்கிற கருத்தையும் முன்வைக்கின்றார்.

- பிறப்பு வழிப்பட்ட நால்வருணப் பாகுபாடு பாண்டியன் அறிவுடை நம்பியின் புறப்பாடலில் மட்டுமே இடம்பெற்றுள்ளது. முன்னர்க் குறித்தபடி சங்க காலத்தின் நான்காம் கட்டத்தில் நிலக்கிழார்கள், வணிகர்கள் மேலெழுந்த போது, அரசுருவாக்கம் என்பது பேரரசாக உருமாற்றம் அடைந்தது. அதிகார மையங்களை உருவாக்க பண்பாட்டுத்தளத்தில் மாற்றத்தை ஏற்படுத்த வேண்டியது அவசியமானது. வைதிகத்தின் நால்வருண பாகுபாடு அரசதிகாரத்திற்குத் துணையாக நின்று அதுவரை நிலவிவந்த தொழில் அடிப்படையிலான பாகுபாட்டில் குறுக்கு வெட்டாகப் பாய்ந்து கலந்திருக்கின்றது. இந்தப் பண்பாட்டு மோதலே சாதியப் பாகுபாட்டினை உருவாக்கியிருக்கின்றது. ஆனால் தமிழகத்தைப் பொறுத்தவரை அரசுருவாக்கத்திற்குத் தேவையான பண்பாட்டுத்தளத்தை வருணக் கோட்பாடு உருவாக்கித் தருவதற்கு முன்னர், தொல் மந்திர நம்பிக்கையும் இனக்குழுப் பண்பினைக் காட்டும் கூட்டுண் வாழ்க்கையும் கொண்ட, நிலவழிப்பட்ட தொழில்வழிப்பட்ட மக்கள் திரள்களே சாதிய அமைப்பிற்கான மூலப் படிவங்களாக இருந்துள்ளதாகத் தொ.ப. கருதுகிறார்.

இவ்வாறு சங்கப் பாடல்களின் கால அடுக்குகள் குறித்தும் அவற்றில் இடம்பெற்றுள்ள தரவுகளைக் கொண்டு தமிழ்ச்சமூகத்தின் சாதி மூலப் படிவங்களின் தன்மை குறித்தும் தொ.ப. காத்திரமான உரையாடலை முன்வைத்துள்ளார்.

செம்மொழிப் பனுவல்களுள் ஒன்றான திருக்குறள் எல்லாக் காலத்திற்கும் பொருந்தக் கூடிய அறவிழுமியங்களைக் கொண்டதாகத் தமிழ்ச்சமூகத்தினரால் கொண்டாடப்படுகின்றது பனுவல். காலனிய காலத்தில் திருக்குறளின் சமூகப் பரவல் குறித்த சில செய்திகளைத் தொ.ப. கவனப்படுத்தியுள்ளார். அறங்கூறும் இலக்கியமாகிய திருக்குறள் அக்காலத்தில் வருணாசிரமக் கோட்பாட்டிற்கு எதிரான தத்துவார்த்த பின்புலமாகக் கவனிக்கப்பட்டிருப்பதையும் மொழிபெயர்க்கப்பட்டிருப்பதையும் தொ.ப. எடுத்துக்காட்டுகின்றார். திருக்குறள் ஆய்வு வரலாற்றில் இச்செய்திகள் தனித்துச் சுட்டத்தக்கவை. பதினெட்டாம் நூற்றாண்டின் பிற்பகுதியில் இந்தியாவில் வலுவூன்றத் தொடங்கிய காலனிய ஆதிக்கத்திற்கு ஐரோப்பியப் பாதிரிமார்கள் ஆற்றிய சிலபணிகளும் உதவியாக இருந்தன. கி.பி.1799இல் கல்கத்தாவில் இருந்த சர்.வில்லியம் ஜோன்ஸ் பிராமணப் பண்டிதர்களின் உதவியோடு இந்திய நாட்டில் வழக்கில் இருந்த அறங்களையும் சட்டங்களையும் தொகுக்கும் பணியில் ஈடுபட்டார். முழுக்க மனுதர்மத்தை அடிப்படையாகக் கொண்டமைந்த அந்தத் தொகுப்பே Hindu law என்ற பெயரில் பல்லாண்டு காலமாகக் காலனிய ஆட்சியாளர்களால் தருமசாஸ்திரமாகக் கொள்ளப்பட்டது.

ஆனால் தென்னிந்தியப் பகுதிக்கு வந்த கிறித்தவப் பாதிரிமார்கள் இதற்கு முற்றிலும் மாறுபட்ட அறநூலான திருக்குறளைக் கண்டறிந்தனர். அற இலக்கியம் என்பதைக் கடந்து அறக்கோட்பாடாகவே திருக்குறள் அவர்களிடத்தில் பரவியது. வில்லியம் ஜோன்ஸிற்கு முன்னரே 1794இல் கிண்டர்ஸ் லீ திருக்குறளின் சில பகுதிகளை ஆங்கிலத்தில் மொழிபெயர்த்து இருந்தார். அவ்வாறே பதினெட்டாம் நூற்றாண்டின் முற்பகுதியிலேயே வீரமாமுனிவரான கான்ஸ்டான்டியுஸ் ஜோசப்பெஸ்கியும் திருக்குறளின் சில பகுதிகளை இலத்தீனில் மொழி பெயர்த்திருந்தார். கி.பி. 1811 இல் அம்பலவாணக் கவிராயர் திருக்குறள் மூலத்தை மட்டும் அச்சுக்குக் கொண்டுவந்தார். அந்த ஆண்டே எல்லீஸ் திருக்குறளின் சில பகுதிகளை ஆங்கிலத்தில் மொழிபெயர்த்ததோடு திருவள்ளுவர் உருவம் பொறித்த தங்கக்காசினையும் வெளியிட்டார். 1840இல் முகவை இராமானுசக் கவிராயரின் உதவியுடன் ட்ரூ திருக்குறளின் ஆங்கில மொழிபெயர்ப்பினைப் பரிமேலழகர் உரையோடு வெளியிடுகிறார். 1896இல் ட்ரூ, லாசரஸ் ஆகியோரின் முழுமையான மொழிபெயர்ப்பில்

திருக்குறள் வெளியாகியது. அதே ஆண்டில் ஜி.யூ.போப்பும் திருக்குறளின் ஆங்கில மொழியாக்கத்தை வெளியிட்டுள்ளார். இச்செய்திகளின் மூலம் பத்தொன்பதாம் நூற்றாண்டின் நடுப்பகுதியிலேயே காலனி ஆட்சியாளர்களும் பாதிரிமார்களும் திருக்குறளை முழுவதுமாக அறிந்திருந்தனர் என்பதைப் புரிந்துகொள்ள முடிகிறது.

திருக்குறளின் அறிமுகம் மனுதர்ம சாஸ்திரத்திற்கு எதிரான தத்துவக் கோட்பாடு ஒன்றினை நிலைநிறுத்த அவர்களுக்கு உதவியது என்கிறார் தொ.ப., இரேனியஸ் அடிகளாரின் பிராமண எதிர்ப்புக் கருத்துகளை இத்தன்மைக்குச் சிறந்த முன்னுதாரணமாகக் காட்டுகின்றார். தன்னுடைய இலக்கண நூலில் எடுத்துக்காட்டு வாக்கியமாக "பிராமணர்கள் பொய்க் கதைகளைக் கூறி ஜனங்களை ஏமாற்றுகிறார்கள்" என்று இரேனியஸ் அளித்துள்ளதைப் பதிவு செய்யும் தொ.ப. இரேனியஸ் திருக்குறளின் 13 அதிகாரங்களை ஆங்கிலத்தில் மொழிபெயர்த்தாகச் செவிவழிச் செய்தி நிலவியதையும் தருகிறார். ஒருபுறம் கால்டுவெல்லின் திராவிட மொழிகள் குறித்த ஆய்வுகள் ஆய்வுலகத்தின் போக்கினைத் திசைதிருப்பின. அதேநேரம் சமசுகிருதத்தையும் வேத மேலாண்மையையும் முன்னிறுத்தும் விதமாகப் பிரம்மஞான சபையின் தோற்றமும் வளர்ச்சியும் இருந்தது. அயோத்திதாசர், மனோன்மணியம் சுந்தரம்பிள்ளை உள்ளிட்டோர் வெளிப்படையாகவே ஆரியம் X திராவிடம் என்ற எதிர்வினையை ஆற்றியதோடு மனுதர்மத்திற்குத் திருக்குறளைச் சாத்திர எதிர்நிலையாக நிறுத்தினர். கிறித்தவக் கம்பர் என்று போற்றப்படும் எச்.ஏ.கிருஷ்ணப் பிள்ளை புரட்டஸ்டண்டு கிறித்தவ தத்துவத்தை விளக்கும் வகையில் எழுதிய "இரட்சணிய சமய நிர்ணயம் அல்லது வஸ்து நிர்ணய பிரகரணம்" (1898) என்ற நூலில் திருவள்ளுவரை 'மகாஞானியாகிய திருவள்ளுவர்', 'திருவள்ளுவர் என்னும் மகாஞானி', 'தமிழ்நாட்டுத் தீபம் போன்ற திருக்குறள்' என்று பலஇடங்களில் பதிவு செய்திருப்பதையும் தொ.ப. எடுத்துக்காட்டுகின்றார். இருபதாம் நூற்றாண்டின் முற்பகுதியில் திருக்குறள் வேதாந்திகளாலும், கிறித்தவர்களாலும், தாழ்த்தப்பட்டவராலும், சைவர்களாலும் ஏற்றுக் கொள்ளப்பட்ட நூலாக இருந்தது. குறிப்பாக மனுதர்மத்திற்கு மாற்றான தத்துவமாகவும் முன்னிலைப்படுத்தப்பட்டது. 1905 - 1935 ஆண்டுகாலத்தில் தொடங்கப்பட்ட தமிழ் இதழ்களின் முகப்புக் குறிக்கோள்களாகத் திருக்குறள் அச்சிடப்பட்டிருப்பதையும் தொ.ப. பட்டியலிட்டுத் தருகின்றார். திருக்குறளின் சமூகப் பரவலை இனங்காண இப்பட்டியல் பெரிதும் உதவுகின்றது. (2008:58-59)

இருபதாம் நூற்றாண்டில் தமிழர்களின் மொழிவளர்ச்சி கூர்மையடைவதற்குச் சில எதிர்மறை நிகழ்வுகளும் காரணமாக

இருந்தமையைத் தொ.ப. சுட்டுகின்றார். சென்னைப் பல்கலைக்கழகத்தின் இடைநிலைப்பட்ட வகுப்பில் விருப்பப்பாடமாக இருந்த தமிழை நீக்குவதற்கு நடந்த முயற்சி, ஆந்திரப்பல்கலைக்கழகமும் மைசூர்ப் பல்கலைக்கழகமும் போலத் தமிழ்ப்பல்கலைக்கழகமம் ஒன்று வேண்டுமெனத் தமிழறிஞர்கள் சிலர் குரல் எழுப்பியபோது அதற்கான மதிப்பு கிடைக்கப்பெறாமல் போனது; 1930கள் தொடங்கி நடந்த இந்தித்திணிப்பிற்கு எதிரான அலை; இவையெல்லாம் இணைந்து ஏறத்தாழ நாற்பது ஆண்டுகாலம் பெருகிவந்த தமிழுணர்ச்சி சமய எல்லைகளை மீறித் திருக்குறளைத் தமிழர்களின் சுய அடையாளங்களில் ஒன்றாக ஆக்கியது. இதனைக் கீழ்க்கண்ட நிலையில் தொ.ப. பதிவு செய்கிறார்,

> "ஒரு தேசிய இனமாகத் தம்மை அடையாளம் காணும் முயற்சியில் தமிழர்கள் இறங்கியபோது வடமொழிவேதங்களை உயர்த்திப் பிடித்த பிராமணியத்திற்கு எதிராகத் திருக்குறளைத் தமிழ் வேதம் எனக்கருதினர். நாடெங்கும் வள்ளுவர் பெயராலும் திருக்குறளின் பெயராலும் மன்றங்கள் தோன்றின. 1927இல் தென்காசி திருவள்ளுவர் கழகம் தொடங்கப்பட்டது. (2008:60)"

இரண்டு நூற்றாண்டுகளாகச் சமூக நீதிக்கான தேவையில் தொடங்கிப் பின்னர் தேசிய இன அடையாளம் தேடும் முயற்சியில் வளர்ந்து நின்ற தமிழ்ச் சமூகத்தின் சமூகப் பண்பாட்டு அரசியல் நிகழ்வுகளில் திருக்குறள் என்னும் அறஇலக்கியம் தனித்த இடத்தைப் பெற்றிருக்கின்றது. இலக்கியம் என்பதைக் கடந்து திருக்குறள் ஆற்றிய வினையாக இச்செய்திகளைத் தொ.ப.மதிப்பிட்டுள்ளார்.

நாலாயிரத் திவ்யப் பிரபந்தமும் பக்தி இயக்கமும் என்ற கட்டுரை இலக்கியத்திற்கும் இயக்கத்திற்குமான தொடர்பினை அடையாளங்காட்டுகின்றது. இக்கட்டுரை பேசும் கருத்துகளைக் கீழ்க்கண்ட நிலைகளில் பகுத்துக்கொள்ளலாம்.

- ஆழ்வார்களின் பின்புலத்தை அவர்கள் பிறந்த நாடுகளின் அடிப்படையில் ஆராய்கிறார் தொ.ப.; முதல் மூன்று ஆழ்வார்கள் தொண்டை மண்டலத்தில் பிறந்தவர்கள்; பின்வந்த ஆழ்வார்களில் திருமழிசை ஆழ்வாரும் தொண்டை மண்டலத்தைச் சார்ந்தவரே; கி.பி. எட்டாம் நூற்றாண்டளவில் தோன்றிய தொண்டரடிப் பொடியாழ்வார், திருமங்கையாழ்வார், திருப்பாணாழ்வார் ஆகிய மூவரும் சோழநாட்டினர்; குலசேகர ஆழ்வார் சேரநாட்டு அரச மரபினைச் சேர்ந்தவர். ஏனைய நால்வரும் பாண்டிய நாட்டில் பிறந்தவர்கள். இப்படி ஆழ்வார்களை அவர்கள் பிறந்த நிலம்சார்ந்து அடையாளப்படுத்தும் தொ.ப. நாயன்மார்களில் பெரும்பாலானவர்கள் சோழ நாட்டினராக இருப்பதையும்

ஒப்பிடுகிறார். பிற்காலச் சோழர்களின் அரசமதமாகவே சைவம் விளங்கியதையும் கௌணியக்கோன் ஞானசம்பந்தர் சோழநாட்டில் பிறந்து பாண்டியநாட்டிற்குச் சென்று சைவத்தை நிலைநிறுத்தியதையும் இங்குக் கவனத்தில் கொள்ள வேண்டியுள்ளது.

- ஆழ்வார்கள் இலக்கிய வடிவங்களில் புதுமையைப் புகுத்தியுள்ளனர். இலக்கிய வடிவங்களின் சோதனை முயற்சி குறித்துத் தொ.ப. பதிவு செய்துள்ள கருத்து இங்கு இணைத்து நோக்குதற்குரியது. 'ஆழ்வார்கள் பாடல்களில் இருந்து நாம் காணுகின்ற ஒரு புதுமை அவர்கள் இலக்கியத்தின் வகைமைகளைப் பெருக்குவதற்கு நடத்திய பல்வேறு சோதனை முயற்சிகளாகும். வைணவ இலக்கிய வகைகளை ஆராய்ந்த ம.பெ.சீனிவாசன் 24 வகையான பிரபந்தங்கள் ஆழ்வார்களின் பாசுரங்களில் காணப்படுவதாகக் குறிப்பிடுகின்றார். இந்தச் சோதனை முயற்சிகளின் தளமாக 'மேலோர் எழுத்து மரபு' என அறியப்பட்டவற்றிலிருந்து அவர்கள் புறம்போகவும் தயாராக இருந்தார்கள். (2019:32)' நாட்டார் கலை வடிவங்களான பல்லாண்டு பாடுதல், தாலாட்டுப் பாடுதல் ஆகியவற்றைப் பயன்படுத்தி ஆழ்வார்கள் பாடல்களைப் பாடியுள்ளனர். ['ஆலைநீள் கரும்பன்னவன் தாலோ (707)'] குழந்தைகளைக் கொஞ்சும் விதமாகக் கவிதைகள் புனைவதில் பெரியாழ்வார் குறிப்பிடத்தகுந்தவராக இருக்கிறார். மேலும் நாட்டார் சடங்கிலிருந்து இவர்கள் உருவாக்கிய இலக்கிய வடிவமே பாவை என்பது. எழுத்திலக்கிய மரபினை நாட்டார் இலக்கிய மரபினை நோக்கி நகர்த்திய இந்தச் செயல்பாட்டினை வைணவத்தின் இலக்கியப் பங்களிப்பாகவே தொ.ப. மதிப்பிடுகிறார்.

- இந்திய இலக்கிய மரபில் கவிதை இலக்கியமானது பின்வந்த பல நூற்றாண்டுகளாகச் செழித்து வளரக் காரணமாகக் கண்ணன் என்னும் தெய்வத்தின் பிள்ளை விளையாட்டுக் (பாகவதக் கதைகள்) கதைகளைக் கூறுகிறார் தொ.ப.. பிற்காலத்தில் இந்தியாவின் பல்வேறு மொழிகளில் கண்ணன் என்ற தெய்வத்தை மையமாக வைத்துக் கவிதை இலக்கியம் வளர்ந்தது. (பாரதியின் கண்ணன் பாட்டினையும் இப்பின்புலத்தில் புரிந்து கொள்ள முடியும்.) இந்த இலக்கிய முயற்சியை முதலில் தொடங்கி வைத்தவர்கள் ஆழ்வார்களே.

- மிகமுக்கியமாக ஆழ்வார்கள் பிராமணியத்தை எதிர்த்துள்ளார்கள். தமிழ்நாட்டு பக்தி இயக்கத்தின் முக்கியக் கூறாக இத்தன்மையினைத் தொ.ப. அடையாளப்படுத்துகிறார். தொண்டரடிப் பொடியாழ்வார், 'பிராமணனாக இருக்கும் ஒருவன் பக்தனாக முடியாது. பக்தனாக இருக்கும் ஒருவன் பிராமணனாக முடியாது. எனவே, நான் எனது பிராமணத்தன்மையினை விட்டுவிடுகிறேன் என்கிறார். 'குளித்து மூன்றனலை யோம்பும்/ குறிகொளந் தண்மை தன்னை/ ஒளித்திட்டே

னென்கண் இல்லை' (896) என்று வெளிப்படையாகவே பாடியுள்ளார். இப்படிப் பிராமணியத்திற்கு எதிரான பதிவு கி.பி.ஏழாம் நூற்றாண்டளவில் இந்தியாவின் வேறெந்த மொழியிலும் இடம்பெற்றிருப்பதாகத் தெரியவில்லை. கி.பி. பன்னிரண்டாம் நூற்றாண்டில் வந்த வைணவ உரையாசிரியர்களும் தத்துவ ஆசிரியர்களும் இவ்வுணர்வினை மேலும் செழுமைபடுத்தியுள்ளதாகத் தொ.ப. அவதானிக்கிறார். இந்த முன்னெடுப்பில்தான் சுத்தம்X அசுத்தம் என்ற கருத்தியலைத் தம் பாசுரங்களில் ஆழ்வார்கள் முன்வைத்துள்ளனர். கண்ணன் என்னும் குழந்தையை முன்னிறுத்தி, சுததம் என்னும் பிராமணிய கோட்பாட்டினை அவர்கள் எதிர்த்துள்ளனர். குழந்தை என்பது சுத்த, அசுத்த அளவுகோல்களுக்கு அப்பாற்பட்டது. அது ஒரு அழகு வெளிப்பாடு மட்டுமே என்கிறார் தொ.ப.

- இறைவனை எளியவனாக உருவகப்படுத்தியதில் ஆழ்வார்களின் பாடல்களுக்குக் கணிசமான பங்குண்டு. சௌசீல்யம், சௌலப்யம், காருண்யம் ஆகிய மூன்று நிலைகளைத் திருமாலின் பண்புகளாக வைணவம் கூறும். இவற்றுள் சௌசீல்யம் என்பது எல்லா வகையான நற்குணங்களின் சேர்க்கை; சௌலப்யம் என்பது இறைவனின் எளிவந்த தன்மை. காருண்யம் என்பது கருணையைக் குறிப்பது. வெண்ணெய்த் திருடனாக, பக்தர்களுக்கு நெருக்கமானவனாகத் திருமால் இருப்பதை ஆழ்வார்கள் பாடக் காரணம் இந்த சௌலப்யம் என்ற எளிய தன்மையினை உணர்த்துவதற்காகவே.

இவ்வாறு இலக்கியம் என்பது எப்படி ஒரு இயக்கத்திற்கு அடிப்படையை அமைத்துக் கொடுக்கின்றது என்பதை நாலாயிரத் திவ்யப் பிரபந்த பாடல்களின் வழித் தொ.ப. எடுத்துக் காட்டியுள்ளார். மேற்கண்ட கருத்துகளின் தொடர்ச்சியில் கண்ணன் குறித்த செய்திகளை மட்டும் விரிவாகப் பிறிதொரு கட்டுரையில் பேசியிருக்கிறார்.

பொதுவாக ஆய்வுச் சூழலில் சமூகவியல் ஆய்வுகளும் பண்பாட்டு மானிடவியல் ஆய்வுகளும் இலக்கியம் சார்ந்து பெரிதும் நிகழவேண்டும் என்கிறார் தொ.ப. சங்க இலக்கியத்தை அதன் பெருமை கடந்து சமூகவியல் அணுகுமுறையில் ஆய்வு செய்த அறிஞர்களை மூன்று காலகட்டமாகப் பாகுபடுத்தியுள்ளார். முதல் கட்டத்தில் கனகசபைப்பிள்ளை, மு.இராகவையங்கார், எம்.சீனிவாசஐயங்கார் ஆகியோரின் ஆய்வுகள் உள்ளன. மா.இராசமாணிக்கனார், ஔவை சு.துரைசாமிப் பிள்ளை, எஸ்.வையாபுரிப்பிள்ளை ஆகியோர் இரண்டாம் காலகட்டம்; பேராசிரியர் நா.வானமாமலை, க.கைலாசபதி, கா.சிவத்தம்பி, பி.எல்.சாமி, கோ.கேசவன் ஆகியோர் மூன்றாம் காலகட்டத்தினர். இக்காலகட்டத்தினரின் ஆய்வுகளைச் சமூகவியல் ஆய்வுகளாக இனங்காட்டுகின்றார் தொ.ப.

க.கைலாசபதியின் பண்டைத்தமிழர் வாழ்வும் வழிபாடும் (1966), தமிழில் வீரநிலைக் கவிதை (1968), கா.சிவத்தம்பியின் இலக்கணமும், சமூக உறவுகளும் (1982), பி.எல்.சாமியின் தமிழ் இலக்கியத்தில் தாய்த்தெய்வ வழிபாடு (1975), சங்க நூல்களில் முருகன், சங்க நூல்களில் மீன்கள், சங்க நூல்களில் மணிகள், மயிலை சீனி வேங்கடசாமியின் பழங்காலத் தமிழர் வணிகம் (1974), கா.சுப்பிரமணியனின் 'சங்க காலச் சமுதாயம்'(1976), கோ.கேசவனின் மண்ணும் மனித உறவுகளும் (1976) ஆகிய ஆய்வுகளைச் சங்க இலக்கிய ஆய்வு வரலாற்றில் முக்கிய பங்கு வகிப்பவையாகத் தொ.ப. மதிப்பிட்டுள்ளார்.

மேலும் நா.வானமாமலையின் ஆராய்ச்சி இதழில் மயிலை சீனி வேங்கடசாமி எழுதிய கட்டுரைகள், கா.சிவத்தம்பி எழுதிய திணைக் கோட்பாட்டின் சமூக அடிப்படைகள் கட்டுரை, கா.சுப்பிரமணியம், ஆ.சிவசுப்பிரமணியம், செ.வை.சண்முகம், தா.வே.வீராசாமி, மு.கு.ஜெகநாதராஜா ஆகியோர் எழுதியுள்ள கட்டுரைகளும் குறிப்பிடத்தகுந்தன என்கிறார். அவற்றுள்ளும் வேலன் வழிபாடு பற்றிய பி.எல்.சாமியின் கட்டுரையும் சங்க இலக்கியத்தின் இனக்குழு வாழ்க்கை என்ற கா.சுப்பிரமணியனின் கட்டுரையும் சங்க இலக்கிய வாசிப்பினை அடுத்த கட்ட நகர்விற்குக் கொண்டு சென்றவையாக அடையாளப்படுத்துகின்றார். கோ.கேசவனின் மண்ணும் மனித உறவுகளும் நூலில் இடம்பெற்றுள்ள ஐந்து கட்டுரைகளுள் மூன்று கட்டுரைகள் சங்க இலக்கியம் குறித்தன. ஆய்வுலகத்தோடு தொடர்புடைய கல்லூரித் தமிழாசிரியர்களை அதிர்ச்சியடையச் செய்த கட்டுரைகள் இவை என்கிறார் தொ.ப. (2008:21)

கேசவனுக்குப் பின்னர்ச் சங்க இலக்கியம் குறித்த சமூக ஆய்வுகளில் புதிய வரவாக யாரையும் குறிப்பிட்டுச் சொல்லமுடியவில்லை என்கிற வருத்தத்தையும் தொ.ப. பதிவு செய்திருக்கிறார். சமூகவியல்ஆய்வினைப் போன்றே இலக்கியத்தில் பண்பாட்டு மானிடவியல் ஆய்வுகளும் போதுமான அளவு நிகழ்த்தப்பெறவில்லை என்கிற வருத்தமும் தொ.ப.விற்கு உண்டு. சங்க இலக்கியத்தில் பண்பாட்டு மானிடவியல் நோக்கிலான ஆய்வு மேற்கொள்வதற்கு ஏராளமான தரவுகள் மலிந்திருப்பதையும் எடுத்துக் காட்டுகின்றார். தொடக்ககால ஆய்வுகளுள் மு.இராகவையங்காரின் வேளிர் வரலாறு பண்பாட்டு மானிடவியல் நோக்கில் பழந்தமிழ் இலக்கியத்தை அணுகிய ஆய்வாகத் தொ.ப. அடையாளப்படுத்துகின்றார். பண்பாட்டு மானிடவியல் ஆய்விற்குக் களஆய்வு அடிப்படையாக அமையவேண்டும் என்றும் கூறுகின்றார். தமிழ்ச்சமூகத்தில் பெருந்திரளான மக்கள் புலால் உண்ணும் வழக்கமுடையவர்கள்.

ஆனால் சங்க இலக்கியத்தை அடுத்துக் குணங்குடி மஸ்தான் வரையிலான இலக்கியங்களைப் பயில்கின்ற பிற மொழியினரோ நாட்டினரோ தமிழ்ச்சமூகத்தைப் புலால் உண்ணாத சமூகத்தினராகவே கருதுவர். எனவே இதுவரை கிடைத்துள்ள எழுத்துசார் ஆவணங்கள் மேல்தட்டு வர்க்கம் சார்ந்த தேர்ந்தெடுப்புகளாகவே இருக்கின்றன என்கிற கசப்பான உண்மையை எதிர்கொள்ள வேண்டியுள்ளது என்கிற தொ.ப. கி.பி.ஏழாம் நூற்றண்டில் எழுச்சி பெற்ற பக்தி இயக்கத்திற்கு வெகுமக்களின் மரபு ஆற்றிய எதிர்வினையைக் கண்டறிய களஆய்வுகளால் மட்டுமே முடியும் என்கிறார். பக்தி இலக்கியத்தால் ஒதுக்கப்பட்ட மூதேவி என்கிற தெய்வத்தின் சமூக இருப்பு மற்றும் வழிபாட்டு முறையினை இதற்கான சான்றாகக் காட்டுகின்றார். அழுக்கு, வறுமை, சோம்பல் இவற்றின் குறியீடாக வழங்கப்படுகின்ற மூதேவி என்கிற சொல் உண்மையில் மூத்த தேவி என்கிற பொருளையுடையது; இது ஒருபழமையான தெய்வம். தற்காலத்திலும் இவ்வழிபாட்டின் தொடர்ச்சி இருப்பதைத் தொ.ப. அடையாளங்காட்டுகின்றார். (2008:45)

மேற்குறித்த செய்திகளின்வழி இலக்கிய ஆய்வுகளில் களஆய்வுடன் கூடிய பண்பாட்டு மானிடவியல் ஆய்வுகள் மேலும் கூர்மை பெறவேண்டும் என்பது தொ.ப.வின் கருத்தாக இருப்பதைப் புரிந்து கொள்ளமுடியும்.

தொ.ப., பாரதி, பெரியார் எனும் இருவேறுபட்ட சமூக ஆளுமைகளை ஒப்பிட்டுக் கட்டுரைப் பதிவொன்றைச் செய்திருக்கிறார். இருவரும் மனித குலத்தின்மீது தனித்த பற்றுடையவர்கள் என்பதைத் தவிர எந்தக் கூறுகளிலும் பொருந்தாதவர்கள்; இருப்பினும் சில சிந்தனைப் புள்ளிகளில் அவர்கள் ஒன்றிணைந்திருப்பதை மிக நுணுக்கமாக அணுகி வெளிப்படுத்தி இருக்கிறார். பாரதியார் குறித்துப் 'புதுமையாளர் பாரதி', 'பாரதியும் சித்தர் மரபும்' ஆகிய கட்டுரைகளும் தொ.ப. எழுதியுள்ளார். இருப்பினும் பாரதியின் அரசியல் புரிதலை மையமிட்டதாகப் 'பாரதியின் கனவும் இன்றைய நிகழ்வும்' (பகுத்தறிவு இயக்கம்) என்னும் இந்த ஒப்பீட்டுக் கட்டுரையே உள்ளது.

விடுதலைக்காகப் பாரதியாரும் பெரியாரும் தேர்ந்தெடுத்துக் கொண்ட களங்கள் வெவ்வேறு மரபு சார்ந்தவை. பாரதியின் மறைவுக்குப் பின்னரே பெரியாரின் சமூகச் செயற்பாடு தொடங்குகின்றது. பத்துப் பன்னிரண்டு ஆண்டுகளுக்குப் பிறகே அது பெரியாரியம் என்பதாக வளர்கிறது. இருப்பினும் இவ்விருவரின் நோக்கங்களுக்கும் அடிப்படையாகத் தமிழ்நாட்டுச் சமூக வாழ்வில் சில பொது மரபுகள் இருந்தன. இவர்களிருவருக்கும் அறுநூறு ஆண்டுகள் முன்னதாகத் தமிழகத்தில் சித்தர் மரபு என்கிற கலகமரபு தோன்றி மறைந்திருந்தது;

1875இல் இந்து மதச் சீர்திருத்த பத்திரிக்கை என்ற பெயரோடு ஒரு பத்திரிக்கையும் தோன்றியுள்ளது. சென்னை லௌகிக சங்கம் வெளிப்படையாகவே கடவுள் மறுப்பினை முன்னெடுத்திருந்தது. தத்துவ விவேசினி, The Thinker ஆகிய இதழ்கள் பகுத்தறிவு சார்ந்த செய்திகளை வெளியிட்டுக் கொண்டிருந்தன. வீ.அரசு அவர்களால் கொண்டு வரப்பட்ட தத்துவவிவேசினி இதழ்த் தொகுப்பு முயற்சியைத் 'தொலைந்து போன பொன் தொடரியின் கண்ணிகள்' என்ற தலைப்பில் தனியாகத் தொ.ப. விவாதித்துள்ளார். மேலும் இந்துமதத்தை ஆபாசம் என்கிற பொருளில் குறிப்பிடும் அளவிற்குப் பகுத்தறிவு வளர்ந்திருந்ததையும் பார்க்கமுடிகின்றது. 1882 இல் அத்திப்பாக்கம் வெங்கடாசல நாயக்கர் இந்துமத ஆசார ஆபாச தர்சனி என்ற பெயரில் ஒரு பாடல் நூலையே அச்சிட்டுள்ளார். இந்த மரபின் தொடர்ச்சியிலேயே பாரதியாரையும் பெரியாரையும் அணுக வேண்டும் என்கிறார் தொ.ப..

பாரதி புனிதமாகக் கருதிய பலவற்றைப் பெரியாரியம், நிராகரித்தது; தயானந்த சரஸ்வதி, இராஜாராம் மோகன்ராய் ஆகியோரின் சீர்திருத்தக் கருத்துகளில் ஈடுபாடு கொண்டவர் பாரதி; குறிப்பாக வேதப் பொற்காலத்துக்குத் திரும்புதல் என்கிற முழக்கம் பாரதியை வெகுவாக ஈர்த்தது. அவருடைய விருப்பமாகவும் அது மாறியது. ஆனால் பெரியாரியம் இந்தப் புனிதங்களை ஒட்டு மொத்தமாக நிராகரித்ததோடு உடைத்தெறிந்தது. பெரியாரின் கடவுள் மறுப்புச் சிந்தனைக்குப் பாரதி ஒருபோதும் உடன்பட்டிருக்கமாட்டார். அவரைப் பொறுத்தவரை மானுட விடுதலை என்பது முதலில் காலனியாதிக்கத்தில் இருந்து விடுபடுவது; அடுத்தது இழந்த பெருமையை மீட்பது, கனகலிங்கத்துக்குப் பூணூல் அணிவித்துப் பிராமணனாக உயர்த்துவது; நந்தனைப் பார்ப்பனனாக்குவது என்பதாகவே இருந்தது. ஒரு கவிஞனுக்கே உரிய கனவுகள், கற்பனைகள், அழகுணர்ச்சி, ஆவேசம் இவையெல்லாம் பாரதியிடம் மிதமிஞ்சி இருந்தன. அதே நேரம் உலகளாவிய கண்ணோட்டமும் இருந்தது. ஆனால் பெரியாரியமோ நடைமுறைகளையும் நிகழ்வுகளையும் கொண்டு சமூக அடுக்குகளை மோதிச் சிதைப்பதாக இருந்தது. குறிப்பாகப் பெரியாரியத்தின் அடிப்படை காலனிய ஆதிக்கத்தை எதிர்ப்பதோடு நின்றுவிடவில்லை அதற்கு முன்னதாகச் சமூகத்தில் வேரோடிப்போயிருந்த வைதிகத்தின் ஆளுகையை அசைப்பதாகவே இருந்தது. எனவே மொழி, கலை, இலக்கியம் குறித்த உயர்ந்த எண்ணங்களோ பெருமிதமோ பெரியாரியத்தில் இல்லை.

பகுத்தறிவு என்பதைப் பாரதியும் பெரியாரும் ஒரேவிதமாகப் புரிந்திருந்தனர் என்கிறார் தொ.ப.. அதாவது, முன்னோருடையது என்பதனால் எதையும் ஏற்றுக் கொள்ளாமல், சமூக சமத்துவம்,

சகோதரத்துவம் ஆகியவற்றுக்கு எதிரான எல்லாவற்றையும் மறுப்பதும் நீக்குவதுமே பகுத்தறிவு என்பதை இருவரும் உணர்ந்திருந்தனர். இந்த மறுப்பு, மனத்தாலும் சொல்லாலும் செயலாலும் அமைய வேண்டும். சுருக்கமாக அச்சத்திலிருந்தும் ஆதிக்கத்திலிருந்தும் மனிதனை விடுதலை செய்வதே பகுத்தறிவின் நோக்கமாக இருவரும் நினைத்துள்ளனர்.

அவர்கள் வாழ்ந்திருந்த சமூகத்தின் அனைத்து முரண்பாடுகளையும் அடையாளம் காணுகின்ற, விமர்சிக்கின்ற வாய்ப்பு அவர்களுக்கு வாய்த்தது. ஆனால் எதனை முன்னிலைப்படுத்துவது என்பதில் இருவரும் மாறுபட்டுள்ளனர். அரசியல் விடுதலையின்றி சமூக விடுதலை இல்லையென்பது பாரதியின் கருத்து; ஆனால் சமூக விடுதலையின்றி அரசியல் விடுதலை கிடைத்தும் பயனற்றது என்பது பெயரியாரியத்தின் மையம். பின்வந்த பொதுவுடைமை இயக்கத்தினர் பாரதியின் இந்தக் கருத்தினையே பெரியாரியக்கத்தின் மீதான விமர்சனமாக முன்வைத்தனர். முன்னர்க் குறித்தபடி வேதப் பொற்காலத்திற்குத் திரும்புதல் என்கிற விருப்பம் பாரதிக்குள் இருந்துள்ளது. அதனால் பிராமணரல்லாதார் கிளர்ச்சியை அவர் விமர்சிக்கிறார். ஏனென்றால் பிராமணரல்லாதார் என்கிற வகுப்பே கிடையாது என்பது பாரதியின் தர்க்கம். இங்குப் பிறப்பு வழிப்பட்ட வருணாசிரம தர்மத்தைத் தவிர்த்து அனைவருமே பிராமணர்களாகத் தகுதியுடையவர்கள் என்கிற அடிப்படையில் பாரதி பேசுகிறார். எனவே இந்தியாவில் ஜாதிமத பேதங்களில்லாமல் சமத்துவக் கொள்கை வெற்றியடையவேண்டுமென்றால், அதற்கு சுயராஜ்ய ஸ்தாபனமே சரியான உபாயமாகப் பாரதிக்குத் தெரிகின்றது. ஆனால் யதார்த்த அரசியலைக் கூர்மையாக அவதானிக்கப் பாரதி தவறியிருப்பதையும் உணரமுடிகின்றது. இந்தப் புள்ளியில் பெரியாரியம் பாரதியை மறுவாசிப்புக்கு உட்படுத்துகின்றது. காங்கிரஸ் இயக்கத்திற்குள் பிராமணரல்லாதார் குரல் எப்போதும் ஒலிப்பதற்கில்லை என்பதை பெரியார் வெளிப்படையாகவே விமர்சித்துள்ளார். அதில் பாரதிக்கு வழங்கப்படுகின்ற அங்கீகாரத்தைக் கடுமையாகவே சாடியிருக்கின்றார்.

பெரியாரியத்தின் அடிப்படை குறித்த பாரதியாரின் கருத்தும், பாரதியார் பற்றிப் பெரியார் கொண்டிருந்த மதிப்பும் பிழையானவை என்பதைப் பின்வந்த கால அரசியல் சமூக நிகழ்வுகள் காட்டிவிட்டன. பெரியாரியம் உருப்பெற்றதற்கான சமூக அவலங்களைப் பாரதியின் எழுத்துக்களில் அடையாளங் காண்கிறார் தொ.ப.. 'பாரத ஜனங்களின் தற்கால நிலைமை' என்கிற கவிதை பிராமணர்களல்லாத மக்களின் நிலையை அப்பட்டமாகக் காட்சிபடுத்தியிருக்கிறது. இந்த நிலையை மாற்றுவதற்கான வழியாகவே பெரியாரியம் உருக்கொண்டது. இரக்க

உணர்வு மிகுந்த இந்தக் கவிதையில் மக்களில் பெரும்பாலோர் சாத்திரங்களை நம்பிக் கெட்டுப்போவதையும், அரசியல் ஈடுபாடு அற்றவர்களாக இருப்பதையும் பாரதி வலியுறுத்திச் சொல்லியிருக்கிறார். இந்த இரண்டு தளைகளையும் அறுக்கும் விடுதலைச் சிந்தாந்தமாகவே பெரியாரியம் பிறந்தது.

பாரதி சமூகத்தின் இழிநிலைக்கு முதன்மைக் காரணமாக காலனிய ஆதிக்கத்தைக் கருதினார்; ஆனால் பெரியார் அதற்கு முன்பே புரையோடிய வைதிக ஆதிக்கத்தை எதிர்த்தார். இந்த ஒரு புள்ளியில் மட்டுமே இவர்களிருவரின் பாதைகளும் மாறுபட்டுவிட்டன. இப்படிப் பாரதியையும் பெரியாரையும் ஒப்பிட்டுச் சமூக அரசியலைத் தொ.ப. விவாதத்திற்குட்படுத்தியுள்ளார். சமூகம், எழுத்து என இரண்டு களங்களில் செயல்பட்ட மேலும் பல ஆளுமைகளை ஒப்பிட்டுப் பார்ப்பதற்கு இப்பதிவு வழிவகை செய்திருக்கின்றது.

பாரதியின் வரலாற்றோடு மறுக்கவே முடியாத இடத்தைப் பெற்றவர் பாரதிதாசன். பாரதிதாசனின் தமிழ்த்தேசிய உணர்வு காலங்கடந்தும் வியப்பதற்குரியது. தொ.ப. பாரதிதாசனின் மொழியுணர்ச்சி குறித்தும் குடும்பவிளக்கு கவிதையமைப்பு குறித்தும் இரண்டு கட்டுரைப் பதிவுகளைச் செய்துள்ளார்.

ஒரு படைப்பாளனின் உருவாக்கத்தில் அகநிலையாகவும் புறநிலையாகவும் பெரும்பங்கு வகிப்பது அவன் சார்ந்த காலம் என்கிறார் தொ.ப.. பாரதிதாசன் என்னும் பெருங்கவிஞனின் உருவாக்கத்தில் வள்ளலாருக்கும், பாரதிக்கும் பெரும்பங்கு இருந்தமையை மறுக்கமுடியாது. இவர்கள் தமிழ்க் கவிதை மரபில் வடிவத்திலும் சொற்பயன்படுத்தத்திலும் எளிமையைக் கொண்டுவந்தவர்கள். அவ்வாறே பாரதிதாசன் என்கிற கவிஞனின் கருத்தியல் தளத்தை இருபதாம் நூற்றாண்டின் முதற்பகுதியில் ஆக்கிக் கொடுத்தவர்கள் பலராவர் என்கிறார் தொ.ப.. கவிதை, சமூகம், இதழியல், பெண்விடுதலை, அரசியல் எனப் பாரதிதாசனின் இயங்குதளங்கள் பலவாக இருந்தன. இவ்வனைத்துக் கூறுகளும் அவருடைய மொழிபற்றிய பார்வையினை எப்படி வடிவமைத்தன என்கிற கேள்வியை முன்வைத்து அதற்கான விடையைத் தேடுவதாகத் தொ.ப.வின் பாரதிதாசனின் மொழியுணர்ச்சி கட்டுரைப் பதிவு இருக்கின்றது.

பாரதிதாசன் எழுதத் தொடங்கிய காலத்தில் பாரதியின் சாயை அவர்மீது படிந்திருந்ததைப் பார்க்கமுடிகின்றது. மயிலம் சுப்பிரமணியர் துதியமுது, கதிர்ராட்டினப்பாட்டு ஆகியவை எழுதிய பாரதிதாசன் பிற்காலத்தில் திராவிட இயக்க ஈடுபாட்டில் கவிதைகள்

எழுதினார். இப்பின்புலத்தில் பாரதிதாசனின் கவிதையுலகத்தை மூன்று காலகட்டங்களைச் சார்ந்ததாகத் தொ.ப. பகுத்துள்ளார். முன்னர்க் குறித்தபடி சில பக்திப் பாடல்கள், தேசபக்திப் பாடல்கள், வ.வே.சு.ஐயரின் மறைவுக்காகத் தேச சேவகனில் இரங்கற்பா எழுதிய பாரதிதாசன்; பாரதியின் மறைவிற்குப் பிறகு ஏறக்குறைய பதிமூன்று வருடங்கள் *(1930-1940)* கழித்துச் சமூகவிடுதலையை முதன்மை நோக்கமாகக் கொண்டு எழுந்த திராவிட இயக்கச் சார்பு பெறுகின்றார். இறுதியில் (1950க்குப் பிறகு) தமிழ்த்தேசியம் ஒரு பெரும்புயலாக உருவெடுத்தபோது தமிழையும் இசையையும் போற்றிய ‘குமரகுருபரராகவே’ போற்றி எழுதி மறைகின்றார். எனவே பாரதிதாசனின் மொழிகுறித்த பிரக்ஞையானது 1928க்கும் 1949க்கும் இடைப்பட்ட காலத்தில் உருப்பெற்றதாக இருக்கவேண்டும் என்றும் தொ.ப. அவதானிக்கிறார்.

தமிழ்ச்சிறுகதை வரலாற்றில் மறுக்க இயலாத பங்களிப்பைக் கொண்டவர் புதுமைப்பித்தன். தமிழில் சிறுகதை தனக்கான வடிவத்தைச் செழுமைபடுத்திக் கொண்டது புதுமைப்பித்தன் எழுத்துகள் மூலமாகத்தான் எனில் அது மிகையல்ல. புதுமைப்பித்தனின் கதைகளைப் பல்வேறு கோணங்களில் ஆய்வாளர்கள் வாசித்துள்ளனர்; மதிப்பிட்டுள்ளனர். ஆனால் ஆய்வு என்பதை மக்களை நோக்கியும் மண்ணைச் சார்ந்தும் வளர்த்தெடுத்த தொ.ப. புதுமைப்பித்தனையும் அவருடைய மண்சார்ந்தே வாசிக்கிறார்; மதிப்பிடுகிறார். இந்த வாசிப்பு புதுமைப்பித்தனைப் பிறிதொரு பரிணாமத்தில் அணுகுவதற்கு உதவுகின்றது. திருநெல்வேலி என்கிற நிலப்பரப்பு புதுமைப்பித்தனுக்குள் எத்தகைய வினைகளையெல்லாம் ஆற்றியிருக்கின்றது என்பதை அவருடைய கதைகளினூடாகக் கவனப்படுத்துகிறார் தொ.ப. புதுமைப்பித்தன் திருநெல்வேலியிலிருந்தது 17 ஆண்டுகள் தான் ஆனால் அவருடைய கதைகளில் சரிபாதி அம்மண்ணும் மனிதர்களுமே ஆக்கிரமித்திருக்கிறார்கள். சொல்லப்போனால் அவர்களே கதைகளை உருவாக்கியிருக்கிறார்கள். புதுமைப்பித்தனின் சிறுகதைகள் அனைத்தையும் வாசித்து அவற்றுள் திருநெல்வேலியோடு நேரடியாகவும் மறைமுகமாகவும் தொடர்புடைய கதைகளைக் (சுப்பையாப் பிள்ளையின் காதல்கள், நாசகாரக்கும்பல், துன்பக்கேணி, கல்யாணி, சாயங்கால மயக்கம், புதிய கூண்டு, மகாமசானம், மனிதயந்திரம், நியாயந்தான் உள்ளிட்ட பிற கதைகள்) கொண்டு ‘காலமும் நியாயமும்’ (புதுமைப்பித்தனின் திருநெல்வேலி) என்ற தலைப்பில் தொ.ப. ஒரு கட்டுரைப் பதிவினைச் செய்திருக்கிறார். அக்கட்டுரையில் புதுமைப்பித்தனின் எழுத்துலகம் சார்ந்து அவர் அளித்துள்ள செய்திகளைக் கீழ்க்கண்ட நிலையில் தொகுத்துக் கொள்ளலாம்.

- ஒரு படைப்பாளி அவன் இயங்குகின்ற காலம், அவன் சார்ந்த நிலவியல் அந்த நிலவியல் உருவாக்கிய கருத்தியல் ஆகிய அனைத்தையும் கலந்தே படைப்பினை உருவாக்குகிறான் என்கிறார் தொ.ப.. இப்பின்புலத்தில் புதுமைப்பித்தனின் மனஅவசத்தில் பதிவாகியிருக்கும் திருநெல்வேலி நிலப்பரப்பும் அதில் அவன் வாழ்ந்த காலத்தில் நிகழ்ந்த நிகழ்வுகளும் எப்படிக் கதையில் உருக்கொண்டிருக்கின்றன என்பது குறித்த தேடல்.
- நிலத்தைப் போலேவே நிலத்தோடு உறவுடைய மக்கள்திரளும் படைப்பாளனின் கதைகளுக்குள் வந்துபோவது இயல்பு. நிலஅமைப்பு மனித குணாதியங்களிலும் மாற்றத்தை ஏற்படுத்தக் கூடியது. சமூகம் கட்டமைத்திருக்கும் பொதுவான விழுமியங்களைக் கடந்து ஒவ்வொரு மனிதனும் தான்வாழ்ந்த நிலப்பரப்பின் தன்மைக்கேற்ற குணநலன்களோடேயே வாழ்ந்து கொண்டிருப்பான். புதுமைப்பித்தனின் கதைகளில் கருக்கொண்டுள்ள மனிதர்களும் அவ்வாறே இருக்கின்றனர்.
- புதுமைப்பித்தன் வாழ்ந்த காலத்தின் அரசியல் நிகழ்வுகளும் மாற்றங்களும் திருநெல்வேலி நிலப்பரப்பினைச் சார்ந்த மக்களிடையே ஏற்படுத்திய தாக்கங்கள் குறித்த பதிவுகள். குறிப்பாக வருமானத்தைத் தேடிப் புலம்பெயர்ந்த மக்களின் நிலையை முதன்முதல் சிறுகதைகளுக்குள் பதிவு செய்தவராகப் புதுமைப்பித்தன் இருக்கிறார். கொழும்புவிற்குப் புலம்பெயர்ந்தவர்கள்; பாரம்பரிய தொழிலிலிருந்து வேறு தொழிலுக்கு மாறி அதன் காரணமாக உள்நாட்டிற்குள்ளேயே புலம்பெயர்ந்தவர்கள் எனப் பல்வேறு அலைவுக்குள்ளான மக்களைப் புதுமைப்பித்தன் கதைகளுக்குள்ளாகக் காணமுடிகின்றது.

முன்னர்க் குறித்தபடி புதுமைப்பித்தன் 17ஆண்டுகள் மட்டுமே வசித்திருந்த திருநெல்வேலி என்கிற நிலப்பரப்பு அவருடைய கதைகளில் எப்படி வேர்பிடித்திருக்கிறது? அந்தத் திருநெல்வேலி ஆங்கிலேயர்களால் இந்திய வரைபடத்தில் கோடிட்டுக் காட்டப்பட்ட திருநெல்வேலி அல்ல;அது வேறுவகையான நிலம் என்கிறார் தொ.ப.. இதுகுறித்த தொ.ப.வின் பதிவு புதுமைப்பித்தன் கதைகளுக்குள் எவ்வளவு ஆழமான பயணத்தை அவர் மேற்கொண்டிருந்தார் என்பதையும் புலப்படுத்துகின்றது.

> "காலனி ஆட்சியாளர்கள் தேச வரைபடத்தில் கோடு போட்டுக் காட்டிய திருநெல்வேலியில்லை, புதுமைப்பித்தனுடையது. எழுத்துப் பறவைகள் தங்கி இளைப்பாறிப்போன புதுமைப்பித்தன் என்ற ஆலமரம் தாமிரபரணிக்கரையில் கால்கொண்டது. வெள்ளை மருதமரங்களும், மாந்தோப்புகளும் நஞ்சை வயல்களும் கொண்ட தனி உலகம் அது. மேற்கே பாபநாசம் தொடங்கி அம்பாசமுத்திரம். கல்லிடைக்குறிச்சி, மேலச்செவல், கோபாலசமுத்திரம் (இன்றும் அடையாளம் காணச் சிரமப்படும்) செங்காணி, திடியூர், பாளையங்கால் என்று கிழக்கு நோக்கி

வந்து கொக்கிரகுளம், கைலாசபுரம், சுலோசன முதலியார் பாலம், சிந்துபூந்துறை, பேராச்சி கோயில், வண்ணார்பேட்டை என்று வடக்கு நோக்கி நகர்ந்து, வெள்ளக்கோயில் சுடுகாடு, அருகன்குளம் என்று மீண்டும் கிழக்கே திரும்பி ஸ்ரீ வைகுண்டம் வரை செல்லும் அதனுடைய எல்லை. பாளையங்கோட்டைக்குத் தெற்கும் பாலாமடைக்கு வடக்கும் ஸ்ரீ வைகுண்டத்துக்குக் கிழக்கும் இந்த எல்லைக்குள் சேராதவையாகும். சிவன் கோயில், ஊர்ப்பொட்டல், கி.மு.அய்யர் அல்லது கணக்கப்பிள்ளை, அர்ச்சகர், மறவர்கள், சேரி என்று வார்ப்படம் போட்டு எடுத்ததுபோலக் கிராமங்கள், சுப்புணி, சுப்பு ஐயர், சுப்பு சாஸ்திரி, சுப்பு பிள்ளை, சுப்பு வேளாண், சுப்புக்கோனார் என்று? சுப்பிரமணியத் திருநாமங்கள் செழித்திருக்கிற மண். ஸ்ரீவைகுண்டத்திலிருந்து சேரன்மகாதேவி வரை தாமிரபரணிக்குத் தெற்கும் வடக்குமான இந்தப் பூமிதான் புதுமைப்பித்தனின் திருநெல்வேலி. (2008:80-81)"

இப்படியொரு பதிவினை எழுத தொ.ப.வால் மட்டுமே முடியும். தான் வாழ்ந்த காலம் சார்ந்த திருநெல்வேலியே புதுமைப்பித்தனின் எழுத்துக்களை ஆக்கிரமித்திருந்தது. இந்நிலப்பரப்பில் வாழ்ந்த மக்களில் யாரையெல்லாம் அவர் எழுத்துக்களாக்கியிருக்கிறார் என்கிற விவரணைகளையும் தொ.ப. தருகின்றார். திருநெல்வேலிப் பகுதியில் கணிசமான எண்ணிக்கையில் நாடார், கோனார், ஐயர், தலித்துகள் என்று எல்லோருமே புதுமைப்பித்தனின் கதைகளில் பதிவாகியுள்ளார்கள். ஆனால் அதே பகுதியில் வாழ்ந்தாலும் நிலத்தோடு நேரடித் தொடர்பில்லாத பட்டு நூல்காரர், மூப்பனார், பண்டாரம் ஆகிய சிறுபான்மை சாதியினர் அவருடைய பார்வைக்குள் சிக்கவில்லை என்கிறார். மேலும் பதிவாகியிருக்கும் பிராமணர்களெல்லாம் சைவர்களாக இருக்கிறார்களே தவிர கோபாலையங்காரைத் தவிர வைணவ ஐயங்கார்களைக் காணவில்லை என்பதையும் சுட்டுகின்றார். எதையும் கொத்திப் பிடிக்கும் அதிதீட்சண்யமான கண்கள் புதுமைப்பித்தனுக்கு உண்டு என்று மதிப்பிடும் தொ.ப. நஞ்சை நிலத்தில் விவசாயம் செய்த பள்ளர்களைப் புதுமைப்பித்தன் ஏன் தவிர்த்தார்? என்கிற கேள்வியையும் முன்வைக்கிறார். பறையர், சேரி என்கிற சொல்வழக்குகளிலிருந்து புதுமைப்பித்தன் விலகவில்லை ஆனால் இந்தத் தவிர்ப்பு தற்செயலானதாகவும் தெரியவில்லை. அவ்வாறே திருநெல்வேலியிலிருந்த தெலுங்கு பேசும் வடுகர்களுக்கும் இடமில்லை எனப் புதுமைப்பித்தன் எழுதிய எழுதாத இனத்தவரை வரிசைபடுத்தி ஆராய்ந்துள்ளார் தொ.ப. இந்தப் பதிவு புதுமைப்பித்தன் கதைகளைப் பிறிதொரு கோணத்தில் வாசிக்க உதவுகின்றது.

காலனிய காலத்தில் அரசாங்கத்தால் கட்டாய புலப்பெயர்வுக்கு ஆளானமக்களும் இருந்தனர். அதே நேரம் விருப்பப்பட்டு

புலம்பெயர்ந்த மக்களும் இருந்தனர். இருவகைப்பட்ட மக்களையும் புதுமைப்பித்தன் தன் கதைகளில் உலவவிட்டுள்ளார். காலனிய அரசியலால் தொழிலை இழந்த கணக்குப் பிள்ளை வகையறாக்கள், சவரத் தொழிலாளர்கள், தலித்துகள் மற்றும் சைவரெட்டியார்களும் திருநெல்வேலியிலிருந்து புலம்பெயர்ந்து கொழும்புவிற்குச் சென்றார்கள். ஆனால் புதுமைப்பித்தன் பிள்ளைமார்களையும் நாவிதர்களையும் மட்டுமே கொழும்புக்குப் போனவர்களாகக் கணக்கிட்டிருப்பதையும் தொ.ப. கவனப்படுத்துகிறார். இப்படித் திருநெல்வேலி என்கிற நிலப்பகுதியின் ஒவ்வொரு அசைவுகளையும் தன் மனஅவசத்திற்குத் தக்கவாறு புதுமைப்பித்தன் எழுத்துக்களாக்கியிருப்பதைத் தொ.ப. விரிவாகவே உரையாடலுக்கு உட்படுத்துகின்றார். இறுதியாகத் திருநெல்வேலியின் வரலாற்றை முறையாக விளக்கும் ஆவணங்கள் எதுவும் கிடைக்கவில்லை. டேவிட் லூடனின் ஒரு புத்தகம் மட்டுமே எஞ்சுவதைக் குறிப்பிடும் தொ.ப. அப்புத்தகம் தருகின்ற செய்திகளின் மூலம் சாதிக்கும் நிலத்துக்குமான உறவில் சமூக பண்பாட்டுத் தளங்களில் மட்டுமே மேல் சாதியின் நிலவுடைமை ஆதிக்கம் செல்லுபடியானதே தவிர பொருளாதாரத் தளத்தில் அது வலுவானதாக உருப்பெறாததை எடுத்துக் காட்டுகின்றார்.

இறுதியாக, தொ.ப.வின் சொற்களாலேயே இப்பகுதியை நிறைவு செய்யலாம்.

> "புதுமைப்பித்தனின் படைப்புகளில் சரிபாதியினை தாமிரபரணி மண்ணும் மனிதர்களுமே உருவாக்கியிருக்கிறார்கள். காலனி ஆட்சியின் வீழ்ச்சிக் காலத்தில் எழுந்த புதுமைப்பித்தனின் படைப்புகள் இந்த மண்ணையும் மக்களையும் இப்படித்தான் மதிப்பிட்டிருக்கின்றன. இந்த மதிப்பீடுகள் களம்சார்ந்தவை மட்டுமல்ல காலம் சார்ந்தவை என்பதையும் நாம் மறந்துவிடவில்லை. (2008:88)"

படைப்பிலக்கியங்கள் பண்பாட்டினை எத்தன்மையில் வெளிப்படுத்துகின்றன என்பது குறித்தும் சில குறிப்பிடத்தக்க பதிவுகளைத் தொ.ப. செய்துள்ளார். இருபதாம் நூற்றாண்டின் தொடக்கத்தில் படைப்பிலக்கியங்கள் பெரும்பாலும் இதழ்கள் சார்ந்தே உருப்பெற்றுள்ளன. அதிலும் கணிசமாக மேல் சாதியினர் தங்கள் சாதிய அடையாளத்தோடும் சாதிய அடையாளமின்றியும் எழுதப்பட்டவை மிகுதி. இந்த வரிசையில் கல்கி, மு.வ., நா.பார்த்தசாரதி, அகிலன், தி.ஜானகி ராமன் ஆகிய எழுத்தாளர்களைத் தொ.ப. அடையாளங்காண்கிறார்.

பண்பாடு என்பது வெகுமக்கள் திரள் சார்ந்து அடிப்படைப் பண்புகள் சிலவற்றுடனும் தனித்த கூறுகளுடனும் தொழிற்படுவது.

இந்த மக்கள் திரளைக் காட்டுகின்ற படைப்புகள் ஜெயகாந்தன் காலத்திலிருந்தே தொடங்குகின்றது என்கிறார் தொ.ப.. குறிப்பிட்டுச் சொல்லக் கூடிய அளவில் இருக்கும் முதல் எழுத்தாக நீல. பத்மநாபனின் தலைமுறைகள் நாவலைச் சுட்டுகிறார். மனித உறவுகளின் (குடும்பத்தினர்) மேன்மையினைச் சொல்லி அவற்றின் சிதைவினை அடையாளப்படுத்தும் எழுத்துக்கள் கரிசல் வட்டார எழுத்துக்களிலிருந்தே பிறந்தன என்ற அவதானிப்பையும் முன்வைக்கிறார். அது உண்மையும் கூட. இப்பின்புலத்தில் கி.ராஜநாராயணனின் புறப்பாடு சிறுகதையினை மதிப்பிடுகிறார். இச்சிறுகதை பெரும்பாலும் திறனாய்வாளர்களால் பேசப்பாடத நிலையையும் சுட்டுகிறார். ஆனால் வேதம், வேதாந்தம், யோகம் என்று நகர்ப்புறம் சார்ந்த மேல் மத்தியதரவர்க்க ஆன்மீகச் சிந்தனைகளைச் சட்டென்று தூக்கியெறியும் ஆற்றல் மிகுந்த சிறுகதையாக இருப்பதையும் குறிப்பிடுகிறார். தற்காலப் புனைவுலகம் குறித்த தொ.ப.வின் கருத்துகள் இத்துறையில் மேலும் ஆய்வுகளை நிகழ்த்தக் களம் அமைத்துத் தருபவையாக இருக்கின்றன.

மானுடம் பாடும் வானப்பாடிக் கவிஞர்கள் கூட்டத்திலிருந்து வந்த கவிஞர் சிற்பியின் கவித்துவத்தை விளக்கும் விதமாக மரபும் புதுமையும் என்ற தலைப்பில் சில கருத்துகளைத் தொ.ப. பதிவு செய்துள்ளார். சிற்பியின் பின்புலத்தைப் பற்றிக் கூறும்போது, திராவிட இயக்கத்தாரின் அரசியல் அதிகாரம் பொருளாதாரத் தோல்விகளைச் சந்தித்தது; அது சமூகத்தில் வெளிப்பட்ட போது தமிழ்க்கவிதை சந்தித்த தேக்கநிலை உடைபட்டது; வறுமையையும், வேலைவாய்ப்பின்மையையும், விளிம்புநிலையையும் பாடிய வானம்பாடிகள் உருவானார்கள். அந்த இயக்கத்திலிருந்து வந்தவர்தான் சிற்பி என்று அரசியல் நிகழ்வுகளும் சமூக நிகழ்வுகளும் கவிதை இயக்கத்திற்கும் கவிஞனின் உருவாக்கத்திற்கும் அடிப்படையாக அமைகின்ற தன்மையைச் சுட்டிக்காட்டுகிறார். சிற்பியினுடைய தொடக்ககாலச் சிந்தனையைக் காட்டுவதாக அமைந்த கவிதைத் தொகுப்பு ஒளிப்பறவை எனக் கூறுகின்ற தொ.ப. மரபையும் புதுமையையும் சரியாக இனங்கண்ட கவிஞனாகச் சிற்பியை அடையாளப்படுத்துகின்றார்.

பாடலாசிரியனும் கவிஞனும் என்கிற தலைப்பில் திரைப்படப் பாடலாசிரியரான வைரமுத்துவின் கவித்துவ உலகினையும் அடையாளங்காண்கின்றார். பொதுவாகத் தீவிர இலக்கியக்காரர்களாக இருக்கும் இலக்கியச் சிற்றிதழ் எழுத்தாளர்களுக்கு அறச்சீற்றம் அதிகமாகவே இருக்கும். அவர்களைப் பொறுத்தவரைத் திரைப்படத்துறை என்பது அறஉணர்ச்சி இல்லாத பெருவணிகச் சந்தை. அங்கு

மதிப்பிற்குரிய எதுவும் இருக்கப் போவதில்லை என்று நினைப்பவர்கள். இந்த நினைவின் வெளிப்பாடுதான் திரைப்படப் பாடலாசிரியர் வைரமுத்துவின் மீது எதிர்வினையை ஏற்படத்தியிருக்கிறது. இந்த எதிர்வினை கவிஞரான வைரமுத்துவைப் பாதித்திருக்கிறதா என்கிற கேள்வியுடன் தனது பதிவைத் தொடங்குகிறார் தொ.ப..

இரண்டாயிரம் ஆண்டுகால வரலாற்றினைக் கொண்ட தமிழ் இலக்கிய மரபு செய்யுட்களை இயற்பா, இசைப்பா எனப் பகுத்து வைத்திருக்கும் தன்மையினை விரிவாகப் பேசுகின்றார். அப்பின்புலத்தில் வைரமுத்துவின் கவிதைத்தொகுப்பில் உள்ள ‘கூடு’ கவிதையை வாசிக்கிறார். மண்ணையும் மண்சார்ந்த பண்பாட்டையும் மனிதர்களையும் அவர்கள் படும் துன்பங்களையும் வார்த்தைகளாக்கியிருக்கும் விதத்தினைப் பாராட்டுகிறார். ‘இசைப்பாடல்களில் பேசமுடியாத முகங்களும், நிகழ்வுகளும் கவிஞர் வைரமுத்துவால் தன்னுணர்ச்சியோடு உள்வாங்கப் பட்டுள்ளன என்பதற்கு அவரது கூடு என்ற கவிதையைக் காட்டலாம்’. (2008:105) என்னும் தொ.ப. தன்னையொத்த உயிர்க் கூட்டத்தையும், பயிர்க்கூட்டத்தையும் அவற்றின் இருப்பையும் வாழ்க்கையில் ஏற்றுக்கொள்வதே உயர்ந்த பண்பாட்டின் ஆணிவேர்; யாராலும் கற்றுத்தரப்படாத தன்னியல்பான இந்த ஏற்பு மனநிலையே கவிஞனின் மனத்தைக் காலம், வெளி என்ற பின்னணியில் அசைத்துப் பார்க்கின்றது. அதனால் காலத்தைக் கடந்து நிற்கும் கவித்துவம் சாத்தியப்படுகின்றது. பாடலாசிரியர் என்ற எல்லையைக் கடந்து வைரமுத்து என்கிற கவிஞரைக் கூடு போன்ற கவிதைகள் காலத்திற்கும் அடையாளப்படுத்தும் என்று மதிப்பிடுகிறார் தொ.ப..

தமிழ் இலக்கிய வழி உருப்பெற்ற ஆளுமைகளையும், வரலாற்று ஆசிரியர்களையும் தன்னுடைய ஆய்வுகளில் கவனப்படுத்தியுள்ளார் தொ.ப.. அவர் அறிமுகம் செய்துள்ள ஆய்வாளர்களை எல்லாம் நோக்கும்போது இவர்களைக் கவனமாக உள்வாங்கியதன் பின்புலத்திலேயே தொ.ப. என்ற அறிஞர் உருப்பெற்றிருக்கிறார் என்று உணரமுடிகின்றது. தமிழ்ச்சமூகத்தால் மறக்கப்பட்ட அல்லது திட்டமிட்டு மறக்கடிக்கப்பட்ட அறிஞர்கள் அவர்கள். காந்திமதிநாதன் சுப்பிரமணியன் என்ற இயற்பெயரைக் கொண்ட கா.சு. பிள்ளை அவர்களுள் ஒருவர். சட்டப் பேராசிரியரான அவர் அண்ணாமலைப் பல்கலைக்கழகத்தில் தமிழ்ப் பேராசிரியராகவும் பணியாற்றியவர். தாம் எழுதிய குற்றவியலின் அடிப்படைகள் என்னும் ஆங்கில நூலுக்காக 1920இல் தாகூர் சட்டப் பரிசினை வென்றவர்.

சைவ சித்தாந்தம், சைவக் குரவர் வரலாறு, தொல்காப்பிய ஆய்வு, தேவார ஆய்வு, சங்க இலக்கிய ஆய்வு, மருத்துவ நூல் ஆக்கம்

எனத் தமிழில் எழுதிக்குவித்த கா.சு.பிள்ளையின் இன்னொருமுகத்தை - அவர் தேர்ந்த சட்டக்கலை வல்லுநர் என்பதைத் தொ.ப. எடுத்துக் காட்டுகின்றார். தமிழர் சமயம் என்கிற ஆய்வினை எழுதிய கா.சு. பிள்ளை கிறித்தவ இசுலாமிய மதங்களைச் சாராத மக்களனைவரையும் 'இந்து' என்ற ஒற்றைப் பெரும்புனைவிற்குள் அடக்குவதை எதிர்த்துக் கருத்தியல் போராட்டம் நடத்தியவர். சுமார்த்த பிராமணர்களின் கோயில் உடைமை ஆக்கிரமிப்பை விமர்சனம் செய்தவர் எனத் தொ.ப., கா.சு. பிள்ளையின் இன்னொரு பரிமாணத்தை எடுத்துக்காட்டுகின்றார். 1923 டிசம்பரில் வெளிவந்த செந்தமிழ்ச் செல்வி 12ஆம் இதழில் கா.சு. பிள்ளை எழுதிய 'இந்துமத அறநிலையப் பாதுகாப்பு மசோதா', 'சுமார்த்த பிராணமர்களின் கலப்பால் சிவாலயத்தில் நிகழும் இடையூறுகள்' ஆகிய கட்டுரைகளின் கருத்தியல் போராட்டத்தை விரிவாகவே பேசுகிறார். இதில் இரண்டாவது கட்டுரையைத் தமிழகச் சமயவரலாற்றில் குறிப்படத்தக்க ஆவணமாக மதிப்பிடுகிற தொ.ப., கா.சு.பிள்ளை அவர்காலத்திய கோயில் நிகழ்வுகள் சிலவற்றின் குறைகளைப் பேசியிருப்பதையும் கவனப்படுத்துகின்றார்.

மேலும் பிற்காலத்தில் பெரியாரும், அம்பேத்கரும் இந்து என்கிற சொல்லினையும் வெளிப்படையாக எதிர்த்த தன்மையினைப் பொருத்திக் காட்டுகிறார். திருச்செந்தூர் முருகன் கோயில் இராமேசுவரம் சிவாலயம் ஆகிய இடங்களிலெல்லாம் பாரம்பரியமாகப் பூசை செய்து வந்தவர்களை நீக்கிவிட்டுச் சுமார்த்த பிராமணர்களை நியமித்தது தவறு என்று சான்றுகளுடன் கா.சு.பிள்ளை நிறுவுகிறார். கோயில் என்பது ஒருபிரிவினர் மட்டும் ஏகபோகமாக அனுபவிக்கின்ற சொத்துடைமை நிறுவனமாக மாறுவதைத் தீவிரமாக எதிர்த்த கா.சு. பிள்ளை இந்தப் பின்புலத்திலேயே தமிழர் சமயம் என்ற நூலினை எழுதியதாகவும் தொ.ப. குறிப்பிடுகிறார்.1940 இல் எழுதப்பட்ட தமிழர் சமயம் நூலில் கா.சு.பிள்ளை முன்வைத்திருக்கும் சில கருத்துகளையும் எடுத்துக்காட்டி விளக்குகிறார். *(2008:78-79)*

நாடு விடுதலை பெறுவதற்கு முன்னரே இந்தியப் பிரதேசத்தின் பன்முகத்தன்மையும் பண்பாடும் பல தமிழ் அறிஞர்களால் விரிவாகப் பேசப்பட்டிருப்பதைத் தொ.ப. வின் கட்டுரைகள் மூலம் அறிந்து கொள்ளமுடிகின்றது. இத்தொடர்ச்சியில் பாளையங்கோட்டையிலிருந்து தமிழகத்திற்குக் கிடைத்த தொ.ப.வின் வார்த்தைகளில் கூறவேண்டுமானால் தமிழ்நாட்டுக் கோசாம்பி நா.வானமாமலையைக் குறித்த பதிவையும் புரிந்து கொள்ளமுடியும். வானமாமலை எந்தக் கல்லூரியிலும் பணியாற்றியதில்லை ஆனால் அவர் எங்கள் அனைவருக்கும் பேராசிரியர்தான் என்று கூறும் தொ.ப. அவர் மறைந்த பிறகு யாழ்ப்பாணம் பல்கலைக்கழகம்

அவருக்கு டாக்டர் பட்டம் வழங்கிய செய்தியைக் கூட யாரும் அறிந்திருக்கவில்லை என்கிறார்.

அவர் வாழ்ந்த காலத்தில் ஆராய்ச்சி பத்திரிக்கை 24 முறை காலாண்டு இதழாக வெளிவந்திருக்கிறது. தமிழர்பண்பாடும் தத்துவமும், விடுகதைகளும் பழமொழிகளும் ஆகிய ஆய்வுநூல்கள் தமிழ் ஆய்வுலகத்திற்குப் புதிய பாதையை வகுத்துத் தந்தன. பொதுவாக தமிழ் ஆய்வுலகு தொடக்க காலத்தில் எழுதப்பட்ட இலக்கியச் சான்றுகளை மட்டுமே மையமிட்டு இயங்கிக் கொண்டிருந்தபோது மக்களின் வழக்காறுகளை ஆவணமாக்கித் தந்தவர் நா.வானமாமலை. 'தமிழ்நாட்டுப் பாமரர் பாடல்கள்' என்ற பெயரிலான சிறிய தொகுப்பினை ஆய்விற்கான குறிப்புகளுடன் வெளியிட்டார். இதுவே நாட்டார் வழக்காற்றின் முதல் ஆவணமாக இருக்கிறது. இன்றைக்கு வேர்விட்டுக் கிளைபரப்பி பிரம்மாண்டமாக வளர்ந்து நிற்கும் நாட்டார் வழக்காற்றியல் துறைக்கு ஆரம்பப் புள்ளியாக இருந்தவர் நா.வானமாமலை எனத் தொ.ப. வானமாமலை குறித்து விரிவாகப் பேசுகிறார்.

தே.லூர்து, எஸ்.தோத்திரி, ஆ.சிவசுப்பிரமணியன், ந.முத்துமோகன், பொன்னீலன், சி.சொக்கலிங்கம், செந்தீ நடராசன், மே.து.ராசுகுமார், நா.இராமச்சந்திரன், வெ.கிருஷ்ணமூர்த்தி எனப் பல ஆய்வாளர்களின் உருவாக்கத்தில் முக்கிய பங்கு நா.வானமாமலைக்கு உண்டு. இப்படி ஆய்வாளராகப் பேராசிரியராக மட்டுமல்லாமல் சிறந்த சமூகப் போராளியாகவும் விளங்கியவர் வானமாமலை. அவர் கம்யூனிஸ்ட் கட்சியில் பணியாற்றியுள்ளார். பொதுவுடைமை கட்சிக்கான சிறு வெளியீடுகளைத் தமிழாக்கித் தந்திருக்கிறார். ஒருமுறை பாளை நகராட்சி உறுப்பினராகவும் பணியாற்றிய அனுபவம் கொண்டவர். அதிகாரத்திற்கு எதிராகப் போராடிச் சிறைவாழ்க்கையும் பெற்றிருக்கிறார். இப்படிப் பட்ட பேராசிரியரின் ஆய்வுத் தொண்டினைத் தமிழர்கள் மறந்துவிட்டதில் வியப்பேதும் இல்லை. ஒருவேளை மீண்டும் மறப்பதற்காக நூற்றாண்டுவிழா நேரத்தில் நினைப்பார்களோ என்னவோ என்று தன் ஆதங்கத்தினையும் அப்படியே எழுத்தில் கொடுத்திருக்கிறார் தொ.ப.

புதிய ஆய்வுமுறை, ஆராய்ச்சியாளர்கள் என்று மட்டுமல்லாமல் தமிழ் மரபிலக்கியங்களில் மிகு பயிற்சியும் புலமையும் பெற்ற இருபெரும் ஆளுமைகளைத் தமது கட்டுரைகளில் எடுத்துக்காட்டியுள்ளார். ஒருவர் தெ.பொ.மீ, இன்னொருவர் சி.சு.மணி.

பத்தொன்பதாம் நூற்றாண்டின் இறுதியில் மரபுவழித் தமிழ்ப்புலமையின் மீது புதிய வீச்சு ஏற்பட்டது. ஆங்கிலக் கல்வி வழித்

தமிழ் இலக்கியங்களை அணுகுகின்ற ஆய்வுப் போக்கு வளர்ந்தது. ஆங்கிலக் கல்விப் பெறாத நிலையிலும் தமிழ் இலக்கியங்களைப் புதிய முறையில் வாசிப்புக்கு உட்படுத்தி அறிஞர்களும் உருவாகினர். அவர்களுள் ஆங்கிலத்தோடு பிறமொழி அறிவையும் பெற்றுத்தமிழ் ஆய்வுக்களத்தின் பரப்பினை விரிவுபடுத்திய ஆய்வாளர்களுள் ஒருவர் தெ.பொ.மீனாட்சிசுந்தரனார். மொழியியல் துறையைப் பின்புலமாக வைத்துக் கொண்டு ஆங்கில இலக்கியம், வரலாறு, இலக்கிய வரலாறு, ஒப்பிலக்கியம், தமிழ்நாட்டுக்கு வெளியே தமிழ் இலக்கியங்களின் செல்வாக்கினைத் தேடல், தத்துவ விசாரம் எனப் பல துறைகளிலும் கருத்துக்களைப் பதிவு செய்தவராகத் தெ.பொ.மீ. இருக்கிறார். அவருடைய காப்பிய ஆய்வுகளை மட்டும் கவனப்படுத்துவதாகத் தொ.ப.வின் 'தெ.பொ.மீயின் காப்பிய ஆய்வுகள்' கட்டுரை உள்ளது.

அடுத்து சி.சு.மணியை நம்பமுடியாத புலமையாளர் என்று வியப்புடன் குறிப்பிட்டுள்ளார் தொ.ப.. தமிழ் இலக்கியத்தில் எந்தப் பகுதியில் எந்த இடத்தில் எந்தவிதமான ஐயம் ஏற்பட்டாலும் உடனே விளக்கக்கூடிய ஆளுமையாகச் சி.சு.மணி இருந்திருக்கிறார். தமிழ் இலக்கியம் மட்டுமா? இவர் அறிந்த நூல்களை ஒரு நீண்ட பட்டியலாகவே தருகிறார் தொ.ப. தமிழ் இலக்கியம், சைவ சாத்திரங்கள், வைணவ வியாக்கியானங்கள், விவிலியத்தின் 13 பதிப்புகள், இமாம் காஸாஸி பற்றிய நூல்கள் என வாசிப்பு மட்டுமே வாழ்க்கையாக வாழ்ந்திருக்கிறார் சி.சு.மணி. ஆனால் இவர் பணியாற்றியதோ அஞ்சல்துறையில் எழுத்தராக. ஆனால் உண்மையில் அவர் நெல்லை மாவட்டத்தில் எல்லாப் பேராசிரியர்களுக்கும் பேராசிரியர் என்கிறார் தொ.ப. இளங்கலையில் பொருளாதாரம் பயின்றவர். அவரிடம் இசை உட்பட பலதுறைகளின் புலமை இருந்திருக்கிறது. சைவ மரபினைச் சார்ந்த சி.சு.மணி ஒருநாளும் அந்த மரபிற்குரிய அடியாரைப் போல் நடந்து கொண்டதில்லை என்று சி.சு.மணியின் இயல்புகளை விளக்கும் தொ.ப. அவருடைய மறைவு குறித்து எழுதிய பதிவு வருமாறு,

> "அவருடைய நடை, தோற்றம், எழுத்து, பேச்சு, காசுக்குத் தன்னுடைய புலமையை விற்காத வாழ்க்கை எல்லாமே கம்பீரம் நிறைந்ததாக இருந்தது. அந்தக் கம்பீரத்தைக் கடைசிவரை காப்பாற்றினார். ஆக, ஒட்டு மொத்தத்தில் நான் என்னுடைய குருநாதரை இழந்து போனேன். சைவ உலகம் ஒரு மிகப்பெரிய சைவசிந்தாந்தியை இழந்துபோய்விட்டது. தமிழ் இலக்கியம் ஒரு பெரிய மரபிலக்கியப் பேறறிஞரை இழந்துபோய்விட்டது. எங்கள் நெல்லை மாவட்டம் ஒரு பல்துறை அறிஞரை இழந்து போய்விட்டது.(2014:131)"

தொ.ப. என்ற ஆளுமையின் உருவாக்கப் பின்புலத்தில் நா.வா. இருந்துள்ளார்; சி.சு.மணி இருந்துள்ளார். கா.சு.பிள்ளையும் இருந்திருக்கிறார் என்கிற புரிதலை மேற்கண்ட கருத்துகளின் வழிப் புரிந்து கொள்ள முடிகின்றது.

தொ.ப. தமிழ் இலக்கியங்களின் தொன்மை, சிறப்பு, பழம்புலவர்களின் அறிவுத்திறம் ஆகியவை குறித்த கட்டுரைகளையும் எழுதியுள்ளார். நாள்மலர்கள் என்ற தொகுப்பில் இக்கட்டுரைகள் வெளியாகியுள்ளன. இத்தொகுப்பிலுள்ள கட்டுரைகள் தொ.ப. தனக்கான அரசியல் வெளியையும் அடையாளத்தையும் ஏற்படுத்திக் கொள்வதற்கு முன் (2000) ஒரு தமிழ் விரும்பியாக எழுதிய கட்டுரைகள் என்பதையும் நினைவில் கொள்ள வேண்டும்.

கல்லெழுத்துகள் என்ற தலைப்பில் தமிழகத்தில் கிடைக்கின்ற கல்வெட்டுகள் குறித்த சில செய்திகளைப் பேசியுள்ளார்; கம்பனின் அறிமுகம் என்ற பதிவில் கம்பராமாயணத்தில் ஒவ்வொரு பாத்திரத்தையும் கம்பன் எப்படியெல்லாம் படிப்போருக்கு அறிமுகம் செய்துவைக்கிறார் என்பதை விளக்கியுள்ளார். கம்பனின் கவித்துவச் சிறப்பை எடுத்துக் காட்டும் கட்டுரை இது. அடிகளாரின் அரசியல் என்ற தலைப்பில் சிலப்பதிகாரம் இயற்றிய இளங்கோவடிகளின் அரசியல் அறிவை மதிப்பிட்டுள்ளார். இளங்கோவடிகள் தம்நாட்டில் தன்னால் அரசியல் குழப்பம் நிகழ்ந்து விடக்கூடாது என்று கருதியே அவர் துறவறம் மேற்கொண்டார்; சிலப்பதிகாரம் மூன்று நாடுகள் மூன்று தலைநகரங்கள் என்று கட்டமைக்கப்பட்டிருக்கும் பாங்கினையும் ஆங்காங்கே இளங்கோவடிகளின் அரசியல் அறிவு காப்பியத்தோடு இயைந்து வெளிப்படுவதையும் கண்டு காட்டியுள்ளார்.

வைதிகத்தின் உண்மை முகத்தினை அடிக்கடி விவாதத்திற்கு உட்படுத்துகின்ற தொ.ப. தமிழின் பக்தி இலக்கியங்களில் உள்ள நயங்களைப் பாராட்டவும் தவறவில்லை. சான்றாகப் பக்தியும் பாட்டும் என்கிற கட்டுரையைக் கூறலாம். சமண, பௌத்த அறங்கள் மக்களின் மீது (கட்டாயத் துறவு, உண்ணாநோன்பு) ஒருவித அழுத்ததை முன்வைத்தபோது அதிலிருந்து எளிமையாக விடுபடச் சைவ, வைணவ சமயங்கள் உதவியதையும் எடுத்துக்காட்டுகிறார். மேலும் சமண மதத்தால் இசை, கூத்து, நடனம் ஆகியவை பாவத்திற்குரிய செயல்களாகக் கருதப்பட்டு ஒதுக்கிவைக்கட்டிருந்தன. இந்நிலையைப் பக்தி இயக்கமும் அதன் முன்னோடிகளுமே மாற்றிக் காட்டியுள்ளனர் என்கிறார் தொ.ப.

சைவ மரபில் செயலாற்றிய திருநாவுக்கரசர் தொ.ப.வினை மிகவும் கவர்ந்துள்ளார். காரணம் அவர் செய்துள்ள சமூகப் பணிகள்.

ஒருவிதத்தில் நாவுக்கரசர் சம்பந்தரைப் போல வேதமரபினை முன்னிறுத்தாமல் மக்களை இணைத்துக் கொண்டு தமிழ்ச் சைவத்தினைக் கட்டமைக்க முயன்றவர் என்பதும் தொ.ப. அபிமானத்திற்குக் காரணமாக இருக்கலாம். நாவுக்கரசர் தம் பாடல்களில் சிவபெருமானை உரிமையோடு கேலிசெய்கின்ற பகுதிகளை எடுத்துக் காட்டும் தொ.ப. இது மக்களிடையே இறைவன் எளியவன் என்கிற உணர்வினை ஏற்படுத்த அவர் செய்த முயற்சியாக மதிப்பிடுகின்றார். மேலும் "இணையிலா இடைமருது ஈசன் எழு பணையில் ஆகமம் சொல்லுந்தன் பங்கிக்கே" என்ற நாவுக்கரசரின் பாடலடிகளைக் காட்டி பெண்ணும் ஆகமக் கல்விக்கு உரியவள், அவள் ஆகமங்களைப் படிப்பதில் தவறில்லை என்று கி.பி.ஏழாம் நூற்றாண்டில் பெண்உரிமை பேசியவராக அப்பரை அடையாளப்படுத்துகின்றார்.

பேச்சுமொழி, எழுத்து மொழி எனத் தனித்தனி இயங்கியலைக் கொண்டது தமிழ்மொழி; எழுத்து மொழியுள் உரைநடை போதுமான வளர்ச்சியை எட்டவில்லை என்ற கருத்தை மையமிட்டதாகத் தொ.ப.வின் தமிழ் உரைநடை பற்றிய கட்டுரைப் பதிவு இருக்கின்றது. நல்ல உரைநடை என்பது இயல்பான மனிதரைப் போல எளிமையாக இருக்கவேண்டும் என்கிறார் தொ.ப.. மேலும் உரைநடையின் இயல்பு பேச்சு மொழியோடு முடிந்த அளவு நெருக்கமானதாகவும் நீண்ட வாக்கியங்களைத் தவிர்த்து எளிய வாக்கியங்களாகவும் இருக்க வேண்டும். சமகாலத்திய புழங்கு சொற்களும் உரைநடையில் இருக்க வேண்டும் என்கிறார். இப்பதிவின் மூலம் மொழி குறித்த தொ.ப.வின் சிந்தனையினைப் புரிந்து கொள்ளமுடிகின்றது. இலக்கியங்களுக்கும் சிற்பக்கலைக்குமான தொடர்பினை இலக்கியமும் சிற்பமும் என்ற கட்டுரையில் காணமுடிகின்றது.

பிறமொழி ஆக்கங்களைத் தமிழில் மொழிபெயர்க்கும் போது கவனத்தில் கொள்ள வேண்டிய நெறிமுறைகளைக் கவிதை மொழிபெயர்ப்பு என்ற கட்டுரையில் கவனப்படுத்தியுள்ளார் தொ.ப. உமர்கய்யாம் பாடல்களைத் தமிழில் கவிமணி, ச.து.சு.யோகியார், சாமி. சிதம்பரனார் ஆகியோர் மொழிபெயர்த்துள்ளனர். மூவருமே பயன்படுத்தியது ஃபிட்ஜெரால்டின் ஆங்கில மொழிபெயர்ப்பு. பாரசீகத்திலிருந்து ஆங்கிலத்திற்கு வந்த உமர்கய்யாம் பாடல்கள் ஆங்கிலத்திலிருந்து தமிழுக்கு வந்திருக்கிறது. உமர்கய்யாம் மதங்கள் கூறும் மறுஉலகத்தில் நம்பிக்கை இல்லாதவர்; இந்த நம்பிக்கையின்மை வாழ்க்கையின் மீதான அடங்காத சினத்தை ஏற்படுத்தியுள்ளது. மறுபுறம் உலகத்தின் துன்பங்கள் அதிக வருத்தத்தை அளித்திருக்கிறது. எனவே இவ்வுலக இன்பங்களை அதன் எல்லைவரை சென்று அனுபவிக்க வேண்டும் என்கிற வேட்கையில் கவிதைகளைப் படைக்கிறார்.

அதே நேரம் வாழ்க்கையின் நிலையாமையையும் உணர்ந்தவராக இருக்கிறார். மதுவையும் மங்கையையும் மட்டுமல்ல மலர்களையும் கவிதைகளையும் இவ்வுலக இன்பமாக அவர் கருதியிருப்பதைக் கவிதைகள் காட்டுகின்றன என உமர்கய்யாமின் கவித்துவத்தை விளக்குகின்ற தொ.ப. அவருடைய கவிதைகளின் மொழிபெயர்ப்பில் உமர்கய்யாமின் உணர்வுகளும் கலந்திருக்க வேண்டும்; அப்படி இருந்தால்தான் அது சரியான மொழிபெயர்ப்பாக இருக்கமுடியும் என்கிறார். இப்பின்புலத்தில் சான்றுக்கு ஒரு பாடலைக் கொண்டு மூவரின் மொழிபெயர்ப்புகளையும் ஒப்பிடும் தொ.ப., முதலில் ஆங்கில மொழிபெயர்ப்பிலிருந்து தமிழில் விட்டுப் போன, மாற்றிய சொற்களையெல்லாம் கவனப்படுத்துகின்றார். இந்த மாற்றங்கள் கவிஞனை எந்த அளவிற்கு நினைவுறுத்துகின்றன என்பதையும் பதிவு செய்துள்ளார். (2003:71)

மேலும் யோகியாரின் மொழிபெயர்ப்பே கவிஞனோடு நெருக்கமான மொழிபெயர்ப்பாக இருப்பதை அடையாளங்காட்டுகின்றார். மொழிபெயர்ப்புத் துறையில் தொ.ப.விற்கு வாய்த்த புலமைக்குச் சான்றாக இக்கட்டுரைப்பதிவு உள்ளது. தமிழில் வெளியான அகராதிகள் பற்றி அகராதிக்கலை என்ற கட்டுரையை எழுதியுள்ளார். ஒரு மொழியில் அகராதி உருவாக்கம் என்பதைக் கலையாக அணுகியவர் தொ.ப.. மேலும் தமிழ்இதழியல் குறித்தும் விரிவான பதிவொன்றைச் செய்துள்ளார்.

இப்பதிவுகளையெல்லாம் தொகுத்து நோக்கும்போது இலக்கியவியல், தொல்லியல், மானிடவியல், சமூகவியல், மொழிபெயர்ப்பியல், இதழியல், அகராதியியல் எனப் பல துறைசார்ந்த வாசிப்பினையும் பயிற்சியையும் பெற்றவராகத் தொ.ப. இருந்துள்ளார் என்பதைப் புரிந்து கொள்ளமுடிகின்றது. அடிப்படையில் தமிழ்ப் படித்த, தமிழினைக் கற்றுக் கொடுக்கும் ஒரு பேராசிரியர் இத்தகு பல்துறை அறிவோடு இருக்க வேண்டும். அப்போதுதான் வளமான மாணவ சமுதாயத்தினை உருவாக்க முடியும். தொ.ப. அப்படி ஒரு பேராசிரியராக இருந்துள்ளார் என்பதை மேற்கண்ட பதிவுகள் உறுதி செய்கின்றன.

அரசியல் கருத்துநிலை

தமிழ்ப் பேராசிரியர், பண்பாட்டு மானிடவியல் அறிஞர், நாட்டார் வழக்காற்றியல் ஆய்வாளர் எனப் பலதரப்பட்ட புலங்களில் பயிற்சியும் வாசிப்பும் பெற்றவர் தொ.ப.. சமூகத்தில் நடைபெறும் அரசியல் நிகழ்வுகளைக் கூர்ந்து கவனிப்பவர்; அது குறித்து உரையாடுபவர். அரசியல் தொடர்பான பல கட்டுரைகளைத் தொ.ப. எழுதியிருக்கிறார். இந்த அரசியலில் கட்சிசார்பான செயற்பாடுகளும் இனங்காட்டப்படும்; சமூக நிகழ்வுகளும் மதிப்பிடப்படும்; தொன்மைசான்ற பண்பாட்டு அடையாளங்களும் கவனப்படுத்தப்படும். தமிழ்ச்சமூகத்தின் இரண்டாயிரம் ஆண்டுகால பண்பாட்டு அசைவினைத் துல்லியமாகக் கவனித்து அதன் தொடர்ச்சியை அடையாளங் கண்டவர் தொ.ப. அதேநேரம் இன்றைய அரசியல் போக்குகளையும் அதன் விளைவுகளையும் சரியாகக் கணிக்கக் கூடிய ஆற்றலும் அவருக்கு இருந்தது. தொ.ப.வின் அரசியல் நோக்கு எளிதில் அனைவருக்கும் வாய்க்காதது என்றே கூறலாம். அந்த அளவிற்கு அதில் தொலைநோக்குப் பார்வையும் பின்புலம் குறித்த அறிதலும் கலந்திருக்கும். தொ.ப.வின் அரசியல் கருத்தாடல்களைக் கீழ்காணும் நிலைகளில் பகுத்துக் கொள்ளலாம்.

- வட்டார அரசியல் சார்ந்த உரையாடல்களும் பதிவுகளும்; ஒடுக்கப்பட்ட மக்கள் சமூக அழுத்தத்தின் காரணமாக ஒருகட்டத்தில் வெடித்துவெளிக்கிளம்பித் தங்களுக்கான உரிமைகளைப் பெறுவதற்குப் போராடுகின்றனர். இது அடுத்த கட்ட நகர்வில் அரசியல் செயல்பாடாகப் பரிணமிக்கிறது. ‘ஆலயப் பிரவேசம்’ என்பது ஒருகுறிப்பிட்ட காலத்தில் மிகப்பெரிய அரசியல் செயல்பாடாகப் பார்க்கப்பட்டது. வட்டாரம் சார்ந்து இந்த முயற்சிகள் எத்தகு வினைகளை ஏற்படுத்தின என்பதைத் தொ.ப. வரலாற்றுத் தரவுகளுடன் ஆராய்ச்சி செய்துள்ளார்; பொதுவாக அரசு சார்பாக எடுக்கப்படுகின்ற கொள்கை முடிவுகள் அவ்வரசிற்கு உட்பட்ட கடைகோடி பிரஜை வரை தாக்கத்தை ஏற்படுத்தும். அவ்வாறிருக்கும்போது அரசு ஒருபக்க சார்பினையோ அல்லது தொலைநோக்கற்ற நிலையிலேயோ ஒரு கொள்கை முடிவினை மேற்கொள்ளக் கூடாது. தொ.ப.வின் அரசியல்சார் கட்டுரைகளும் உரையாடல்களும் இந்தத் தன்மையை ஆழமாக வலியுறுத்துவன. உலக அளவிலான ஏகாதிபத்திய வன்முறைகள் மூன்றாம் உலகநாடுகள் மீது மறைமுக ஆதிக்கத்தைச் செலுத்திவருகின்றன. இதனால் அறுந்துபோகும் வட்டார அறிவுமரபையும் தொ.ப. அடையாளங்காட்டியுள்ளார். மேற்குறித்த பதிவுகளை எல்லாம் வட்டாரம் சார்ந்த அரசியல் வெளிப்பாடுகளாகக் கொள்ள முடியும்.

- இந்திய வரலாற்று உருவாக்கத்தின் அரசியலும் பின்புலமும்; இந்தியாவைப் பொறுத்தவரை வரலாறு என்பது அதிகாரத்தின் திட்டமிட்ட தேர்ந்தெடுப்புகளாகக் கட்டமைக்கப்பட்டது. இது ஆதிக்க அரசியலின் வெளிப்பாடு. வரலாற்றில் பல செய்திகள் மறைக்கப்பட்டிருக்கின்றன. திசை திருப்பப்பட்டிருக்கின்றன. மிகைப்படுத்தப்பட்டும் இருக்கின்றன. அவற்றுள் சிலவற்றைத் தொ.ப. கவனப்படுத்தியுள்ளார். புனா ஒப்பந்தம், பெரியாரியத்தின் உருவாக்கம், இராஜாஜியின் அரசியல் என வரலாற்றின் சிலபக்கங்களை அதன் பின்புலத்தோடு உரையாடுகிறார் தொ.ப. இவற்றை வரலாற்று அரசியல் பதிவுகளாக அணுகலாம்.
- தேசிய அரசியல் மற்றும் ஒற்றை அடையாளம் என்னும் வன்முறை; இந்திய மரபில் வேரூன்றி அதிகாரத்தை மட்டுமே மையமிட்டு இயங்குகின்ற வைதிகத்தின் இருண்ட முகத்தை வெளிச்சத்திற்குக் கொண்டுவந்தவர் தொ.ப. காலந்தோறும் பிராமண மேலாண்மை எப்படியெல்லாம் மாறிவருகின்ற அரசியல் சூழ்நிலைக்கு ஏற்பத் தன்னைத் தகவமைத்துக் கொண்டு தக்கவைத்துக் கொள்கிறது என்பதையும் சமகால அரசியலில் அதன் செல்வாக்கு குறித்தும் பல பதிவுகளைச் செய்துள்ளார். குறிப்பாக 'இந்து' என்கிற ஒற்றை அடையாளத்தின் பின்புலத்தை விரிவாக விவாதித்துள்ளார். தேசியம், தேசிய உணர்வு, ஒரேமொழி உள்ளிட்ட நகர்வுகளைக் குறித்தும் பேசியுள்ளார். இப்பதிவுகளைத் தேசிய அரசியல் சார்ந்தவையாகக் கொள்வோம்.
- உலக ஏகாதிபத்தியமும் பொருளாதாரச் சுரண்டலும்; ஏகாதிபத்தியம் என்பது காலந்தோறும் வெவ்வேறு வடிவத்தில் நடந்துவருகின்ற அரசியல் செயற்பாடு. சோழ அரசன் இராசராசன் தொடங்கி இந்த ஏகாதிபத்தியம் எப்படி விரிவாக்கம் அடைந்து வந்திருக்கிறது. இராசராசனைத் தமிழர்களின் அடையாளமாகக் கருதுவதற்கான காரணம் என்ன? இராசராசனின் அரசியல் எத்தகையது எனப் பல விவாதங்களைத் தொ.ப. நிகழ்த்தியுள்ளார். இதன் தொடர்ச்சியில் உலகமெங்கும் ஏகாதிபத்திய பெருமுதலாளித்துவ நாடுகள் ஒப்பந்தம் என்ற பெயரில் நடத்துகின்ற முறைப்படுத்தப்பட்ட சுரண்டல்களையும் காட்டமாகவே விமர்சித்துள்ளார்; டங்கல் என்னும் நயவஞ்சம் என்றே பதிவும் செய்துள்ளார். சூழலியல் மீதும், பண்பாடுகள் மீதும் நடத்தப்படும் வன்முறைகளின் பல்வேறு வடிவங்களையும் அடையாளங்காட்டியுள்ளார். இத்தகு செய்திகளை உலகளாவிய அரசியல் சார்ந்தவைகளாகக் காணலாம்.

மரபும் மீறலும் - சாதி சமய அரசியல் பின்னணி, 1939 மதுரைக்கோயில் அரிசன ஆலயப் பிரவேசம் ஆகிய இரண்டு கட்டுரைகள் ஒடுக்கப்பட்ட மக்களின் எழுச்சி கோயில்சார்ந்து எப்படிச் செயற்பட்டுள்ளது என்பதைப் பேசுபவை. முதல் கட்டுரை நாட்டார் தெய்வ வழிபாடு,

கோயில், திருவிழா இவை ஒடுக்கப்பட்ட மக்களிடமிருந்து எதற்காக விலக்கப்பட்டன? ஆதிக்கத்திற்கான குறியீடுகளாகத் திருவிழாக்கள் எப்படிக் கட்டமைக்கப்பட்டன; அதிலிருந்து விடுபடப் போராடிய மக்கள் எப்படிபட்ட வன்முறைகளைச் சந்தித்தார்கள் என்பதைப் பேசுவது. தேசியத் தலைவர்களால் முன்னெடுக்கப்பட்ட 'ஆலயப் பிரவேசம்' என்கிற அரசியல் நிகழ்வு பெருந்தெய்வக் கோயில்களைச் சுற்றியே நிகழ்ந்திருக்கிறது. 1939இல் மதுரை அரிசன ஆலயப் பிரவேசம் என்கிற கட்டுரையினை இப்பின்புலத்தில் புரிந்து கொள்ள முடியும். இரண்டுவிதமான சமூக நிகழ்வுகளின் ஊடாட்டத்தைத் தொ.ப. கவனமாகக் கையாண்டிருக்கிறார்.

மரபுவழிப்பட்ட தமிழ்ச்சமூகம் சாதிய அடுக்குகளால் ஆனது. மனிதசமூகம் உருவாக்கிய எல்லா நிறுவனங்களிலும் கருத்தியல்களிலும் சாதியும் அதன் அடையாளங்களும் எல்லைகளும் கவனமாகக் கட்டமைக்கப்பட்டுள்ளன என்கிறார் தொ.ப. குறிப்பாக நிலமானியச் சமூக அமைப்பில் உற்பத்தித் தளங்களும் காலமும் வெளியும் சாதியப் படிநிலைக்கு ஏற்பவே பங்கிடப்பட்டிருக்கின்றன என்பது கசப்பான உண்மை. இப்படி உருப்பெற்று வலிமையாக நிலைபெற்ற சாதிய மரபுகள் மீறப்படும்பொழுது மீற முயன்றவர்கள் நேரடி வன்முறைக்கு ஆளாகியிருப்பதையும் அதற்குச் சிறந்த சான்றாக நந்தனையும் தொ.ப. குறிப்பிடுகிறார். பெருந்தெய்வக் கோயில்களைப் பொறுத்தவரை வெளி என்பது, கருவறை சார்ந்து பார்ப்பனியத்திற்கும் கோயில் கட்டமைப்பு சார்ந்து அரச அதிகாரத்திற்கும் உற்பத்தி சார்ந்து வேளாளருக்குமாகப் பங்கிடப்பட்டிருக்கின்றது.

நாட்டார் மரபில் அதாவது பெருந்தெய்வக் கோயில்கள் இல்லாத ஊர்களில் அய்யனார், அம்மன் உள்ளிட்ட தெய்வங்களின் கோயில்கள் ஊர்ப்பொதுவாக அமைந்திருக்கும். இக்கோயிலுக்கு முன்னர்ப் பெரிய காலிமனை அறுவடைக் களமாக, ஊர் மந்தையாக, திருவிழாக் கூத்துகள் நடைபெறும் இடமாக விரிந்திருக்கும். ஊர்ப்பஞ்சாயத்து அல்லது ஆதிக்க சாதிப் பஞ்சாயத்து கூடும் இடமாகவும் சிலநேரங்களில் இருக்கும். இந்தக் காலிமனையைச் சுற்றி அந்தக் கிராமத்தின் ஆதிக்க சாதிகளுடைய குடியிருப்புகள் அமைகின்றன. ஒடுக்கப்பட்டோர் எப்போதும் போல் வயல்களுக்கிடையிலும் நீர்க்கால்களுக்கு மறுபுறத்திலும் ஒதுங்கியே இருக்கிறார்கள் என்கிறார் தொ.ப.. ஆக, வழிபாட்டு முறைகளில் மாற்றமிருந்தாலும் ஒதுக்கத்தில் எந்த மாற்றமும் இல்லை என்பதைப் புரிந்து கொள்ளமுடிகின்றது.

நிறுவனப்படுத்தப்பட்ட தெய்வமோ நாட்டார் தெய்வமோ திருவிழா நாட்களில் சுற்றிவரக்கூடிய நிலப்பகுதியே அத்தெய்வத்தின் அருளாட்சி எல்லையாகக் கருதப்படுகிறது. ஒடுக்கப்பட்ட மக்களின்

குடியிருப்புகள் இந்த எல்லையிலிருந்து வெளித்தள்ளப்பட்டிருக்கின்றன என்பது ஒரு குரூரமான யதார்த்தம். ஆனால் கோயில்சார்ந்து அவர்களுடைய உழைப்பு மட்டும் ஆதிக்க சாதியினரால் சுரண்டப்படுவதைப் பதிவு செய்கிறார் தொ.ப. (2006:76)

காலனிய காலத்தில் இத்தன்மையில் சிறிது மாற்றம் ஏற்பட்டது. பெருவாரியான தாழ்த்தப்பட்ட மக்கள் கிறித்தவத்திற்கு மதம் மாறினர். அவ்வாறு மதம் மாறினாலும் கோயில் திருவிழாக்களில் எப்போதும் செய்கின்ற வேலைகளை அவர்கள் செய்தே ஆகவேண்டும் என்று கட்டாயப் படுத்தப்பட்டனர். 1830களில் கிரசண்ட் பத்திரிக்கையினை வாங்கி நடத்திய லெட்சுமி நரசு செட்டி தலைமையிலான சென்னை நகரத்து மேல்சாதியினர் கம்பெனி அரசோடு முரண்படுவதற்கு இது வழிவகுத்தது. மேலும் மதம் மாறிய கிறித்தவ மக்களை அடிமை வேலை செய்யுமாறு கட்டாயப்படுத்தக் கூடாது என்று கம்பெனி அரசு ஆணை பிறப்பித்தது. தமிழகத்தில் தெய்வ வழிபாட்டை முன்னிறுத்திய அதிகார மரபுகள், ஒடுக்கப்பட்ட சாதி மக்களால் மீறப்பட்டு மோதல் தொடங்கியதற்கு வரலாற்றில் இதுவே முதல்சான்றாக உள்ளது என்கிறார் தொ.ப.

1990 - 2000 இந்தக் கால இடைவெளியில் ஒடுக்கப்பட்டோர் உரிமைசார்ந்து குரல் எழுப்பத் தொடங்கினர். அவர்களுக்குக் கிடைத்த அரசியல் பலமும் அதுசார்ந்த வெளியும் இந்த உணர்வு கூர்மையடையக் காரணமாக உள்ளன. 1998இல் நடைபெற்ற இரண்டு நிகழ்வுகளை இதற்கான சான்றுகளாகத் தொ.ப. பதிவு செய்கிறார். ஒன்று தேவகோட்டைக் கருகில் கண்டதேவி கிராமத்தில் கோயில் தேரோட்டத் திருவிழாவில் ஏற்பட்ட மோதலும் கலவரமும்; திருவிழா வேலைகளைச் செய்யும் நாங்களும் தேரின் வடத்தினைத் தொட்டு இழுக்கின்ற பணியைச் செய்வோம்; அதுசார்ந்த மரியாதை எங்களுக்கும் கிடைக்க வேண்டும் என்று தலித் மக்கள் போராடினர். அது கலவரமாக மாறியது. இரண்டாவது கோவில்பட்டியில் அம்மன் கோவில் திருவிழாவில் தேருக்குக் கட்டை இடும் கடினமான வேலையினைச் செய்துவந்த தலித்மக்கள் திருவிழா நடத்தவும் உரிமை கோரினர். இதிலும் காவல்துறையினரின் தலையீடும் கலவரமும் நடந்தன. இந்த இரண்டு நிகழ்வுகளுமே வெறும் வழிபாடு சார்ந்த உரிமைக்காக நடந்தவை அல்ல. இது மரபுவழிச் சமூக அதிகாரத்தைக் கட்டுடைக்கும் வலிமையான குரலாக எழுப்பப்பட்டது. இதனை ஆதிக்கச் சாதியினரால் ஏற்றுக் கொள்ளமுடியவில்லை. இந்த ஆதிக்க மனப்பான்மையே கலவரத்தை ஊக்குவிக்கிறது. இல்லையென்றால் திருவிழாவே நடத்தப்படாமல் பல ஆண்டுகள் கோயில் மூடப்பட்டுவிடுவதும் நடக்கிறது. இந்த நிகழ்வுகள்

ஒருபுறம் இருக்க 1930 தொடங்கி தேசிய இயக்கத்தினர் கோயில் நுழைவு என்பதை ஒரு போராட்டமாக முன்னெடுத்த நிகழ்வுகள் நடந்தன. இது குறித்த தொ.ப.வின் பதிவு வருமாறு,

> "1930களில் தேசிய இயக்கத்தினர் சமூக உரிமைக் குரல்களை ஆலயப்பிரவேசம் என்னும் புதிய தளத்தில் முன் வைத்தனர். தமிழ் நாட்டில் 1932 முதல் 39 முடிய எட்டாண்டுக் காலம், ஒடுக்கப்பட்ட மக்களின் கோயில் நுழைவு என்பது அரசியல் அரங்கில் பெரிதும் பேசப்பட்ட சிக்கலாகும். 1939இல் சென்னை மாகாண அரசு ஒடுக்கப்பட்ட மக்கள் ஆலயஉரிமை நுழைவுக்கான சட்டத்தை இயற்றியது. ஆனால்நடைமுறையில் இது பழைய ஊர்களிலும் புகழ்பெற்ற நகரங்களிலும், இருந்த பெருந்தெய்வக் கோயில் நுழைவாகவே இருந்துவிட்டது. (2006:80)"

1939இல் மதுரையில் வைத்தியநாதையர் தலைமையில் நடைபெற்ற அரிசன ஆலயப் பிரவேசத்தினை விரிவாகவே தொ.ப. பேசியுள்ளார். அதில் இந்த ஆலயப் பிரவேசத்திற்கு எதிராக மதுரை பேச்சியம்மன் கோயில் ரஸ்தா லேட் பத்மனாபய்யரவர்கள் வெளியிட்ட பாரி பாகீரதி அம்மாள் என்பவர் எழுதிய 'ஆலய எதிர்ப்புக் கும்மிப்பாட்டுப் புஸ்தகம்', 1940இல் மதுரை கமலத்தோப்புத் தெரு எஸ்.தர்மாம்பாள் எழுதிய ஆலயப் பிரவேச கண்டனப் பாட்டுப்புஸ்தகம்' ஆகியவற்றை எடுத்துக்காட்டியுள்ளார். இவ்விரண்டு நூல்களும் மேல்சாதியினரிடம் வேரூன்றிப் போயிருக்கும் வர்ணாசிரம பிடிப்பிற்கான சான்றுகள். கண்டனப் பாட்டுகள், மீனாட்சி அம்மனுக்குப் புதிய கோயில் கட்டுதல் என்கிற அளவிலேயே இந்தக் கோயில் நுழைவிற்கான எதிர்வினைகள் இருந்தன. இதில் இந்தச் சம்பவத்தை முக்கியமான பிரச்சனையாகக் கருதி அன்றைய முதலமைச்சர் இராஜாஜி அவசர சட்டத்தையும் இயற்றித்தருகின்றார். ஆனால் தாழ்த்தப்பட்ட மக்கள் இந்தப் போராட்டத்தில் ஆர்வம் காட்டவும் இல்லை ; திரண்டெழுந்து போராடவும் இல்லை என்கிற செய்தியைத் தொ.ப. தருகிறார். இப்படி மக்கள் பெரிதாக ஆர்வம் காட்டாத ஒரு பிரச்சனையை ஏன் மதுரைவைத்தியநாதர் முன்னெடுத்து நடத்திச் சென்றார் என்ற கேள்வியையும் எழுப்புகிறார். இதற்கான விடை காங்கிரஸ் இயக்கத்தின் வரலாற்றில் கிடைப்பதையும் எடுத்துக்காட்டுகிறார். இதுகுறித்துத் தேசிய அரசியல் பகுதியில் பேசப்படும்.

தேசிய இயக்கத்தினர் முன்னெடுத்த போராட்டத்தில் கலவரமோ உயிர்ப்பலியோ பெரிதாக நிகழவில்லை. அது வெகுசன பேசுபொருளாகவும் கண்டன நூல்களாகவும் மட்டுமே எதிர்வினையைச் சந்தித்ததை மேற்கண்ட கருத்துகளின் மூலம் அறிந்து கொள்ளமுடிகின்றது. இறுதியில் அரசியல் சட்டத்தினால் தீர்வினைப்

பெற்றது. ஆனால் கிராமப்புறங்களில் இந்த ஒதுக்கமும் மீறலும் இன்னும் முடியவில்லை. மேலும் மீறல்கள் பெரும்பாலும் துப்பாக்கிச் சூட்டிலேயே முடிகின்றன. இதற்குக் காரணம் கிராமப்புறங்களில் நாட்டார் தெய்வக் கோயில்களில் ஒடுக்கப்பட்ட மக்கள் நுழைவதும் விழாக்களில் உரிமையுடன் பங்கெடுப்பதும் அன்றைய ஆட்சிப் பொறுப்பிலிருந்த தேசிய, திராவிட இயக்கத்தினரின் சக்திக்கும் அப்பாற்பட்டதாகவே இருந்துள்ளன. மேலும் வாக்கு வங்கியும் இதில் கணிசமான பங்கினை முன்னெடுத்தது. அதனால் இதுபோன்ற நிகழ்வுகளிலும் போராட்டங்களிலும் அரசாங்கமும் கள்ளமௌனம் சாதித்துக் கொண்டது. வரலாற்றின் குரூரமான இத்தகு சம்பவங்களில் சிலவற்றைத் தொ.ப. எடுத்துக்காட்டியுள்ளார். *(2006:80)*

எனவே அரசியல் இயக்கங்கள் முன்னெடுத்த ஆலயப் பிரவேசம் என்னும் நிறுவனப்படுத்தப்பட்ட நிகழ்வுகளுக்கும் கிராமப்புறங்களில் நடக்கின்ற மரபு மீறலுக்குமான வேறுபாட்டினைத் தொ.ப. செய்துள்ள பதிவுகளின் மூலம் அவதானிக்க முடிகிறது. முந்தையது ஆதிக்க சாதியினர் பரந்த மனப்பான்மையுடன் விட்டுக்கொடுத்துச் செல்ல வேண்டும் என்று வேண்டுகோள் வைப்பதாக இருப்பது. பிந்தையது மக்களின் உணர்வெழுச்சி சார்ந்து நடப்பது. உணர்வெழுச்சி ஒடுக்கப்படுதலையும் ஆதிக்கத்தின் உழைப்புச் சுரண்டலையும் கேள்விகேட்கிறது. அதனால் அங்கு மோதல் ஏற்படுவது தவிர்க்க இயலாததாகிவிடுகிறது என்று சமூகத்தின் இத்தகு நிகழ்வுகளை மதிப்பிட்டுள்ளார் தொ.ப.

'தெய்வங்களின் உணவுரிமை' என்ற தொ.ப.வின் கட்டுரை கோயில்களில் உயிர்ப்பலித் தடைச்சட்டம் நிறைவேற்றம் தொடர்பான கருத்துகளைக் கொண்டது. 1950இல் ஏறக்குறைய நாடு விடுதலை பெற்ற மூன்றே ஆண்டுகளில் கொண்டுவரப்பட்ட இச்சட்டம் 2003ஆம் ஆண்டு கட்டாயம் கடைப்பிடிக்கப்பட வேண்டும் என்கிற உத்தரவோடு உயிர்ப்பிக்கப்படுகிறது. ஏறத்தாழ 53 ஆண்டுகளாக மக்கள் எவரையும் கட்டுப்படுத்தாத இன்னும் சொல்லப்போனால் அதிகாரிகளும் ஆட்சியிலிருந்தவர்களும் பெரிதாகக் கவனத்தில் எடுத்துக்கொள்ளாத இச்சட்டம் இப்போது எந்தப் பின்புலத்தில் மீண்டும் உயிர்ப்பிக்கப்படுகிறது என்ற கேள்வியினை மையமிட்டதாக இக்கட்டுரைப் பதிவு உள்ளது. சமூகத்திற்குத் தேவையான அடிப்படையான பல சட்டங்கள் பொருளாதார காரணங்களைக் காட்டி கைவிடப்பட்டிருக்கின்றன. அதில் குறிப்பிடத்தக்கது 1965இல் இயற்றப்பட்ட 14 வயதான அனைவருக்கும் இலவசமான கட்டாயக் கல்வி என்பது. ஒரு அரசியல் சட்டம் கைவிடப்படுவதற்கும் பிறிதொரு அரசியல் சட்டம் கட்டாயமாக்கப் படுவதற்குமான அரசியலைத் தொ.ப. நுட்பமாக அடையாளங்காட்டியுள்ளார்.

பொதுவாக சமண பௌத்தத்திற்கு முந்தைய நமது பண்பாட்டின் வேர் புலாலையும் பலியையும் ஏற்றுக் கொண்டிருக்கிறது. பிற்காலத்தில் உயிர்கொல்லாமை என்கிற தத்துவத்தை வைதிகம் தனக்கானதாக மாற்றும்போது அதை அதிகாரம் சார்ந்து கட்டாயப்படுத்துகின்றது. இதன் தொடர்ச்சியிலேயே 2003 ஆம் ஆண்டு நடைமுறைக்கு வந்த இந்தச் சட்டத்தைக் கொள்ளமுடியும். இங்கு இன்னொன்றையும் கவனத்தில் கொள்ள வேண்டும். பலிகொடுக்கும் அனைவரும் இந்துக்கள் அல்ல; புளியம்பட்டி அந்தோணியார் கோயிலிலேயும் ஆடு வெட்டப்படுகிறது. எனவே இது ஒரு சமூகத்தின் மீதான திணிப்பாகக் கொள்ளமுடியாது. இச் செயல்பாட்டினை அனைவரையும் 'இந்துத்துவம்' என்னும் ஒற்றைமையத்தை நோக்கி நகர்த்துகின்ற சதியாகவே தொ.ப. அவதானித்துள்ளார். நாட்டார் பண்பாட்டின் மீதும் அதன் சனநாயகத் தன்மை மீதும் தாக்குதல் நடத்துவது மிகப்பெரிய அரச வன்முறை. எனவே பெரும்பாலான மக்களின் உணர்வுக்கு மதிப்பளித்து இந்தச் சட்டத்தைத் திரும்பப் பெறவேண்டும் என்று கருத்தியல் ரீதியாகத் தொ.ப. அவருடைய சமகால அரசியலில் எதிர்வினை ஆற்றியிருப்பதைப் பார்க்க முடிகின்றது. இது அவருக்குள் இருக்கும் போராட்டக் குணத்தையும் காட்டுவதாக இருக்கின்றது.

இப்படி ஒருபுறம் சாதிய அடுக்குகளின் வன்முறையும் அரசாங்கத்தின் ஒருநிலைச் சார்பும் மக்களின் இயல்பு வாழ்க்கையை அசைத்துப் பார்க்க, பிறிதொருபுறம் உலகமயமாக்கல் பண்பாட்டின் வேர்களை அரித்துக்கொண்டிருக்கின்றது. இதனால் பாரம்பரிய அறிவு மரபு சிறிது சிறிதாக மறையவும் தொடங்கியுள்ளது. நமது பண்பாட்டில் மருத்துவம் என்ற கட்டுரை இப்பின்புலத்தில் புரிந்து கொள்ளப்பட வேண்டியது. பாட்டி வைத்தியம் என்று தினசரிகளில் வருகின்ற பகுதி ஏதேனும் ஒரு மூலிகையின் தகவலைக் கொண்டிருக்கும். இந்தப் பாட்டி வைத்தியம் என்ற சொல்லாடலை வன்முறையாகவே பார்க்கிறார் தொ.ப. உண்மையில் அது வீட்டு வைத்தியம். பரம்பரை பரம்பரையாக மனித சமூகத்திற்கு மருத்துவம் சார்ந்த அறிவு செவிவழியாகவும் நடத்தை வழியாகவும் வந்திருக்கிறது. சாதாரண தலைவலி, காய்ச்சல், இருமலுக்கு வீட்டிலுள்ள உணவுசார் பொருட்களே மருந்துகளாகப் பயன்பட்டிருக்கின்றன. சற்று அதிக நாட்கள் எடுத்துக் கொள்ளும் நோய்களுக்குக் குறிப்பிட்ட தாவரங்களைத் தேடி எடுத்து அவற்றை வதக்கியோ, பிழிந்தோ சாறாக அல்லது காய்ச்சி நீரில் போட்டுக் கஷாயமாக எடுத்துக்கொள்வர். தான் தயாரிக்கும் மருந்தின் அனைத்து உட்பொருளையும் அவர்கள் அறிந்திருந்தனர். உணவே மருந்தாக வாழ்ந்த சமூகம் தமிழ்ச்சமூகம். இப்படி இயல்பாக வந்த மருத்துவ அறிவினைப் பாட்டிவைத்தியம் அதாவது காலங்கடந்த வைத்தியம் இப்போது நடைமுறையில் இல்லாத வைத்தியம் என்று குறிப்பதைத்

தொ.ப. வன்முறை என்று கூறுவது முற்றிலும் பொருத்தமானது. மருத்துவம் என்ற சொல் குறித்து இவர் செய்துள்ள ஆய்வு வியக்க வைப்பதாக இருக்கிறது (2021:56).

ஒரு செடி மருத்துவ குணம் உடையதா அல்லது நச்சுத் தன்மையுடையதா என்பதனை அதன் வாசனையை வைத்தே உணர்ந்திருக்கின்றனர் நம் முன்னோர்கள். ஆனால் ஆங்கில மருத்துவம் இத்தன்மையிலிருந்து முற்றிலும் மாறானது. ஆங்கில மருத்துவம் குறித்த தொ.ப.வின் கருத்து வருமாறு,

"மருந்து பற்றிய முழுமையான அறிவு ஆங்கில மருத்துவர்களுக்குக் கிடையாது. மருத்துப் பிரதிநிதிகள் போய் மருத்துவரிடம் விளக்கிச் சொன்னால் உண்டு. பொருள் பற்றிய முழுமையான அறிவு இருக்கக் கூடாது என்பதிலே தெளிவாக இருக்கிறது; உலகமயமாக்கலுக்குப் பின்னணியில் இருக்கிற பன்னாட்டு மூலதனம்.(2021:62-63)"

சூரியன் இருக்கின்ற திசையை வைத்து நேரத்தைக் கணித்தவர்கள்; செவிவழியாகவே அறிவியலையும் மருத்துவத்தையும் கடத்திவந்துள்ளார்கள். மரபணுக்களில் மொழியைப் பாதுகாத்து வைத்திருக்கிறார்கள். எனவே அறிவு என்பது இயல்பாகத் தலைமுறை தலைமுறையாகத் தொடர்ந்து வந்த சமூகமாகத் தமிழ்ச்சமூக இருந்துள்ளது.

காலனிய காலம் தொடங்கி எழுத்தறிவு என்பதே அறிவு என ஐரோப்பியர்கள் வரையறுத்தனர். பிறநாடுகளில் இக்கருத்தினைப் பரவவிட்டுக் கல்வி குறித்த மாயையை உருவாக்கிவிட்டனர். உண்மையில் எழுதுதல் என்பது பயிற்சி (Skill), ஆனால் அறிவு (Knowledge) என்பது அறிந்து கொள்வது, புரிந்து கொள்வது, நடைமுறைப்படுத்துவது, தவிர்ப்பது எனப் பரந்து பட்ட பொருளை உள்ளடக்கியது. அனுபவ அறிவு, பட்டறிவு என்கிற சொற் பயன்பாட்டினைத் தமிழ்மொழியில் காணமுடியும். இப்படி இயல்பாக உருவாகி வந்த அறிவு மரபை உலகமயமாக்கல் அழித்துக் கொண்டு வருகிறது. சந்தைப்படுத்துதலை முதன்மையாகக் கொண்ட உலகமயமாக்கல் அனைத்தையுமே விற்பனைப் பொருளாக்கிக் கொண்டிருக்கிறது. உற்பத்தி, பெருக்கம், நுகர்வு என்று இயங்கிக்கொண்டிருந்த சமூகத்தை விற்பனை - நுகர்வு என்று மாற்றிக்கொண்டிருக்கிறது. இதனால் மரபார்ந்த உற்பத்தி அறிவை மக்கள் இழந்து கொண்டிருக்கிறார்கள்.

அரிதினும் அரிதாக வருகின்ற நோய்க்கு மருந்துகளை அவர்கள் கண்டுபிடித்தார்கள். அதற்காக உலக அளவில் அங்கீகாரமும் வருவாயும் பெற்றார்கள். ஆனால் ஒருகாலத்தில் அரிதினும் அரிதாக இருந்த அந்நோய் இப்போது பலருக்கு மிகச் சாதாரணமாக

வந்துவிட்டது. சான்றாகப் புற்றுநோயைக் கூறலாம். 1970களில் இந்த நோயை மையமிட்டுத் திரைப்படங்கள் பல வந்திருக்கின்றன. புற்றுநோயாளி என்பவன் அரிதினும் அரிதாக இருந்தான். ஆனால் இன்று புற்றுநோயில் பல வகைகள் தோன்றிவிட்டன. அரசாங்கத்தின் பிரத்யேக மருத்துவமனையாக இருந்த புற்றுநோய் மருத்துவமனை இன்று நகரத்திற்கு இரண்டு என்ற அளவில் தனியார்களால் உருவாக்கப்பட்டிருக்கின்றன. உலகமயமாக்கலின் பின்விளைவுகள் தெரிய ஆரம்பித்திருக்கின்றன. இந்த யதார்த்தத்தினைப் பத்துப் பதினைந்து ஆண்டுகளுக்கு முன்பே தொ.ப. பேசியிருப்பது அவருடைய தொலைநோக்குச் சிந்தனையைக் காட்டுகிறது. மேலும் இயல்பான நிகழ்வுகளை நோய்களாக அறிவித்து மருத்துவம் பார்ப்பதும் இன்று பெருகியிருக்கிறது. சான்றாகக் கருவுறுதல் என்பது இயற்கை நிகழ்வு; முற்காலத்தில் வீட்டிலேயே பெண்கள் பிரசவித்துள்ளார்கள். சொல்லப்போனால் பெண்கள் அனைவருக்கும் பிரசவம் பார்க்கத் தெரிந்திருக்கிறது. அந்தத் தலைமுறையே முடிந்துபோய்விட்டது. கருவுற்ற பெண்ணை நோயாளியாகவே ஆங்கில மருத்துவம் அணுகுகின்றது. இதனால் மகப்பேறு மனைகள் மகப்பேறு மருத்துவ மனைகளாகிவிட்டன. இப்படி நமது பண்பாடு சார்ந்து உருவான இன்று மெல்ல அழிந்து கொண்டிருக்கிற மருத்துவ அறிவினை மீட்டெடுப்பதும் புதிய தன்மைகளை உள்வாங்கிக் கொண்டு பொருந்துவனவற்றை ஏற்றுக் கொள்வதும் அவசியம் என்கிறார் தொ.ப.

இதனை Cultural Osmosis என்கிறார்கள். சன்றாகத் தமிழ்நாட்டில் கோதுமை விளையாது. ரொட்டி என்பது கோதுமையில் செய்யப்படுகின்ற உணவு. ரொட்டியை ஐரோப்பியர்கள் கொண்டுவந்தனர். ரொட்டி மட்டுமன்றி கேக், மக்ரூன் எனப் பலவகை உணவுகள் வந்துவிட்டன. இருப்பினும் ரொட்டியை மட்டும் பிரசவித்த பெண்ணின் Postal natal அதாவது பிரசவத்திற்கு முந்தைய உணவாக மாற்றிக்கொண்டார்கள். குறிப்பாகத் தாய்ப்பால் சுரப்பிற்கு ரொட்டியை மிகுதியும் சேர்த்துக்கொள்வது நடக்கிறது. இதைத்தான் Cultural Osmosis என்கின்றனர். இது இந்தக் கலாச்சாரத்தின் பலமான அம்சமாக இருக்கிறது; இத்தன்மையைக் கொண்டு பாரம்பரியத்தையும் காத்துக்கொள்ளவேண்டும் என்கிறார் தொ.ப. மேற்குறித்த இச்செய்திகளின் வழி வட்டாரம் சார்ந்து நடைபெற்ற அரசியல் நிகழ்வுகளைத் தொ.ப. எவ்வாறு அணுகியுள்ளார் என்பதனைப் புரிந்து கொள்ளமுடியும்.

1992இல் மதுரை நகரத்தின் தெருக்களிலும் பேருந்துகளிலும் தாழ்த்தப்பட்ட மக்கள் அமைப்பொன்றின் சார்பாக ஒட்டப்பட்ட ஒரு சுவரொட்டிப் ‘படுபாதகன் காந்தி புனா ஒப்பந்தத்தின் மூலம்

தாழ்த்தப்பட்ட மக்களைக் கழுத்தறுத்த நாள் செப்டம்பர் 24' என்று செய்தி போடப்பட்டிருந்தது. இதைக் கண்ட தொ.ப. இந்திய அரசியல் வரலாற்றில் மிகப்பெரிய சாதனையாகக் கருதப்பட்ட இந்த ஒப்பந்தம் இப்படிஒரு எதிர்வினையைப் பெற வேண்டிய அவசியம் என்ன? என்கிற கேள்வியினை மையமாக வைத்து புனா ஒப்பந்தம் - ஒருசோகக் கதை என்கிற சிறுவெளியீட்டினைக் கொண்டுவந்தார். இப்பதிவு தொ.ப.வின் பிற சிறு வெளியீடுகளோடு இணைக்கப்பட்டு 'இந்து தேசியம்' எனற பெயரில் தொகுப்பாகவும் வெளிவந்துள்ளது. இதுவரை வெகுசன மக்களால் போற்றப்பட்டு வருகின்ற தேசத்தலைவர்களின் பிறிதொரு முகத்தைக் காட்டுவதாக இக்கட்டுரை இருக்கின்றது. தொ.ப.வின் அரசியல்சார் பதிவுகளில் இக்கட்டுரை தனித்த இடத்தைப் பெறுவது. இதன் கருத்தினைச் சுருக்கமாகக் காணலாம்.

இருநூறு ஆண்டுகாலமாக அடிமைப்பட்டிருந்த இந்தியா விடுதலையை நோக்கி நகர்ந்து கொண்டிருந்தபோது இந்தியாவின் எதிர்கால சட்டவரைவுக்காகப் பிரித்தானிய அரசு ஒரு குழுவினை 1928இல் அமைத்தது. இந்தக்குழுவைக் காங்கிரஸ் இயக்கத்தினர் வன்மையாக எதிர்த்தனர். எனவே இந்தியாவின் அனைத்துத் தரப்பினரையும் அழைத்துப் பேச இங்கிலாந்து அரசு இலண்டனில் வட்டமேசை மாநாடு ஒன்றைக் கூட்டியது. 1930ஆம் ஆண்டு நவம்பர் 12 முதல் 1931 ஜனவரி 19 முடிய நடைபெற்ற இம்மாநாடே முதல் வட்டமேசை மாநாடு. காங்கிரஸின் முக்கியமான தலைவர்கள் பலர் சிறையில் இருந்ததால் காந்தியடிகளின் தலைமையிலான காங்கிரஸ் இயக்கம் இந்த மாநாட்டைப் புறக்கணித்தது. இதில் இந்து மகாசபையின் டாக்டர்பி.எஸ்.மூஞ்சேவும் இந்து மிதவாதக் கட்சித்தலைவர்களான சர்.தேஜ்பகதூர் சப்ரு, ரைட் ஆனரபில் சீனிவாச சாஸ்திரி, எம்.ஆர். ஜெயகர் ஆகியோர் கலந்து கொண்டனர். அதில் தாழ்த்தப்பட்டோர் இயக்கத்தின் சார்பாக டாக்டர் அம்பேத்கர், ராவ்பகதூர் ரெட்டைமலை சீனிவாசன் ஆகியோர் கலந்து கொண்டனர். மேலும் முஸ்லீம்கள், கிறித்தவர்கள், சீக்கியர்கள் ஆகியோரின் சார்பாளர்களும் கலந்து கொண்டனர். இவர்களனைவரும் பிரித்தானிய அரசால் முறையாக அழைக்கப்பட்ட பிரதிநிதிகள் என்பதும் குறிப்பிடத்தக்கது. மிகப்பெரிய இயக்கமான காங்கிரஸ் இயக்கம் பங்குபெறாததால் இம்மாநாட்டில் முடிவுகள் ஏதும் எடுக்கப்படவில்லை. ஆனால் கூர்மையான விவாதங்கள் நடைபெற்றன.

அதற்குப் பிறகு நடந்த வட்டமேசை மாநாடுகளில் காங்கிரஸ் இயக்கமும் கலந்து கொண்டது. வாக்குரிமை சார்ந்து அம்பேத்கர் விடுத்த முக்கியமான வரலாற்றுச் சிறப்புமிக்க கோரிக்கை

இரட்டை வாக்குரிமை என்பது. அதாவது பிளவுபடாத சென்னை மாகாணத்தில் சில தொகுதிகளில் பொதுவாக்கெடுப்பில் தேர்ந்தெடுக்கும் உறுப்பினர்களோடு அத்தொகுதிகளில் தாழ்த்தப்பட்டவர்கள் மட்டும் வாக்களித்துத் தங்களுக்கான பிரதிநிதியைத் தாழ்த்தப்பட்ட வகுப்பிலிருந்தே தேர்ந்தெடுத்துக்கொள்ள வேண்டும் என்பதே இந்தக் கோரிக்கையின் முக்கிய அம்சம்; அரசியல் சார்ந்து மிகப்பெரிய அங்கிகாரத்தைத் தாழ்த்தப்பட்டவர்கள் பெற்றால் அவர்களுக்கெதிரான ஒடுக்குமுறைகள் நிச்சயம் நிறுத்தப்படும்; வாக்குரிமை வலிமை வாய்ந்த ஆயுதமாகச் செயல்படும் என்ற தொலைநோக்குப் பார்வையில் அம்பேத்கரும் அவரைச் சார்ந்தவர்களும் இந்த கோரிக்கையை முன்வைத்தனர். இரண்டாவது வட்டமேசை மாநாட்டில் இந்தக் கோரிக்கையை ஏற்றுக் கொண்டு 1932 ஆகஸ்டு மூன்றாம் வாரத்தில் (17.08.1932) பிரிட்டன் பிரதமர் 'ராம்சே மெக்டோனால்ட்' மாநாட்டின் கொள்கை முடிவுகளை அறிவிக்கிறார்.

இந்த இடைப்பட்ட காலத்தில் அதாவது இரண்டாவது வட்டமேசை மாநாடு தொடங்குவதற்கும் அதன் கொள்கை முடிவுகள் வெளியிடப்படுவதற்குமான இடைவெளியில் நடந்த அரசியல் நிகழ்வுகள் கவனத்திற்குரியவை. தேசிய இயக்கவாதிகள் யாரும் இந்த இரட்டை வாக்குரிமை கோரிக்கையை ஏற்கவில்லை. இதனால் சமூகம் பிளவுபடும் என்றனர்; தேசிய இயக்கத்தின் ஒற்றுமையைச் சீர்குலைக்க இந்தக் கோரிக்கையைப் பிரித்தானிய அரசு ஏற்றுக்கொண்டுவிட்டதாகக் கதைகட்டினர். சாமானியர்களின் உணர்வினைத் தேசியம், தேசிய விடுதலை என்று திசைதிருப்பினர்; ஊர்வலங்கள் நடத்தினர். இவற்றிற்கெல்லாம் அம்பேத்கரோ, ரெட்டைமலை சீனிவாசனோ எந்த எதிர்வினையும் ஆற்றவில்லை தங்கள் கொள்கை முடிவிலிருந்து பின்வாங்கவும் இல்லை. இதனால் எல்லாவித அரசியல் செயற்பாடுகளையும் அவர்கள் முன்னெடுத்தனர். முஸ்லீம்களோடு இரகசிய பேச்சு வார்த்தை நடத்தினர். தாழ்த்தப்பட்டோரின் பிரதிநிதிகளுக்குள் மனவேறுபாட்டை விளைவித்தனர்; அம்பேத்கருடன் இணைந்து இக்கொள்கை முடிவிற்கு ஆதரவாக இருந்த தமிழ்நாட்டுத் தாழ்த்தப்பட்ட மக்களின் தலைவர் எம். சி.ராஜா இந்த அரசியல் விளையாட்டில் பகடையானார். இதையெல்லாம் முன்னெடுத்து நடத்தியதில் காந்தியடிகளுக்கு முக்கிய பங்குண்டு. அவர் அம்பேத்கரிடம் காங்கிரஸ் தாழ்த்தப்பட்டோருக்கான உரிமையை நிச்சயம் காப்பாற்றும் என்று உறுதி அளித்தார். கோயில்நுழைவு போராட்டங்கள் இந்தப் பின்புலத்திலேயே முன்னெடுக்கப்பட்டன. ஆனால் அம்பேத்கரோ சமூக விடுதலையும் பொருளாதார விடுதலையும் சாத்தியமாகிவிட்டால் கோயில் நுழைவு தன்னால் நடைபெற்றுவிடும் என்று கொள்கையில் உறுதியாக இருந்தார். இறுதியில் Emotional blackmail என்பது போல் காந்தி செப்டம்பர் 24ஆம் நாள் எரவாடா சிறையில் காலவரையற்ற உண்ணாவிரதத்தில் ஈடுபட்டார். 6 நாட்கள் தொடர்ந்த இந்த உண்ணாவிரதப் போராட்டத்தால் ஒரு மனித உயிரைக் காப்பாற்றியே தீரவேண்டும் என்கிற கட்டாயத்திற்கு அம்பேத்கர் தள்ளப்பட்டார். இறுதியில் போராடிப் பெற்ற இரட்டை வாக்குரிமை சலுகையை அம்பேத்கர் இழக்க நேர்ந்தது. தாழ்த்தப்பட்டோருக்கான தனித்தொகுதிகளின் எண்ணிக்கை மட்டும் கூட்டப்பட்டுப் பொதுத்தொகுதியிலிருந்த தாழ்த்தப்பட்டோரின் தனி வாக்குரிமை பறிக்கப்பட்டது. உண்மையில் புனாஒப்பந்தம் என்பது அம்பேத்கருக்கும் காந்தியடிகளுக்கும் இடையிலான ஒப்பந்தமாகவே இருந்திருக்கிறது என்கிறார் தொ.ப..

தமிழக அரசியலில் தவிர்க்க முடியாத இடத்தைக் கொண்ட பெரியாரைக் குறித்தும், தமிழகத்தில் பார்ப்பனர்களின் நலன் சார்ந்து மட்டுமே இயங்கிய இராஜாஜியைக் குறித்தும் தொ.ப. 'இதுதான் பார்ப்பனியம்' என்ற சிறு வெளியீட்டில் எழுதியிருக்கிறார். இவ்விருவரின் செயற்பாடுகளும் துருவமுரண்பாட்டில் மோதிய தன்மையினையும் பெரியாரியத்தின் வெற்றியையும் விரிவாகவே பல கட்டுரைகளில் பதிவு செய்ததோடு நேர்காணல்களிலும் பேசியுள்ளார். தொ.ப.விற்குப் பெரியாரின் மீது மிகப்பெரிய ஈடுபாடு உண்டு. சமகாலத்தில் நடக்கின்ற நிகழ்வுகளைக் கூடப் பெரியார் இருந்திருந்தால் இதனை இப்படித்தான் எதிர்கொண்டிருப்பார் என்று பெரியாரின் சிந்தனைப் புலத்தைச் சரியாக அவதானித்தவராகவும் தொ.ப. இருக்கிறார்.

பெரியார் மீது பற்றுதலும் மதிப்பும் ஈடுபாடும் கொண்டவர் தொ.ப. இருப்பினும் கலை இலக்கியம் மற்றும் நாட்டார் நம்பிக்கைகள் சார்ந்து பெரியாரோடு முரண்படவும் செய்கிறார். இதனை முரண்பாடு என்று கருதுவதைவிடப் பெரியார் செயல்பட்ட காலகட்டத்தையும் இன்றைய காலகட்டதையும் ஒன்றாகப் பார்க்கஇயலாது என்ற கருத்தையே தொ.ப. ஆழமாக முன்வைக்கிறார். பெரியாரியத்தை ஆதரிக்கின்ற நீங்கள் எப்படி நாட்டார் தெய்வ மரபுகளைக் கொண்டாடுகிறீர்கள் எனப் பல நேர்காணல்களில் அவரிடம் கேள்விகள் கேட்கப்பட்டிருக்கின்றன. பெரியாரியலும் நாட்டார் தெய்வங்களும் என்கிற கட்டுரைப் பதிவினைத் தொ.ப. இதுபோன்ற வினாக்களைக் கவனத்தில் கொண்டே செய்திருக்கிறார். அவ்வாறே பெரியார் கலை இலக்கியத்தின் மீதும் மொழியின் மீதும் பெரிதான ஈடுபாடு அற்றவர்; தெய்வங்களை நிராகரித்தவர் என்ற அடிப்படையில் தொ.ப.வின் பெரியாரிய ஈர்ப்பும் கேள்விக்குட்படுத்தப்பட்டிருக் கிறது. சான்றுகளாகச் சில கேள்விகளையும் தொ.ப. அளித்துள்ள பதில்களையும் காணலாம். பெரியார் நிராகரித்தது ஒட்டு மொத்த

கோயில்களையா பெருந்தெய்வக் கோயில்களையா என்ற கேள்விக்குத் தொ.ப. அளித்த பதில் வருமாறு,

> “சாதி பேணுகிற எல்லா விசயங்களையும் அவர் நிராகரிச்சார். உங்க இலக்கியம் சாதி பேணுகிற இலக்கியம்னா அதை நிராகரிக்கிறார். உங்களுடைய கதைகள் சாதி பேணுகிற கதைகள் அதனால கதையை நிராகரிக்கிறார். நாட்டார் தெய்வங்கள் பெரும்பாலும் சாதி பேணுவதுவது அல்ல. விதிவிலக்காக ஏதேனும் ஒன்றிரண்டு இருக்கலாம். நாட்டார் தெய்வங்களை அவரு நிராகரிக்கவில்லை. (2016:76)”

மேலும் பெரியார் வாழ்ந்த காலகட்டத்தையும் கவனத்தில் கொள்ள வேண்டும் என்பதே தொ.ப.வின் கருத்தாக இருக்கிறது. பெரும்பாலான தமிழ் ஆர்வலர்கள் பெரியாரின் மீது வைக்கின்ற குற்றச்சாட்டு அவர் தமிழைக் காட்டுமிராண்டிமொழி என்று சொன்னதையே... இது குறித்துத் தொ.ப.,

> தமிழ் காட்டுமிராண்டி மொழின்னு பெரியார் சொன்னார். நூறுமுறை கேட்கப்படுகிற கேள்வி இது. அவர்தான் உ.வே.சாமிநாதஅய்யர், வையாபுரிப்பிள்ளை, பாவாணர் வரை நூற்றுக்கும் மேற்பட்ட அறிஞர்கள் வாழ்ந்து கொண்டிருந்த காலகட்டத்தில் தமிழுக்கு எழுத்துச் சீர்திருத்தம் வேணும் என்று சொன்னதும், செய்து காட்டியதும். இந்தப் பெருந்தமிழ்ப் புலவர்கள் அல்ல. பெரியார்தான். பெரியார் வாழ்க்கையை வாழ்க்கையாகப் பார்த்த மனிதர். ஆகவே, பெரியார் சொல்கிற எல்லாவற்றையும் இவர்கள் ஒத்துகிறணும்னு அவசியம் இல்ல. இவங்க ஒத்துக்கிறலேன்னா அவர் சிறியார் ஆயிருவாரா? (2016:76)

இந்தப் பதிலைத் தொ.ப. முடித்திருக்கும் விதம்தான் தொ.ப.வைக் காலங்கடந்தும் நினைவூட்டுவது; பேசவைப்பது. ஒரு சிக்கலை, கருத்தியலைப் பெரியார் எப்படி அணுகியிருக்கிறார் என்பதை நுட்பமாக அவதானித்தவராகவே தொ.ப. இருக்கிறார். தொ.ப.வைப்பொறுத்தவரை நிறுவனப்படுத்தப்பட்ட கடவுளரையும் அதுசார்ந்த ஒடுக்குதலையும் சுரண்டலையுமே பெரியார் நிராகரித்தார்; விமர்சித்தார். நாட்டார் தெய்வங்களையோ அதுசார்ந்த நம்பிக்கைகளையோ அவர் விமர்சிக்கவில்லை என்றே கருதுகிறார். மேலும் பெரியாரின் காலத்தில் நாட்டார் வழக்காறுகள் குறித்த ஆய்வுகள் ஒரு துறையாக வளர்ச்சியடைந்தும் இல்லை. பெரியார் பேசுவதற்கு வேறு பிரச்சனைகள் நிறையவே இருந்தன. அதனால் இதுகுறித்த கவனத்தை அவரிடம் எதிர்பார்க்க இயலாது என்றும் தொ.ப. பல நேர்காணல்களில் கூறியிருப்பதைக் காணமுடிகின்றது. பெரியாரின் முரண்பாடான செய்கைகளாகக் கவனப்படுத்துகின்ற நிகழ்வுகளையும் அதன் பின்புலத்தோடு தொ.ப. நிராகரித்துள்ளார். சான்றாக 1937ல்

நடந்த இந்தி எதிர்ப்புப் போராட்டத்தைப் பெரியார் ஆதரித்தார். ஆனால் 1960களில் நடந்த இந்தி எதிர்ப்புப் போராட்டத்தை அவர் 'காலிகளின் போராட்டம்' என்கிறார் இந்த முரண்பாடு ஏன்? என்ற கேள்வி தொ.ப.விடம் எழுப்பப்பட்டது. அதற்குத் தொ.ப. அளித்த பதில் வருமாறு,

> 1965 -இல் நடந்த போராட்டம் அரசியல் அதிகாரத்துக்கு ஆசைப்பட்டவங்களாலே நடத்தப்பட்ட போராட்டம் என அவர் நினைக்கிறார். அது மட்டும் இல்ல. காமராஜர் கையிலே உள்ள அதிகாரத்தைத் தட்டிப் பறிப்பதாக அமைந்துவிடுமோ என்று அவர் பயந்தார். அவர் பயந்தபடிதான் நடந்தது. அதனாலே அவர் எதிர்த்தார். 1937இல் நடந்த போராட்டம் அது நேரடியா பிராமணர்களோட எதிர்ப்பு (Pure Hidhi) ஆதிக்கத்திற்கெதிராக நடந்தது. அதனால் ஆதரித்தார். (2016:77)

இப்படிப் பெரியாரின் மீது ஈடுபாடும் அவருடைய கொள்கைகளைச் சரியாகக் கணித்தவருமாகத் தொ.ப. இருந்துள்ளார்.

மேலும் பெரியாரியக் கருதுகோளின் கீற்றினைத் தொ.பவின் ஆய்வுகளிலும் காணமுடிகின்றது. 'இந்து' என்கிற ஒற்றை அடையாளத்தைக் கேள்வி கேட்டுப் பல பதிவுகளைத் தொ.ப. செய்திருக்கிறார். அவற்றுள் பிராமணர்களின் அரசியலை மையப்படுத்தி இதுதான் பார்ப்பனியம், 'இந்து'தேசியம், நான் இந்துவல்ல நீங்கள்...? ஆகியவை குறிப்பிடத்தகுந்தவை. இவற்றுள் நான் இந்துவல்ல நீங்கள்?... என்பது தொ.ப.விடம் நடத்தப்பட்ட நேர்காணல். 'இந்து' என்ற சொல்லின் உருவாக்கம் குறித்துத் தொ.ப. பல விவாதங்களை முன்னெடுத்துள்ளார். இந்து என்ற சொல் இந்தியாவிலே பிறந்த வேதங்களிலோ, உபநிஷதங்களிலோ, ஆரண்யகங்களிலோ பிராமண்யங்கள் என்று சொல்லக்கூடிய வேறு வகையான பழைய இலக்கியங்களிலோ இல்லை. இதிகாசங்களிலும் கிடையாது. இந்தச் சொல் 18ஆம் நூற்றாண்டின் நடுப்பகுதியில் ஐரோப்பிய *Orientalist* அதாவது கீழ்த்திசை நாடுகளைப் பற்றி ஆராயவந்தவர்கள் பயன்படுத்திய சொல். இந்தச் சொல்லுக்குரிய ஒரே மரியாதை இதனை வெள்ளைக்காரர்கள் பயன்படுத்தியதுதான் என்கிறார் தொ.ப. ஏனென்றால் இந்து என்ற சொல்லுக்கு இந்திய மொழிகளில் வேர்ச்சொல்லே கிடையாது. தொ.ப.வின் இக்கருத்திற்கு வலுச்சேர்க்கும் வகையில் இந்து தேசியம் நூலுக்கு அணிந்துரை தந்துள்ள கொளத்தூர் தா.செ.மணி இந்து என்கிற சொற்பொருளினை ஆராய்ந்து எழுதியுள்ளார். பரிதிமாற்கலைஞர், மகரிஷி ஸ்ரீ தயானந்த சரஸ்வதி உள்ளிட்டோரின் கருத்துக்களையும் எடுத்துக்காட்டுகிறார். பாரசீக இலக்கியங்களில் ஹிண்டு - இ-ஃபலக் என்றால் வானத்தின் கருப்பு

அதாவது சனி என்ற பொருளில் இச்சொல் பயன்படுத்தப்பட்டிருக்கிறது. டர்கிஷ் மொழியில் திருடன், கொள்ளைக்காரன் என்றும் பெர்சிய மொழியில் அடிமை கீழ்ப்படிதலுள்ள ஊழியன், கருப்பு வண்ணம் என்ற பொருள்களிலும் பயன்படுத்தப்பட்டு வந்துள்ளதையும் கொளத்தூர் மணி எடுத்துக்காட்டி விளக்குகிறார். ஆகப் பிற தேசத்தார்களால் இழிவுபடுத்த பயன்படுத்தப்பட்ட சொல்லினை அதன் பொருள்விளக்கத்தைப் பற்றி யோசிக்காமல் ஒரு மதமாகக் கட்டமைத்திருக்கின்றனர்.

அதே நேரம் இந்து என்பது ஒரு சமயமே இல்லை என்று வாதிடுகிறார் தொ.ப. ஏனென்றால் ஒரு சமயம் என்றால் மூன்று செய்திகள் அதற்கு அடிப்படை. ஒரு முழுமுதற் கடவுள்; ஆகமங்கள்; குறிப்பிட்ட வழிபாட்டு நெறிகள் ஆகியன. இந்துமதத்திற்கு இப்படி அடையாளங்காட்ட ஏதேனும் இருக்கின்றனவா என்கிற கேள்வியை எழுப்புகிறார் தொ.ப.. எனவே இந்து என்ற சொல் இந்திய அரசியல் சட்ட அங்கீகாரத்தைப் பெற்றிருந்தாலும் அதன் பொருள் ஒரு சமயச் சார்புடையது அல்ல. இந்திய அரசியல் சட்டத்தில் குறிக்கப்படக் கூடிய இந்து என்ற சொல்லுக்கு நேரிடையான வரைவிலக்கணம் எதுவும் கிடையாது. கிறித்துவரல்லாத, இசுலாமியரல்லாத பார்சி அல்லாத மக்கள் எல்லாம் இந்துக்கள் என்று எதிர்மறையான வரைவிலக்கணம் தான் உண்டு என்கிறார் தொ.ப.. இந்தியாவில் வழங்கிய சமயங்கள் குறிப்பாகத் தமிழகத்தில் வழங்கிய சமணம், பௌத்தம், சைவம், வைணவம் இப்படி நிறுவனமயப்படாத நாட்டார் சடங்கு மரபுகள் குறித்த தொ.ப.வின் உரையாடல்கள் முந்தைய இயல்களில் விரிவாகப் பேசப்பட்டிருக்கின்றன. எனவே பார்ப்பனிய அரசியல்சார்ந்த தகவல்கள் மட்டும் இங்குக் கவனப்படுத்தப்படுகின்றன.

தொ.ப. பிராமணர்களின் மேலாண்மை குறித்துச் செய்துள்ள பதிவுகளின் சாராம்சத்தைக் கீழ்க்கண்ட நிலைகளில் புரிந்து கொள்ளலாம்.

- பிராமணர்கள் நிலஉறவு கொண்டவர்கள் இல்லை; அவர்களுக்கு நிலம் சார்ந்த பற்றுதலோ மொழி உணர்வோ கிடையாது. அவர்களைப் பொறுத்தவரை அதிகாரமே அவர்களின் உணவாக இருக்கிறது என்கிறார் தொ.ப. பிறரைக் கீழ்மைப்படுத்துவது அடக்கி ஆளுவது என்கிற ஆதிக்க மனோபாவமே பார்ப்பனியத்தின் மூலதனம்.
- இந்த ஆதிக்க மனோபாவத்தின் வெளிப்பாட்டை ஒவ்வொரு கால்கட்டத்திலும் இனங்காணமுடியும். பண்டைய காலத்தில் அரசர்களுக்கு அணுக்கமாக இருந்தவர்கள் பிராமணர்கள்; காலனிய காலத்தில் பிரித்தானிய அரசின் உயர்பதவியில் இருந்தவர்கள்

பிராமணர்கள்; விடுதலைப் போராட்டத்தில் பங்கேற்ற காங்கிரசு இயக்கத்தின் பெரும்பான்மையானவர்கள் பிராமணர்கள்; விடுதலை இந்தியாவிலும் அதிகாரம் சார்ந்த பதவிகளில் முதல்வரின் செயலர், பிரதமரின் ஆலோசகர், மாவட்ட ஆட்சியர்கள், ஆளுநர்கள் என ஆக்கிரமிப்பு செய்தவர்கள் பிராமணர்கள்.

- கல்வித்துறை, நடனம், இசை உள்ளிட்ட கலைத்துறை, விளையாட்டுத்துறை, பத்திரிக்கைத் துறை, வங்கி உள்ளிட்ட மத்திய அரசின் நேரடிக் கட்டுப்பாட்டில் உள்ள துறைகளில் இவர்களின் ஆதிக்கம் மிகுதி. சிறிது சிறிதாகப் புனைகதை, சிறுபத்திரிக்கை என அறிவுசார் மரபிலும் இவர்கள் ஊடுருவிப் பின்னர் ஆதிக்கம் செலுத்த ஆரம்பித்தனர். (முதல் சிறுகதை, முதல் நாவல், உரைநடை, நூற்பதிப்பு என வரலாற்றில் அடையாளப்படுத்தப்படும் சிலவற்றை இத்தொடர்பில் பொருத்திக் கொள்ளலாம்.)

- நாட்டார் மக்களின் புலம்பெயர்வு பொருளாதாரத்தை அடிப்படையாகக் கொண்டது. ஆனால் பார்ப்பனர்களின் புலம்பெயர்வு அதிகாரத்தைக் கைப்பற்றும் நோக்கத்துடனேயே இருக்கிறது. மக்களால் பரவலாகப் பின்பற்றப்படும் பிற மத நெறிகளையும் தத்துவங்களையும் தனக்குள் உட்செரித்துத் தனதாக மாற்றிக்கொள்வது பிராமண மேலாதிக்கத்தின் இயல்பு.

இந்திய அளவில் மூன்று சதவிதத்தினரே பிராமணர்கள் என்பது பெரும்பான்மையோராலும் பிராமணர்களாலுமே ஒப்புக்கொள்ளப்பட்ட புள்ளிவிவரம். அவ்வாறிருக்கும் போது இப்படி அனைத்து இடங்களிலும் அவர்களால் எப்படி ஊடுருவ முடிந்தது? அதிகாரம் செலுத்த முடிந்தது? என்கிற கேள்வியை முன்வைக்கும் தொ.ப. அதற்கான பதிலையும் விரிவாகவே பதிவு செய்துள்ளார். (2015:78)

இப்படி மனுதர்மத்தையும் வேதங்களையும் முதன்மைப்படுத்தி அரசியல் செய்துக்கொண்டிருக்கும் பிராமண மேலாண்மையின் படிநிலைகளைத் தொ.ப. அடையாளங்கண்டுள்ளார். ஒரு குறிப்பிட்ட மக்கள் சமூகம் வெளியிலிருந்து பார்க்கும்போது ஒரே சாதிபோலத் தோன்றினாலும் அதன் உள்ளாகப் பல அடுக்குகள் இருக்கின்றன. பிராமணச் சமூகமும் இதற்கு விதிவிலக்கல்ல. ஒரு மனிதனுடைய சாதியின் உள்வட்டம் என்பது அவனுடைய திருமண உறவினைச் சார்ந்தது என்கிறார் தொ.ப. இதற்குச் சான்று வேளாளரில் தொண்டை மண்டல வேளாளர், கார்காத்த வேளாளர், வயலக வேளாளர் முதலிய பிரிவினரில் ஒருவர் மற்றவரோடு திருமண உறவு கொள்வதில்லை. யாதவர்களில் இவ்வகையான 27 பிரிவுகள் இருப்பதாகக் கூறுவர்.

இவர்களைப் போலவே பிராமணர்களுக்கு உள்ளாகவும் குலம் கோத்திரம், சூத்திரம், வேதம், சாகை என்பவனவற்றின் அடிப்படையில் பிரிவுகள் உண்டு. பார்ப்பனர் அல்லாதார் எளிதாகப் புரிந்து கொள்ள மூன்றுவகைகளை மட்டும் அறிமுகம் செய்கிறார் தொ.ப. ஒன்று ஸ்ரீ வைஷ்ணவர்கள் இவர்கள் ஐயங்கார் அல்லது ஆச்சார்யார் என்ற பட்டப்பெயருடையவர்; திருமாலைக் கடவுளாகக் கொண்டவர்கள்; *U* அல்லது *Y* வடிவத் திருமண் மட்டுமே அணிந்திருப்பர். அணிந்ததிருமண்ணுக்குப் பாதம் இருந்தால் அவர் தென்கலை மரபினர். பாதம் இல்லாதவர் வடகலையினர் இவர்களுக்குள் திருமண உறவு கிடையாது. மேலும் வைகானச மரபினர், பாஞ்சராத்திர மரபினர் என்ற பிரிவுகளும் உண்டு. அடுத்தது அர்ச்சகர்கள் சைவ, வைணவ கோயில்களில் கருவறையில் உள்ள கடவுளர்களின் உருவங்களைத் தொட்டுப் பூசை செய்பவர்கள். இவர்கள் வேதத்திலும் வேள்வியிலும் ஈடுபாடுடையவர்கள் இல்லை. உருவ வழிபாட்டில் நாட்டம் உடையவர்கள். கருவறைக்குள் வடமொழியை நிலைநாட்ட விரும்புபவர்கள். இவர்கள் சைவத்திருமுறைகளையோ தேவாரங்களையோ விரும்புவதில்லை. அதனால்தான் சைவக் கோயில்களில் ஓதுவார்கள் நியமிக்கப்பட்டார்கள். மூன்றாவது பிரிவினர் ஸ்மார்த்தர்கள்; பார்ப்பனர் என்ற தன்னுணர்வை இவர்களே அதிகம்பெற்றிருக்கிறார்கள் என்கிறார் தொ.ப. இவர்கள் நெற்றியில் திருநீறு அல்லது சந்தனக் கீற்று அணிவர்; கோயிலைப் பொறுத்தவரை வேதம் ஓதுவதைத் தவிர வேறெந்தப் பணிகளையும் இவர்கள் செய்வதில்லை. வேதத்தை மட்டுமே போற்றுபவர்கள்; தீண்டாமையைக் கடுமையாகக் கடைப்பிடிப்பவர்கள். சிருங்கேரி, காஞ்சி ஆகிய மடங்களில் தலைவர்களாக இருப்பவர்கள் இந்த ஸ்மார்த்த பிராமணர்களே. அர்ச்சகர் அல்லாத ஐயர் என்று தம்மை அழைத்துக்கொள்பவர்களும், கனபாடிகளாக இருப்பவர்களும் ச்ரௌதிகள் என்பாரும், க்ரம வித்தர்கள் எனப்படுவோரும் இந்த ஸ்மார்த்த பிராமணர்கள்தாம். இவர்களுள் க்ரமவித்தர்களுக்கு அரசர்கள் வழங்கிய ஊர்கள்தான் கிராமம் என்று பெயர் பெற்றதாகத் தொ.ப. குறிப்பிடுகிறார். மேலும் ஹிரண்ய கர்ப்ப, கோ கர்ப்ப தானங்களைப் பெற்றவர்களும் இவர்கள்தான். இச்செய்திகளெல்லாம் கல்வெட்டுகளிலிருந்து கிடைப்பவை; புனைந்துரை இல்லை. தமிழ் மொழியிடமிருந்தும் தமிழ் மக்களிடமிருந்தும் பெருமளவு அந்நியமாகியிருப்பவர்கள் ஸ்மார்த்த ப்ராமணர்களே என்று மதிப்பிட்டுள்ளார் தொ.ப..

ஒருபுறம் ஆதிக்க சாதியினரோடு நெருக்கம் காட்டுகின்ற பிராமண மேலாண்மை பிறிதொருபுறம் தாழ்த்தப்பட்டோருடன் சமரசம் செய்துகொள்கிறது. காலனிய காலத்தில் கிறித்தவம் முன்னெடுத்த

அரசியலைத் தற்காலத்தில் இப்படித்தான் தனதாக்கிக் கொண்டிருக்கிறது. ஆதிக்க, பிற்படுத்தப்பட்ட வகுப்பினரோடு தாழ்த்தப்பட்டவர்கள் இணக்கமாகச் சென்றுவிடக் கூடாது என்பதில் பிராமணியம் மிகத் தெளிவாக இருக்கிறது. இந்த பரஸ்பர நம்பிக்கையின்மையும் பிளவுமே அதன் வெற்றிக்குக் காரணங்களாகின்றன. பிராமணர்களின் சமூக ஊடுருவலையும் அவர்களுக்குள்ளாக இருக்கின்ற ஒருங்கிணைப்பையும் குறித்த தொ.ப.வின் கருத்து வருமாறு,

> "ஒரு பார்ப்பனப்பெண் நடன அரங்கு ஏறுகிறாள் என்றால் அந்த நிகழ்ச்சிக்கு கஸ்டம்ஸ் கலெக்டராகவோ, இன்கம்டாக்ஸ் கமிசனராகவோ அல்லது அரசு செயலாளராகவோ இருக்கிற ஒரு பார்ப்பனர் தலைமை தாங்குவார். சென்னையில் உள்ள ஒரு பார்ப்பன சபாவின் செயலாளரும் ஒரு பார்ப்பன இசைவாணரும் பாராட்டுரை வழங்குவார்கள். சுப்புடு அதைக் கல்கியிலும், ஆனந்த விகடனிலும் பாராட்டி எழுதுவார். பூணூல் போட்டுக் கொண்ட தமிழ்நாட்டு டி.வி. அவரைப் பேட்டி காணும். அந்தப் பெண் தன்னுடைய திறமைக்குச் சங்கராச்சாரியாரின் அருளாசிதான் காரணம் என்று பேட்டியில் சொல்லுவார் இப்போது புரிகிறதா பார்ப்பனியத்தின் நிறுவன பலமும் அவற்றின் ஒருங்கிணைப்பும். (2015:107)"

இப்படி சமூகத்தில் தங்களுக்கான இருப்பினைத் தொடர்ந்து தக்கவைத்துக் கொள்வதிலும் அதிகாரத்தைக் கைப்பற்றுவதிலும் பிராமண மேலாண்மை தெளிவான செயல்களை முன்னெடுக்கின்றது. எனவே இதனை எதிர்த்துப் போரிட விரும்பும் எவரும் கைக்கொள்ள வேண்டியவைகளாகச் சில முன்னெடுப்புகளையும் தொ.ப. குறிப்பிட்டுள்ளார். பார்ப்பனியத்தின் பாதுகாவலராக இருக்கும் பார்ப்பனர்களை எதிர்ப்பது தலையாயது; சுயநல காரணங்களுக்காகத் தெரிந்தே பார்ப்பனியத்திற்குத் துணைபோகும் பார்ப்பனல்லாதவர்களை மக்களுக்குச் சரியாக அடையாளம் காட்ட வேண்டியது முக்கிய பொறுப்பு; அறியாமையால் பார்ப்பனியத்திற்குத் துணை போகின்றவர்களை விமர்சன ரீதியில் தெளிவுபடுத்திப் பார்ப்பனியத்திற்கு எதிராக அணிதிரட்ட வேண்டியது எதிர்காலக் கடமை எனத் தனக்கு வாய்த்த அனுபவப் பின்புலத்தினூடாகத் தொ.ப. அறிவுறுத்துவதைப் பார்க்கமுடிகின்றது.

இனக்குழு மரபின் வீழ்ச்சியில் குறுநில அமைப்பு தோன்றியது குறுநில அமைப்புகள் ஒன்றிணைந்து பேரரசுகள் உருவாயின. பேரரசுகள் தமக்குள் ஒத்தும் உறழ்ந்தும் ஏகாதிபத்தியத்திற்கு அடிகோலின. முதலாம் இராசராச சோழனின் அரசியல் குறித்த தொ.ப.வின் கருத்துநிலையை இப்பின்புலத்தில் ஒருவாறு புரிந்துகொள்ளலாம். இராசராச சோழன் தமிழக ஏகாதிபத்தியத்தின் முதன்மைச் சான்று.

ஏகாதிபத்தியம் என்பது இருபதாம் நூற்றாண்டிற்குரிய கருத்தியலாக இருந்தாலும் அதன் தன்மைகள் பண்டைய காலத்திலேயே வேரூன்றியிருப்பதைத் தொ.ப. அடையாளங் காட்டுகிறார். மற்ற எல்லாவற்றையும் நிராகரித்துத் தான்மட்டுமே மேலெழும்பும் ஒரு நபரை அல்லது சித்தாந்தத்தையே ஏக ஆதிபத்தியம் என்கிறோம் என்று கூறும் தொ.ப. இராசராச சோழனின் பின்புலத்தையும் இக்கருத்தியல் சார்ந்தே விவாதித்துள்ளார். இராசராசன் மட்டுமன்றி பேரரசு என்பதே இந்தச் சித்தாந்தத்தைக் கொண்டிருப்பதனையும் சில சான்றுகளின் வழி நிறுவுகிறார். சங்க இலக்கியத்தில் 'தெண்கடல் வளாகம் பொதுமையின்றி/வெண்குடை நிழற்றிய ஒருமையோர்' என்னும் பாடலடிகள் சங்க கால மன்னர்களின் ஏகாதிபத்திய உணர்வைக் காட்டுகிறன. இந்தப் பண்பு சிலப்பதிகாரத்தில் விரிவடைந்திருப்பதையும் பார்க்க முடிகின்றது. இராசராசனின் மெய்க்கீர்த்திகள் தொடங்குகின்ற முதல் இரண்டடிகளையும் தொ.ப. எடுத்துக் காட்டுகிறார்.

திருமகள் போலப் பெருநிலச் செவ்வியும்
தனக்கேயுரிமை பூண்டமை மனங்கொள

செல்வங்களும் நிலவளமும் தனக்கு மட்டுமே உரிமையுடையவன் என்பது எவ்வளவு தீவிரமான ஏகாதிபத்திய சிந்தனை? தமிழர்கள் தங்களின் அடையாளமாகப் பேராண்மையின் சின்னமாகக் கட்டமைகின்ற இராசராசனின் இத்தகு இயல்புகளைத் தமிழ்ப் பேராசிரியராக அடையாளங் கண்டிருப்பது தொ.ப.வின் நடுநிலை நோக்கிற்குச் சான்றாக இருக்கிறது. அக்காலத்திலேயே அரசு அதிகாரிகளுக்குத் தன் பெயராலேயே உயர்ந்த விருதுகளை அளித்தல்; வெற்றி கொண்ட நாடுகளுக்கெல்லாம் தன்னுடைய பெயரையே வைத்தல்; தன்னுடைய பிறந்த நாளை தன்னுடைய சோழ மண்டலத்தில் மட்டுமன்றி வெற்றிபெற்ற நாடுகளிலும் கொண்டாட வைத்தல்; அனைத்திற்கும் மேலாகத் தன்னுடைய ஏகாதிபத்திய வெற்றியை நிலைநாட்டும் விதமாகப் பிரம்மாண்ட கோயிலை நிர்மாணித்தல் என இராசராசனின் ஒவ்வொரு செயல்பாட்டினையும் துல்லியமாக விளக்குகிறார்.

பிரம்மாண்டம் எப்படி ஏகாதிபத்தியத்தின் குறியீடாகத் தொழிற்படுகிறதோ அப்படியே துல்லியமான அளவீடுகளும் ஏகாதிபத்தியத்தின் இயல்புகளுள் ஒன்றாக இருப்பது என்கிறார் தொ.ப. சோழர் காலத்திலேயே நிலங்களைத் துல்லியமாக அளந்திருக்கின்றனர். இப்படி அளப்பதற்குக் காரணம் வரிவிதிப்பு; எந்தப் பகுதியும் வரிவிதிப்பிலிருந்து தப்ப முடியாது. இராசராசனின் கல்வெட்டில் காணப்படும் ஒருபகுதியையும் இதற்குச் சான்றாகத் தருகிறார் தொ.ப.

நிலன் நாற்பத்தொன்பதரையே
நான்குமா முக்காணிக்கீழ் அரையே
ஒரு மாவரைக் கீழ் முக்காலே ஓருமாவினால்
இறைகட்டின காணிக்கடன்...

இந்தச் செய்திகள் சோழர்காலத்தின் நில அளவை முறையைக் காட்டுகின்றன. அந்நாளில் நிலப்பரப்பைக் கணக்கிட வேலி, குழி, சதுரசாண், சதுர அங்குலி, சதுரநூல் இவற்றை அலகீடாகக் கொண்டிருக்கின்றனர். மேலும் தஞ்சைப் பெருவுடையார் கோயிலைச் சுற்றித் தளிச்சேரி அமைத்து ஏராளமான கணிகைகளைக் குடியமர்த்தியதும் இராசராசன்தான். இவ்வளவு விமர்சனத்திற்குரிய ஓர் அரசன் தமிழக வரலாற்றில் போற்றப்படுவதற்கும் தமிழர்களின் அடையாளமாகத் திகழ்வதற்கும் என்ன காரணம் என்கிற கேள்வியை எழுப்பியுள்ள தொ.ப அதற்கான விடையையும் தருகிறார். அப்பகுதி வருமாறு,

> "இராசராசனைத் தமிழுலகம் இன்னமும் ஏன் கொண்டாடுகிறது? இராசராசன் தில்லையிலே அவன் காலத்திலேயும் நிலைபெற்றிருந்த பார்ப்பன மேலாதிக்கத்துக்கு எதிராகவே இக்கோவிலைக் கட்டியிருக்கிறான். தேவாரத் திருப்பதியங்களைப் பாட நாற்பத்தெட்டுப் பேரை நியமித்திருக்கிறான். அதன் விளைவாகத்தான் தில்லைக் கோவிலின் மேன்மையைக் கொண்டாடிய சேக்கிழார் தஞ்சைப் பெருங்கோவிலைப் பற்றி மறைமுகமாகவேனும் ஒரு சொல் கூடப் பாடவில்லை. (2021:110)"

பாண்டியர்களின் பின்புலத்திலேயே சங்கம், சங்க இலக்கியங்கள் உள்ளிட்ட மரபுகள் இன்றளவும் பேசப்படுகின்றன. இப்படித் தனக்கும் காலங்கடந்து நிற்கின்ற தத்துவார்த்த அல்லது இலக்கிய மரபை வேண்டியே இராசராசன் திருமுறைகளைத் தொகுக்கும் பணியினைச் செய்திருக்கிறான். அல்லது திருமுறைகளைக் கொண்டாடியிருக்கிறான் என்று அவதானிக்க முடிகின்றது. எவ்வாறிருப்பினும் உலகத்தில் ஏகாதிபத்தியம் ஒரு முடிவை என்றேனும் சந்தித்துவிடும் என்பதற்குப் பிற்காலச் சோழர்களின் வீழ்ச்சியையும் சான்றாகக் கொள்ளமுடியும். இப்படி வரலாறு நெடுக ஏகாதிபத்தியத்தின் வேர்களையும், ஆதிக்கசாதிகளின் சாதிய அரசியலையும், பார்ப்பனியத்தின் சூழ்ச்சியையும் அடையாளப்படுத்திய தொ.ப. இன்றைய உலகமயமாக்க அரசியலையும் காத்திரமாகவே ஆராய்ந்துள்ளார்.

'டங்கல் என்னும் நயவஞ்சகம்' என்ற பொருண்மையில் தொ.ப.விடம் நேர்காணலில் கேட்கப்பட்ட கேள்விகளும் அதற்கு அவர் அளித்துள்ள பதில்களும் தொ.ப.வின் உலகளாவிய சிந்தனைப் போக்கினைக் காட்டுகின்றன. இந்த உரையாடல் பதிவுகள் தொகுக்கப்பட்டு 1994இல் சிறுவெளியீடாகவும் வெளிவந்துள்ளது. இரண்டு உலகப்போர்கள், காலனிய ஆதிகத்தின் முடிவு என உலகம்

பல இழப்புகளைச் சந்தித்த பிறகு வல்லரசு நாடுகளைத் தவிர்த்த பிற நாடுகள் தங்களிடமிருக்கும் வளங்களை வைத்துக் கொஞ்சம் கொஞ்சமாக முன்னேறி வருகின்றன. இந்த முன்னேற்றத்தைத் தடுக்கவும் இருக்கின்ற மிச்சமீதி வளங்களைச் சுரண்டவும் இந்த வல்லரசுகள் பல ஒப்பந்தங்களைப் போடுகின்றன. பொருளாதார நெருக்கடியால் வேறுவழியின்றி இந்த நாடுகளும் ஒப்பந்தங்களுக்குப் பலியாகின்றன. அப்படி ஒரு ஒப்பந்தம் தான் டங்கல்.

இந்தியாவில் பிற நாட்டுக் கம்பெனிகள்தொழில் தொடங்குவதும் வியாபாரம் செய்வதும் இந்திய பொருளாதாரத்தை உயர்த்தும் என்கிற மாயையை 1991 முதற்கொண்டே திட்டமிட்டுப் பரப்பிவிட்டனர். ஆனால் போபாலில் நடந்த விஷவாயு விபத்தும் அதில் பாதிக்கப்பட்டோர் இன்றும் தங்களுக்கான நட்டஈட்டுத் தொகை கிடைக்காமல் அவதிப்படுவதும் உலகமயமாக்கல் கொள்கையின் மறுபக்கத்தை உணர்த்திவிட்டன. டங்கல் அதைவிட மோசமான ஒரு திட்டம். இதுவரை பிறதொழில்கள் சார்ந்து உருவாக்கப்பட்ட ஒப்பந்தங்கள் போல அல்லாமல் இந்தியாவின் முதுகெலும்பான விவசாயத்தைக் குறிவைத்து இத்திட்டம் நிறைவேற்றப்படுகிறது. உலகவங்கி கொடுக்கின்ற கடனில் இருந்து எந்த மூன்றாம் உலகநாடுகளும் மீண்டதே இல்லை என்பது வரலாறு. இப்படிப் பல ஒப்பந்தங்களை வல்லரசுகள் நட்பின் போர்வையில் திணித்து மறைமுகமான காலனிய ஆதிக்கத்தை நடத்திவருகின்றன. தொ.ப. உள்ளிட்ட அறிஞர்கள் இத்தகு நிகழ்வுகளின் எதிர்கால வினைகளைக் கூர்மையாக கவனித்து எச்சரிக்கை செய்கின்றனர். டங்கல் திட்டத்தினால் எதிர்காலத்தில் நடக்கும் சீரழிவுகள் என்னென்ன என்பதையும் விரிவாகப் பதிவு செய்துள்ளார் தொ.ப.. டங்கல் திட்டத்தினால் ஒட்டுமொத்தமாக என்னென்ன விளைவுகள் உண்டாகும் என்று கணக்கிட்டுச் சொல்லுங்களேன்? என்கிற கேள்விக்குத் தொ.ப. அளித்துள்ள பதில் வருமாறு,

1. தேசமே சீரழியும். முதலில் பொது விநியோக முறை சீரழிக்கப்படும்; அதைத் தொடர்ந்து மார்க்கெட் விலை உயரும். ஏழைமக்கள் உணவுக்கும் மருந்துக்கும் நிறையச் செலவழிக்கவேண்டும். விலைகளைக் கட்டுப்படுத்துகிற அதிகாரத்தை மத்திய அரசு, மாநில அரசுகளும் இழந்து போகும்.

2. நாம் வளர்ச்சி பெற்றிருக்கிற தொழில்முறைகள் சிறுகச் சிறுக அழிக்கப்படும். முதலில் குறைந்த விலையில் பொருட்களை இறக்குமதி செய்து உள்நாட்டுக் கம்பெனிகளை மூட வைப்பார்கள். தொழிலாளர்கள் வேலையிழந்து போவார்கள். பிறகு அதே பொருளுக்குப் போட்டியில்லாத காரணத்தால் அவர்கள் வைத்ததுதான் விலையாக இருக்கும்; அதாவது தேசத்தில் இருக்கிற கொஞ்ச நஞ்சம் பொருளாதார நீதியும் அழிக்கப்படும்.

3. நல்ல இலாபத்தில் இயங்கிக்கொண்டிருக்கிற நெய்வேலி நிலக்கரி நிறுவனம் போன்ற பொதுத்துறை நிறுவனங்கள் தனியாருக்கு மாற்றப்படும். அதனால் இடஒதுக்கீட்டுக் கொள்கை அங்கே செல்லுபடி ஆகாது. பெரியார் போராடிப் பெற்ற, அண்ணா போராடிக் காத்த - வேலைவாய்ப்பு உரிமை, வி.பி.சிங் அரசு தந்த மண்டல் குழுவினால் கிடைத்த வேலைவாய்ப்பு உரிமை போன்றவை முற்றிலுமாகப் பறிக்கப்படும். ஆகவே இந்தியாவில் சமூக நீதியும் அழியும்.

4. கல்விக்கான மானியங்களை மத்திய மாநில அரசுகள் வெட்டத் தொடங்கிவிட்டன. இணைப்பு என்ற பெயரில் மாநகராட்சிப் பள்ளிகள் சிலவற்றைச் சென்னையில் மூடத் தொடங்கிவிட்டார்கள். ஐந்தாம் வகுப்பு வரையுள்ள தொடக்கப் பள்ளிகளையே மூடும் அபாய நிலையை நாம் தொட்டுவிட்டோம். தமிழ்நாட்டில் மட்டும் இதுவரை தொடக்கப் பள்ளியில் பத்தாயிரம் ஆசிரியப் பணி இடங்கள் நிரப்பப்படாமல் உள்ளன. ஆட்சியிலிருக்கிற அம்மாவின் அரசாங்கம் பட்ஜெட்டில் இதுபற்றி மூச்சுவிடக்கூட இல்லை.

5. நம்முடைய தொலைக்காட்சிகளிலும் பத்திரிக்கைகளிலும் பகட்டான விளம்பரங்களும் வக்கிரமான விளம்பரங்களும் பெருகிக்கொண்டு போகின்றன. உள்நாட்டு, வெளிநாட்டுத் தனியார் கம்பெனிகளின் திருவிளையாடல்களில் இதுவும் ஒன்று. ஐம்பது ரூபாய்ப் பொருளுக்கு 80ரூபாய் விளம்பரம் செய்து 180 ரூபாய்க்கு அதை விற்பது அமெரிக்க கலாச்சாரம். பள்ளிக் கூடங்களை மூடிவிட்டுப் பகட்டான விளம்பரங்களுக்கு வாழ்வு கொடுத்தால் நம்நாட்டுப் பண்பாடு அழிந்து போகும். (2021:157-158)

இந்தப் பதிவினைத் தொ.ப. செய்தது முன்னர்ச் சுட்டியது போல 1994ஆம் ஆண்டு. இன்று 2022 ஆம் ஆண்டில் இந்த விளைவுகளையெல்லாம் சந்தித்துக்கொண்டிருக்கிறது நாடு. இவற்றிற்கெல்லாம் முடிவே கிடையாதா? தீர்வே கிடையாதா என்கிற கேள்வியும் தொ.ப.விடம் எழுப்பப்பட்டது. அதற்கான விடை ‘இந்தியாவை விடக் கடுமையாக மலேசியா தனது எதிர்ப்பைத் தெரிவித்துள்ளது’ என்பதே. எனவே போர்க்குணமும் நியாயமான நிலைப்பாடுமே மக்கள் சமூகத்திற்குத் தற்போதைய தேவையாக இருக்கிறது என்பது தொ.ப.வின் அவதானிப்பாக இருக்கிறது.

இவ்வாறு அடிப்படையில் கல்லூரிப் பேராசிரியராக இருந்து கொண்டு உலகளாவிய அரசியலையும் தேசிய அரசியலையும் நுணுக்கமாகவும் விமர்சனரீதியாவும் அணுகியவர் தொ.ப. அவருடைய அரசியல் உரையாடல்களின் வழி இத்தன்மைகளை உணரமுடிகின்றது.

மேற்கோள் நூல்கள்

2003 பரமசிவன்,தொ., நாள் மலர்கள், பாவை பப்ளிகேஷன்ஸ், சென்னை.

2004 பரமசிவன்,தொ., பண்பாட்டு அசைவுகள், காலச்சுவடு பதிப்பகம், நாகர்கோவில்.

2005 ஜான் மோகனன் & பீட்டர் ஜஸ்ட், சமூக - பண்பாட்டு மானிடவியல் மிகச்சுருக்கமான அறிமுகம், தமிழில் பக்தவத்சல பாரதி, அடையாளம் பதிப்பகம், புத்தநத்தம்.

2006 பரமசிவன்,தொ., தெய்வங்களும் சமூக மரபுகளும், நியூ செஞ்சுரி புக் ஹவுஸ், சென்னை.

2006 பரமசிவன்,தொ., தெய்வம் என்பதோர், யாதுமாகி பதிப்பகம், திருநெல்வேலி.

2007 பரமசிவன்,தொ., அறியப்படாத தமிழகம், சுதர்சன் புக்ஸ், நாகர்கோவில்.

2008 பரமசிவன்,தொ., வழித்தடங்கள், யாதுமாகி பதிப்பகம், திருநெல்வேலி.

2009 பரமசிவன்,தொ., அறியப்படாத தமிழகம், கலச்சுவடு பதிப்பகம், நாகர்கோவில்.

2014 பரமசிவன்,தொ., உரைகல், கலப்பை பதிப்பகம், சென்னை.

2014 பக்தவத்சல பாரதி (தொ.ஆ.,), தமிழர் உணவு, காலச்சுவடு பதிப்பகம், நாகர்கோவில்.

2015 பரமசிவன்,தொ., ‘இந்து’ தேசியம், கலப்பை பதிப்பகம், சென்னை

2016 மானுடவாசிப்பு:தொ.ப.வின் தெறிப்புகள், தயாளன், ஏ.சண்முகானந்தம் (தொ-ர்) தடாகம் பதிப்பகம், சென்னை.

2019 பரமசிவன்,தொ., இதுவே சனநாயகம், காலச்சுவடு பதிப்பகம், நாகர்கோவில்.

2019 பரமசிவன்,தொ., மஞ்சள் மகிமை, காலச்சுவடு பதிப்பகம், நாகர்கோவில்.

2021 பரமசிவன்,தொ., நீராட்டும் ஆறாட்டும், காலச்சுவடு பதிப்பகம், நாகர்கோவில்.

2022 பரமசிவன்,தொ., அழகர் கோயில், நியூசெஞ்சுரி புத்தக நிறுவனம், சென்னை.

2022 பரமசிவன்,தொ., சாதிகள் உண்மையுமல்ல... பொய்ம்மையுமல்ல.. (நேர்காணல்கள்), நியூசெஞ்சுரி புத்தக நிறுவனம், சென்னை.

இதழ்கள்

2022 தமிழறம், காலாண்டு ஆய்விதழ், சிறப்பாசிரியர்கள் இலக்குவன், இரா., சித்திரை வீதிக்காரன், கதிர்நம்பி.

இணைப்பு – 1

காலவரிசையில் தொ.ப.வின் ஆக்கங்கள்

1989	–	அழகர்கோயில்
1995	–	தெய்வங்களும் சமூகமரபுகளும்
1997	–	அறியப்படாத தமிழகம்
2000	–	நாள் மலர்கள்

2004	–	பண்பாட்டு அசைவுகள்
2005, 2019	–	சமயங்களின் அரசியல்
2006	–	தெய்வம் என்பதோர்
2008, 2018	–	சமயம் ஓர் உரையாடல்
2008, 2012	–	வழித்தடங்கள்
2012	–	விடுபூக்கள்
2013, 2016	–	செவ்வி
2013	–	பரண்
2014	–	உரைகல்
2015	–	இந்து தேசியம்
2016	–	மானுட வாசிப்பு
2019	–	மஞ்சள் மகிமை
2019	–	மரபும் புதுமையும்
2019	–	இதுவே சனநாயகம்
2019	–	தொ.ப.நேர்காணல்கள்
2019	–	பாளையங்கோட்டை
2021	–	நீராட்டும் ஆறாட்டும்

தமிழ் ஆராய்ச்சி வரலாறு - தஞ்சைப் பல்கலைகழகம் (தற்போது பதிப்பில் இல்லாத நூல்)

- அறியப்படாத தமிழகம், தெய்வங்களும் சமூக மரபுகளும் இரண்டும் சேர்ந்து பண்பாட்டு அசைவுகள் என்ற நூலாக உள்ளது.
- 1. நான் இந்து அல்ல நீங்கள், 2. சங்கரமடத்தின் உண்மைகள் 3. இந்து தேசியம், 4.இதுதான் பார்ப்பனீயம், 5. புனா ஒப்பந்தம் என்ற ஐந்து சிறுவெளியீடுகளையும் ஒன்றாக இந்துதேசியம் (2015) என்ற பெயரில் கலப்பை பதிப்பகம் வெளியிட்டுள்ளது.
- விடுபூக்கள், பரண், உரைகல் தொகுப்பில் உள்ள கட்டுரைகளை மஞ்சள் மகிமை, மரபும் புதுமையும், இதுவே சனநாயகம் என்ற பெயரில் காலச்சுவடு 2019இல் வெளியிட்டது.
- தொ.ப. மறைவுக்குப் பின் மஞ்சள் மகிமையும், மரபும் புதுமையும் ஒன்றாகச் சேர்த்து நீராட்டும் ஆறாட்டும் (2021) என்ற நூலாக வந்துள்ளது.
- செவ்வி என்ற பெயரில் சந்தியா பதிப்பகம் வெளியிட்ட நேர்காணல் தொகுப்பில் மேலும் கொஞ்சம் நேர்காணல்கள் சேர்க்கப்பட்டுப் பின் கலப்பை பதிப்பகம் வெளியிட்டது. தற்போது தொ.பரமசிவன் நேர்காணல்கள் என்ற நூலாக அதை மொத்தமாகக் காலச்சுவடு வெளியிட்டுள்ளது.
- சாதிகள் உண்மையுமல்ல... பொய்மையுமல்ல... (2022) என்ற தலைப்பில் தொ.ப.வின் நேர்காணல்களை என்.சி.பி.எச். தொகுத்து நூலாக்கம் செய்துள்ளது.

- தொ.ப.வின் அழகர் கோயில் ஆய்வு ஸ்ரீசெண்பகா பதிப்பகம் மூலம் 2021ஆம் ஆண்டிலும் என்.சி.பி.எச். நிறுவனத்தின் மூலம் 2022ஆம் ஆண்டில் வெளிவந்துள்ளது.

இணைப்பு – 2 வாழ்க்கைக் குறிப்புகள்

1950

மார்ச் மாதம் 3ஆம் நாள் பாளையங்கோட்டையில் பிறந்தார்; பெற்றோர் தொப்பதாஸ் - லெட்சுமியம்மாள்; தனது சொந்த ஊரிலேயே புனித அந்தோணியார் பள்ளியில் ஆரம்பக் கல்வி தொடங்கித் தூய சவேரியார் உயர்நிலைப் பள்ளியில் இறுதி வகுப்பு வரை பயின்றிருக்கிறார்.

1967– 1969

பாளையங்கோட்டை தூய சவேரியார் கல்லூரியில் இளங்கலைப் படிப்பினைப் பொருளாதாரத் துறையில் படித்துள்ளார்; தனது அண்ணனின் விருப்பத்திற்காகப் பொருளாதாரம் படித்ததாக நேர்காணலொன்றில் தொ.ப. கூறியுள்ளார். (2022:97)

1970

காரைக்குடி அழகப்பா கல்லூரியில் வா.சுப. மாணிக்கனார் போன்ற பேராசிரியர்களிடம் தமிழ் முதுகலைப் பயின்றவர். 1970ஆம் ஜூன் மாதம் பெரியாரைச் சந்தித்திருக்கிறார். அப்போது பெரியாருக்கு 93 வயது. பெரியாருடனான புகைப்படத்தையும் தனது வீட்டில் வைத்திருக்கிறார்.

1971 – 1987

இராமநாதபுரம் மாவட்டத்தில் உள்ள இளையான்குடி டாக்டர். சாகிர் உசைன் கல்லூரியில் விரிவுரையாளராகத் தொடங்கிப் பேராசிரியராகப் பதினாறு ஆண்டுகள் பணிபுரிந்துள்ளார்.

1976 –1979

அப்போதைய மதுரைப் பல்கலைக்கழகத்தில் முனைவர்ப் பட்ட ஆய்வினை அழகர்கோயில் என்ற தலைப்பில் மேற்கொண்டார்; இவருடைய நெறியாளர் பேராசிரியர் மு.சண்முகம் பிள்ளை; மேலும் தொல்லியல் துறையில் நாற்பது நாட்கள் பயிற்சி பெற்றிருக்கிறார்.

1987 – 1998

மதுரைத் தியாகராசர் கல்லூரியில் 11 ஆண்டுகள் பேராசிரியராகப் பணிபுரிந்தார்.

1989

இவருடைய முனைவர்ப் பட்ட ஆய்வான அழகர்கோயில் மதுரை காமராசர் பல்கலைக்கழகப் பதிப்புத்துறையால் நூலாக வெளியிடப்பட்டது.

1995

இந்த ஆண்டில்தான் தெய்வங்களும் சமூக மரபுகளும் என்கிற ஆய்வு நூல் நியூ செஞ்சுரி புத்தக நிறுவனத்தால் முதற்பதிப்பாக வெளியானது.

இந்நூலுக்கு மதுரை காமராசர் பல்கலைக்கழகப் பேராசிரியர் ந.முத்துமோகன் அணிந்துரை வழங்கியுள்ளார்.

1997

இவ்வாண்டில் அறியப்படாத தமிழகம் என்ற நூல் வெளிவந்தது. பின்னர் காலச்சுவடு பதிப்பகம் இந்நூலின் பல பதிப்புகளை வெளியிட்டுள்ளது குறிப்பிடத்தக்கது.

1998 – 2007

மனோன்மணியம் சுந்தரனார் பல்கலைக்கழகத்தில் ஒன்பது ஆண்டுகள் தமிழ்த்துறைத் தலைவராக இருந்துள்ளார். தஞ்சை தமிழ்ப் பல்கலைக்கழகத்தில் ஆட்சிக்குழு உறுப்பினராகவும் பொறுப்பு வகித்தார். இந்தக் காலகட்டத்தில் தான் 'நாள்மலர்கள்' (2000), பண்பாட்டு அசைவுகள் (2004), சமயங்களின் அரசியல் (2005), தெய்வம் என்பதோர் (2006) ஆகிய நூல்கள் வெளிவந்தன.

2004

ஜூன் மாதம் Academy of Tamil Arts and Technology பி.ஏ. இறுதி ஆண்டு மாணவர்களுடைய ஆய்வேடுகளைப் பரிசீலனை செய்வதற்காகக் கனடாவிற்குப் பயணம் செய்துள்ளார். இரண்டு வாரங்கள் கனடாவில் இருந்தபோது அங்கிருந்த அ.முத்துலிங்கம் நேர்காணல் செய்துள்ளது குறிப்பிடத்தக்கது.

2017

இவருடைய தமிழ்ப் பணியைக் கௌரவிக்கும் விதமாகக் கோவை உலகத் தமிழ்ப்பண்பாட்டு மையம் சார்பில் தமிழறிஞர் விருது (ரூ.1,00,000) வழங்கப்பட்டது.

2020

டிசம்பர் மாதம் 24ஆம் நாள் இவ்வுலக வாழ்வை நீத்தார். இவரது மறைவிற்குத் தமிழக அரசு இரங்கல் தெரிவித்ததோடு இறுதிப் பயணத்தில் அரசு மரியாதையும் அளித்தது.

2021

தொ.பரமசிவன் அவர்களின் மறைவிற்குப் பிறகு அவருடைய ஆக்கங்கள் யாவும் நாட்டுடைமையாக்கப்பட்டன.

*பேராசிரியர் தொ.பரமசிவன் அவர்களின் மனைவி பெயர் இசக்கியம்மாள். இத் தம்பதியினருக்கு மாசானமணி என்னும் மகனும் விசயலட்சுமி என்னும் மகளும் உள்ளனர்.